செகாவ்
வாழ்கிறார்

எஸ்.ராமகிருஷ்ணன்

தேசாந்திரி பதிப்பகம்

தேசாந்திரி பதிப்பக வெளியீடு: 014

செகாவ் வாழ்கிறார்: கட்டுரைத் தொகுப்பு
எஸ். ராமகிருஷ்ணன்

முதல்பதிப்பு: பிப்ரவரி 2018

தேசாந்திரி பதிப்பகம்,
டி-1, கங்கை அப்பார்ட்மெண்ட்,
110, 80 அடி ரோடு, சத்யா கார்டன்,
சாலிக்கிராமம், சென்னை 600 093,
தொலைபேசி: 044 23644947.
விலை: ரூ. 150

Chekhov Vaazhgirar - Essays
S.Ramakrishnan ©

First Edition: February 2018, Pages: 160
Size: Demy 1x8, Paper: 18.6 kg maplitho

Published by :
Desanthiri Pathippagam
D-1, Gangai Apartments,
110, 80-Feet Road, Satya Garden, Saligramam,
Chennai - 600 093, Ph: 044 2364 4947
Email : desanthiripathippagam@gmail.com
www.desanthiri.com

ISBN: 978-93-87484-21-4
Wrapper Design: Manikandan
Book Design: Karthick Pugazhendhi
Printed by: Ramani Print Solution, Chennai.

Price: Rs. 150

எஸ்.ராமகிருஷ்ணன்

எஸ்.ராமகிருஷ்ணன், விருதுநகர் மாவட்டம் மல்லாங்கிணறு கிராமத்தில் 1966ல் பிறந்தார். முழுநேர எழுத்தாளரான இவர் தற்போது சென்னையில் வசிக்கிறார்.

சிறுகதைத் தொகுப்புகள்: எஸ்.ராமகிருஷ்ணன் கதைகள், நடந்து செல்லும் நீரூற்று, பதினெட்டாம் நூற்றாண்டின் மழை, அப்போதும் கடல் பார்த்துக் கொண்டிருந்தது, நகுலன் வீட்டில் யாருமில்லை, புத்தனாவது சுலபம், வெளியில் ஒருவன், காட்டின் உருவம், தாவரங்களின் உரையாடல், வெயிலைக் கொண்டு வாருங்கள், பால்ய நதி, மழைமான், குதிரைகள் பேச மறுக்கின்றன, காந்தியோடு பேசுவேன், நீரிலும் நடக்கலாம், என்ன சொல்கிறாய் சுடரே, சைக்கிள் கமலத்தின் தங்கை, தனிமையின் வீட்டுக்கு நூறு ஜன்னல்கள்.

நாவல்: உப பாண்டவம், நெடுங்குருதி, உறுபசி, யாமம், துயில், நிமித்தம், சஞ்சாரம், இடக்கை, பதின்.

கட்டுரைத் தொகுப்புகள்: விழித்திருப்பவனின் இரவு, இலைகளை வியக்கும் மரம், என்றார் போர்ஹே, கதாவிலாசம், தேசாந்திரி, கேள்விக்குறி, துணையெழுத்து, ஆதலினால், வாக்கியங்களின் சாலை, சித்திரங்களின் விசித்திரங்கள், நம் காலத்து நாவல்கள், காற்றில் யாரோ நடக்கிறார்கள், கோடுகள் இல்லாத வரைபடம், மலைகள் சப்தமிடுவதில்லை, வாசகபர்வம், சிறிது வெளிச்சம், காண் என்றது இயற்கை, செகாவின் மீது பனி பெய்கிறது, குறத்தி முடுக்கின் கனவுகள், என்றும் சுஜாதா, கலிலியோ மண்டியிடவில்லை, சாப்ளினுடன் பேசுங்கள், கூழாங்கற்கள் பாடுகின்றன, எனதருமை டால்ஸ்டாய், ரயிலேறிய கிராமம், பிகாசோவின் கோடுகள், இலக்கற்ற பயணி, செகாவ் வாழ்கிறார், ஆயிரம் வண்ணங்கள், இந்திய வானம், நிலம் கேட்டது கடல் சொன்னது, வீடில்லாத புத்தகங்கள், நிலவழி, உலகை வாசிப்போம், எழுத்தே வாழ்க்கை, நாவல் எனும் சிம்பொனி.

திரைப்பட நூல்கள்: பதேர் பாஞ்சாலி-நிதர்சனத்தின் பதிவுகள், அயல் சினிமா, உலக சினிமா, பேசத் தெரிந்த நிழல்கள், இருள் இனிது ஒளி இனிது, பறவைக் கோணம், சாமுராய்கள் காத்திருக்கிறார்கள், குற்றத்தின் கண்கள்.

எஸ்.ராமகிருஷ்ணன்

குழந்தைகள் நூல்கள்: கால் முளைத்த கதைகள், ஏழு தலைநகரம், கிறுகிறு வானம், லாலிபாலே, நீளநாக்கு, தலையில்லாத பையன், எனக்கு ஏன் கனவு வருது, காசு கள்ளன், பம்பழாபம், சிரிக்கும் வகுப்பறை, அக்கடா, பூனையின் மனைவி, இறக்கை விரிக்கும் மரம், உலகின் மிகச்சிறிய தவளை, எலியின் பாஸ்வேர்ட்.

உலக இலக்கியப் பேருரைகள்: ஆயிரத்தொரு அரேபிய இரவுகள், ஹோமரின் இலியட், ஷேக்ஸ்பியரின் மெக்பத், ஹெமிங்வேயின் கடலும் கிழவனும், தஸ்தாயெவ்ஸ்கியின் குற்றமும் தண்டனையும், லியோ டால்ஸ்டாயின் அன்னா கரீனினா, பாஷோவின் ஜென் கவிதைகள்.

வரலாறு: எனது இந்தியா, மறைக்கப்பட்ட இந்தியா.

நாடகத் தொகுப்பு: அரவான், சிந்துபாத்தின் மனைவி, சூரியனைச் சுற்றும் பூமி.

நேர்காணல் தொகுப்பு: எப்போதுமிருக்கும் கதை, பேசிக்கடந்த தூரம்.

மொழிப்பெயர்ப்புகள்: நம்பிக்கையின் பரிமாணங்கள், ஆலீஸின் அற்புத உலகம், பயணப்படாத பாதைகள்.

தொகை நூல்கள்: அதே இரவு, அதே வரிகள் (அட்சரம் இதழ்களின் தொகுப்பு), வானெங்கும் பறவைகள், 100 சிறந்த சிறுகதைகள்.

பிறமொழி நூல்கள்: Nothing but water, Whirling Swirling sky.

இணையதளம்: www.sramakrishnan.com

மின்னஞ்சல்: writerramki@gmail.com

முன்னுரை

செகாவ் எந்த கோட்பாட்டினையும் தத்துவத்தையும் சார்ந்து எழுதியவரில்லை. ஓர் எழுத்தாளராக வாழ்க்கையை அவர் கண்டுணர்ந்த விதத்தில் பதிவு செய்திருக்கிறார். ஒரு கலைஞனின் வேலை அவ்வளவே. அவரது படைப்புகளில் அவநம்பிக்கையின் குரல் ஒலிப்பதுபோலவே நம்பிக்கையின் குரலும் ஒலிக்கவே செய்கின்றன. அவர் மனிதர்களை நேசித்தார். இந்த பிரபஞ்சத்தின் மிகப்பெரிய விந்தை மனிதனே என்றார். மனிதனை ஆராய்வதே தனது பணி என்று கூறிய செகாவ் நம்பிக்கையே மனிதனை உருவாக்குகிறது என ஸ்வோரினுக்கு எழுதிய கடிதம் ஒன்றில் குறிப்பிடுகிறார்.

ஆன்டன் செகாவின் வாழ்க்கை வரலாற்றை விரிவாக எழுதவே திட்டமிட்டேன். ஆயிரம் பக்கங்களுக்கும் மேலாக அது வரக்கூடும் என்பதால் சுருக்கமான வரலாற்றை தனிநூலாக எழுதியிருக்கிறேன். இப்படியொரு நூலை எழுதவேண்டும் என்று அன்புகட்டளையிட்டவர் தி.க.சி. திருநெல்வேலியில் அவரைச் சந்தித்து பேசிக் கொண்டிருந்தபோது இதை முன்வைத்தார். அவர் மறைந்தபிறகு இந்த ஆசையை நிறைவேற்றுகிறேன் என்ற குற்றவுணர்வு இருக்கவே செய்கிறது. தமிழில் சிறுகதை எழுதுகிறவர்கள் அவசியம் படிக்க வேண்டிய ஆசான் செகாவ். அவரைப்பற்றி தொடர்ந்து பேசியும் எழுதியும் வரும் தோழர் எஸ்.ஏ.பெருமாளின் அன்பை இக்கணம் நினைவுகூர்கிறேன்

இந்த நூலை பதிப்பிக்கும் தேசாந்திரி பதிப்பகத்திற்கும், நூலாக்கம் செய்த கார்த்திக் புகழேந்திக்கும், அட்டை வடிவமைப்பு செய்த ஹரிபிரசாத்திற்கும், ரஷ்ய இலக்கியங்கள் குறித்து அதிகம் அறிந்து கொள்ள உதவிய ரஷ்ய கலாச்சார மையத்திற்கும், நண்பர் தேவதச்சனுக்கும், என்னையும் எழுத்தையும் நேசிக்கும் மனைவி சந்திரபிரபா, மூத்தவன் ஹரி, இளையவன் ஆகாஷ் ஆகியோரின் அன்பிற்கும் தீராத நன்றிகள்...

மிக்க அன்புடன்,
எஸ்.ராமகிருஷ்ணன்.

சென்னை, டிசம்பர் 3.2017

மாஸ்கோவில் ஆடுகள் இல்லை

"மாஸ்கோ மிகப்பெரிய ஊர். கனவான்களது வீடுகளுக்குக் கணக்கேயில்லை. குதிரைகள் ஏராளம். ஆனால், ஆடுகள் இல்லை. நாய்கள் கொஞ்சம் கூட மூர்க்கமின்றி சாதுவாக இருக்கின்றன. தேவாலயத்தில் நம்மைப் பாட விட மறுக்கிறார்கள். தாத்தா உடனே வா, என்னை இங்கிருந்து அழைத்துப் போய்விடு..."
வான்கா சிறுகதையில்...

ஓர் எழுத்தாளன் உருவாவதற்கு அவனது பால்ய காலம் முக்கியமான காரணமாக யிருக்கிறது. நான் வாசித்த பல எழுத்தாளர்களின் வாழ்க்கை வரலாற்றில் அந்த ஒப்புமையைத் தெளிவாகக் காணமுடிகிறது. தனிமையும்,

நிராதரவும், வறுமையும் தனக்கென எதுவும் இல்லையே என்ற ஏக்கமும் கொண்டவர்களே பின்னாளில் எழுத்தாளர்களாக ஆகி யிருக்கிறார்கள். சந்தோஷமான குடும்பச் சூழலில் வளரும், படிப்பிலும் விளையாட்டிலும் ஆர்வம் மிக்கச் சிறார்கள் கலைஞர்களாக உருவெடுப்பதில்லை.

ஆன்டன் செகாவ் எழுதிய ஐந்தாயிரத்திற்கும் மேற்பட்ட கடிதங்கள் இன்று அவரது காப்பகத்தில் பாதுகாத்து வைக்கப்பட்டிருக்கின்றன. தனது கையெழுத்துப் பிரதிகள், கதைகள் வெளியான இதழ்கள், டயரிகள், நோயாளிகளின் குறிப்பேடு, மருத்துவக் குறிப்புகள், பயணக் குறிப்புகள், வாசித்த புத்தகப் பட்டியல், நாடக நிகழ்வின் விளம்பரங்கள் என தனது வாழ்க்கை தொடர்பான அத்தனை ஆவணங்களையும் முறையாகப் பராமரித்து வந்தவர் செகாவ்.

அவருக்கு நண்பர்கள் வாசகர்கள் எழுதிய 7000 கடிதங்களும் அவரிடம் முறையாகத்தேதி வாரியாகத் தொகுக்கப்பட்டு பாதுகாக்கப்பட்டுள்ளன. தனது வாழ்க்கையில் செகாவ் ஆசிரியர்கள், மருத்துவர்கள், வணிகர்கள், பிரபுக்கள், உயர் அதிகாரிகள், ராணுவ வீரர்கள், விவசாயிகள், பேராசிரியர்கள், நடிகர்கள், நடிகைகள், ஓவியர்கள், பாதிரிகள், குற்றவாளிகள், வேசைகள் பிச்சைக்காரர்கள் குதிரை வண்டி ஓட்டுபவர்கள், பைத்தியக்காரர்கள் எனப் பல்வேறு மனிதர்களோடும் பழகியிருக்கிறார். இவர்கள் குறித்த தனது எண்ணங்களைக் கதைகளிலும், குறிப்புகளிலும் துல்லியமாகப் பதிவு செய்திருக்கிறார்.

செகாவிற்குப் பிடிக்காத மனிதர்கள் என்றால் வழக்கறிஞர்களும் உயர்குடி பிரபுக்களுமே. இருவருமே போலியானவர்கள், தங்கள் பற்றி மிதமிஞ்சிய பெருமை கொண்டவர்கள், எவர் மீதும் மரியாதை அற்றவர்கள் என ஒரு குறிப்பில் செகாவ் கூறுகிறார்.

பால்ய வயதின் துயரங்கள் மறக்க முடியாதவை. அதிலும் குறிப்பாக வறுமையைச் சந்தித்த மனிதர்கள் ஒருபோதும் அந்த மன வலியிலிருந்து மீளமுடியாதவர்களாகவே இருக்கிறார்கள். செகாவ் அப்படியான ஒருவர். பாடசாலை கற்றுத் தந்தவை விடவும் அதிகமாக ஏழ்மை அவருக்குக் கற்றுத் தந்திருக்கிறது.

தந்தையும் தாயும் அவரைக் கடன்காரர்களிடம் விட்டுவிட்டு மாஸ்கோ போய்விட்ட நிலையில் அன்றாடம் வீடுதேடி வந்து நிற்கும் கடன்காரர்களை எப்படிப் பொய் சொல்லிச் சமாளிப்பது என இளவயதிலே செகாவ் கற்றுக் கொண்டுவிட்டார்.

நிறையப் பொய்களைச் சொல்லிப் பழகியதால் தானோ என்னவோ கதை எழுதுவது எளிதாக இருக்கிறது என ஒரு நேர்காணலில் வேடிக்கையாகக் குறிப்பிடுகிறார். அந்த நாட்களில் ரஷ்யாவிலிருந்த பள்ளி ஆசிரியர்கள் உபரி வருமானம் வேண்டி மாணவர்களிடம் காசு

கேட்டுத் தொந்தரவு செய்வார்கள். வீட்டிலிருந்து காசு கொண்டுவந்து தராத மாணவர்களைக் கடுமையாகத் தண்டிப்பார்கள். அதில் ஒன்று, ஒரு மாணவனை நிர்வாணப்படுத்தி நிற்க வைத்து, மற்ற மாணவர்களை அவன் உடம்பில் எச்சில் துப்ப வைப்பார்கள். இப்படிக் கல்வித்துறை லஞ்சத்தில் ஊறிப்போய்கிடந்தது.

பள்ளி கட்டணத்தைச் செலுத்தவே பணமில்லாத செகாவ் வீட்டில் இருந்த பொருட்கள் ஒவ்வொன்றாகக் கொண்டுபோய் விற்று, பணம் கட்டியிருக்கிறார். அப்படி வீட்டில் இருந்த ஒரு கடிகாரத்தை விற்பதற்காக அவர் கொண்டுசென்ற நிகழ்வைச் சுவாரஸ்யமாக விவரிக்கிறார்.

கடிகாரத்தை வாங்குவது சந்தோஷமானது. ஆனால், விற்பது எளிதானதில்லை. அதுவும் ஒரு பழைய கடிகாரத்தை விற்பதற்கு நிறையத் தந்திரங்கள் செய்ய வேண்டும். வாய் வார்த்தைகள் மூலம் அதுகுறித்து உயரிய எண்ணத்தை உருவாக்க வேண்டும். அப்படிதான் கடிகாரத்தைக் கொண்டுபோய் உள்ளூரில் துறைமுக அதிகாரி ஒருவனிடம் இந்தக் கடிகாரம் ஜார் மன்னருக்காக விசேசமாகத் தயாரிக்கப்பட்டது. இதன் முட்கள் தங்க முலாம் பூசியவை. இக்கடிகாரம் தனது தாத்தாவிற்குப் பரிசாகத் தரப்பட்டது எனப் பொய் சொல்லி, ஐந்து ரூபிளுக்கு விற்று வந்ததாகச் சொல்கிறார் செகாவ்.

தனக்கு விருப்பமான கடிகாரத்தை செகாவ் அற்ப பணத்திற்கு விற்றுவிட்டதை அவரது தந்தை வாழ்நாள் முழுவதும் சொல்லிக்காட்டிக் கொண்டேயிருந்தார்.

செகாவின் பாட்டனார் மிகைல் ஒரு பண்ணை அடிமையாக வாழ்ந்தார். தாத்தா இகோர் செர்ட்கோவ் பண்ணையில் வேலை செய்து, 875 ரூபிள் பணம் திரட்டி கடனைச் செலுத்தி, தன்னையும்

மனைவி மக்களையும் அடிமைகளாக இருப்பதிலிருந்து விடுதலை அளிக்கும்படி கேட்டுக் கொண்டார், 1841ல் அப்படித் தான் செகாவ் வம்சம் அடிமைத் தளையிலிருந்து மீண்டது. செகாவ் வம்சத்தில் இகோரே முதன்முதலாக எழுதப் படிக்கத் தெரிந்தவர். தனது குடும்பத்தை அழைத்துக்கொண்டு இரண்டு பெட்டிகள் நிறைய புத்தகங்களுடன் முந்நூறு மைல் பயணம் செய்து பிளடோவ் பிரபுவின் பண்ணையில் மேலாளராக வேலைக்குச் சேர்ந்தார் இகோர்.

தன்னைப் போலின்றி, வணிகர்களாகத் தனது பிள்ளைகள் வரவேண்டும் என விரும்பிய இகோர் அதற்காகப் பிள்ளைகளைக் கடுமையாகத் தயார்படுத்தினார். மூத்த மகன் மிகைல் புத்தகங்கள் பைண்டிங் செய்யும் தொழில் செய்ய மாஸ்கோவிற்கு அருகில் உள்ள கலுகா என்ற இடத்திற்குச் சென்றார். அடுத்தவர் பாவல் டாகன்ராக்கில் சிறிய பலசரக்குக் கடை துவக்கினார். அது துறைமுக நகரம் என்பதால் கடை நன்றாக ஓடத்துவங்கியது. மூன்றாவது பையன் மித்ரோபேன் இன்னொரு பலசரக்குக் கடையில் கடைப்பையனாக வேலைக்குச் சேர்த்துவிடப்பட்டார். மகள் அலெக்சாண்டராவை ஸ்டெப்பி பகுதியைச் சேர்ந்த வசீலிக்குத் திருமணம் செய்து வைத்தார். 81வயது வரை வாழ்ந்த இகோர் முன்கோபியாகவும், வேலையாட்களை முரட்டுத்தனமாக அடித்து உதைத்து வேலை வாங்குபவராகவும் இருந்தார்.

ஆன்டன் செகாவின் பாட்டி எப்ரசினியா உக்ரேனைச் சேர்ந்தவர். செகாவின் தந்தை பாவெல், டாகன்ராக் என்ற துறைமுக நகரில் ஒரு பலசரக்குக்கடை நடத்தி வந்தார். அதைப் பலசரக்குக் கடை என்பதை விடவும் வம்புப் பேச்சுகளுக்காக ஆட்கள் கூடும் சத்திரம் என்றே குறிப்பிடுகிறார் செகாவ். எப்போதும் அங்கே யாராவது உட்கார்ந்து வெட்டிக்கதை பேசிக் கொண்டிருப்பார்கள். ஒயின் அல்லது தேநீர் குடிப்பார்கள். பொழுதுபோகாத பாவல் தனக்குக் கடன் கொடுத்தவர்களின் பெயரை விதவிதமான ஸ்டைல்களில் எழுதி பார்த்துக் கொண்டிருப்பார்.

பாவெலுக்குப் பாடத்தெரியாத போதும் இசையில் மிகுந்த நாட்டமிருந்தது. மற்றவர்களின் கேலியை கண்டுகொள்ளாமல் சுவிசேஷப் பாடல்களை உரக்கப் பாடுவார். அத்துடன் தேவாலயத்திற்கான சுவிசேச குழுவைத் தானே அமைத்துத் தருவதாகக் கூறி, தனது பிள்ளைகளை அதிகாலை மூன்று மணிக்கு எழுப்பிப் பாடம் சொல்லித் தருவார். யாராவது சரியாகப் பாடாவிட்டால் பிரம்படி விழும்.

அப்பாவின் இந்தக் கெடுபிடியால் தேவாலய மணி கேட்டாலே மனதில் வெறுப்பு ஏற்பட்டது. அதன்பிறகு தான் நாத்திகன் ஆகிவிட்டதாகச் செகாவ் கூறுகிறார். விடிகாலையில் தொடர்ந்து இசை பயிற்சி மேற்கொண்டதால் குழந்தைகளின் உடல்நலம்

பாதிக்கப்படுகிறது என மருத்துவர் அறிவுரை கூறிய காரணத்தால், சரச் சேவைகளில் இருந்து செகாவ் தப்பித்தார். ஆனால், தேவாலயத்தில் ஒலிக்கப்படும் வசனங்களும், சடங்குகளும், பிரார்த்தனை பாடல்களும் தனது மனதில் ஆழமாகப் பதிந்து போய்விட்டன என்கிறார் செகாவ்.

செகாவின் அம்மா எவ்ஜினியா குடும்பமும் முந்தைய காலத்தில் பண்ணை அடிமைகளாக இருந்தவர்களே. 1820களில் அக்குடும்பம் அடிமைத் தளையிலிருந்து விடுபட்டது. தங்களது வீடும் சொத்துகளும் நெருப்பில் எரிந்து போனதால் செகாவின் தாய்வழி பாட்டி அம்மாவையும், அவளது சகோதரியையும் அழைத்துக்கொண்டு உறவினரான பாப்கோவிடம் அடைக்கலம் ஆனார். செகாவின் மாமா இவான் அந்த நாட்களில் சித்தப்பா மித்ரோபென் உடன் பலசரக்குக் கடையில் வேலை செய்துகொண்டிருந்தார். அப்படித் தான் செகாவின் அம்மா பாவலுக்கு அறிமுகமானார்.

செகாவின் அம்மாவும் படித்தவர். அந்த நாட்களில் செகாவின் அப்பா தனது கையில் ஒரு மோதிரம் போட்டிருப்பார். அதில், 'Everywhere is a desert to the lonely man' என்ற வாசகமிருக்கும். தனது மகன் கல்யாணத்திற்காக ஏங்குகிறான் என்பதைப் புரிந்துகொண்ட இகோர், 1854ல் பாவல் எவ்ஜினியா இருவருக்கும் திருமணம் செய்து வைத்தார். அம்மாவின் சகோதரனான இவானுக்குப் பலமொழிகள் பேசத் தெரியும். நன்றாக வயலின் வாசிப்பார். ஓவியம் வரைவார். வாட்ச் ரிப்பேர் செய்வார். புதிய மீன்பிடி தூண்டில் ஒன்றை கூடத் தானே வடிவமைப்புச் செய்திருந்தார். அவரைச் செகாவிற்கு மிகவும் பிடிக்கும். பாவல் முரட்டுத்தனமானவர். பிள்ளைகளை அடிப்பதைப் பொழுதுபோக்காகச் செய்பவர். ஒவ்வொரு நாளும் காலையில் தூங்கி எழுந்தவுடன் இன்றைக்கு எத்தனை அடி கிடைக்கப் போகிறதோ எனச் செகாவிற்குப் பயமாக இருக்கும்.

எஸ்.ராமகிருஷ்ணன்

செகாவ் குடும்பத்தில் ஏழு குழந்தைகள் பிறந்து மூன்று பேர் இறந்து போய்விட்டார்கள். செகாவின் தாய் கடின உழைப்பாளி. வறுமையிலும் பிள்ளைகளைக் கவனமாக வளர்க்கப் போராடினார். ஆனாலும் ஒவ்வொரு நாளும் கணவனின் ஏச்சும் பேச்சும் அடியும் தாங்கமுடியாமல் அவர் விசும்பி அழுதுவண்டு.

பலசரக்குக் கடை வைத்திருந்த பாவல் தினசரி காலை ஐந்து மணிக்கே கடையைத் திறந்துவைக்கப் பிள்ளைகளை அனுப்பிவைத்து விடுவதுண்டு. ஆறு ஏழு வயது சிறுவனாக இருந்த செகாவ் குளிரில் நடுங்கிக்கொண்டே கடையைத் திறக்கப்போவதுண்டு. கடும் குளிரில் யாரும் கடைக்கு வரமாட்டார்கள். ஆனாலும் கடையைத் திறந்து வைக்கவேண்டும் என்பதில் அவரது அப்பா கறாராக இருந்தார்.

இருட்டில் குளிரில் கடை திறக்கப் போகும்போது, உடல் நடுக்கமாக இருக்கும். கடையில் ஒரு மெழுகுவர்த்தியைக் கொளுத்தி வைத்துக்கொண்டு தனியே உட்கார்ந்திருப்பார். காற்று ஓலமிடும். மெழுகுவர்த்திச் சுடரில் கைகளைக் காட்டி வெம்மைப்படுத்திக் கொண்டு யாராவது ஒரு வாடிக்கையாளர் வந்துவிட மாட்டாரா என ஏக்கத்துடன் காத்துக் கொண்டிருப்பார் செகாவ்.

அந்த நாட்களில் தனது வறுமையான சூழலை நினைத்துத் தனிமையில் அழுததாகவும், தன் வாழ்நாள் முழுவதும் எங்கே சிறார்கள் வேலை செய்வதைக் காணும்போதும் அது தானே என்பது போல உணர்ந்து வருந்துவதாகவும் செகாவ் எழுதியிருக்கிறார்.

செகாவின் அப்பா பாவெல் தானே தயாரித்த பாலாடைக் கட்டிகள், ஆலிவ் எண்ணெய், சோப், க்ரீம், பேனாக்கத்தி, நோட்டு, மருந்துப் பொருட்கள், சீனி, உப்பு, ரொட்டி உள்ளிட்ட பல பொருட்களைக் கடையில் வைத்திருப்பார். இதில் பெண்களின் உடல் வலியைப் போக்கும் நாட்டு மருந்துகளை அவரே அரைத்து விற்பதும் உண்டு. அந்த மருந்தை வாங்கிப் போவதற்கென வாடிக்கையாளர்கள் இருந்தார்கள்.

செகாவின் அப்பா வட்டிக்குக் கடன் வாங்கிக் கடை நடத்தினார். கடையின் வருமானம் குடும்பத்தைக் கவனிக்கவே போதுமானதாக இல்லை. ஆனாலும், கடையில் எப்போதும் நாலைந்து பேரை உட்கார வைத்துக்கொண்டு, ஊர்க்கதைகள் பேசிக்கொண்டு, குடித்துக் கொண்டு. வம்பு வழக்குகளில் ஈடுபடுவது அவரது வழக்கம்.

வணிகர் சங்கத்திற்குக் கட்ட வேண்டிய பணத்தை அவர் செலுத்தவில்லை எனச் சங்கம் அவரை ஒதுக்கி வைத்து. உடனே, ரயில் நிலையத்தின் முன்பு புதிதாக ஒரு பெட்டிக் கடையைத் தான் ஆரம்பிக்கப் போகிறேன் எனத் துவக்கினார் பாவல். ஆனால், அந்தக் கடை வருமானம் அங்கே எரிந்த மெழுகுவர்த்திகளின் செலவிற்குக் கூடப் போதவில்லை.

பாவல் தனது மனைவி குழந்தைகள் தனது சொல்லுக்குக் கட்டுப்பட்டு நடக்க வேண்டும் என்பதில் மிகக் கண்டிப்பாக இருந்தார். பாவலின் தந்தை இகோர் அவரைப் போலவே முரட்டு மனிதர்.

அவர் ஸ்டெப்பி புல்வெளியில் உள்ள சிற்றூரில் குடியிருந்தார். தந்தை தனக்கு எந்த உதவியும் செய்வதில்லை எனப் பாவல் புலம்பிக் கொண்டேயிருந்தார்.

பாவலின் அண்ணன் மிகைலுக்கு நான்கு மகள், இரண்டு மகன்கள். தம்பி மித்ரோபேனுக்கு மூன்று மகன், இரண்டு மகள்கள். பாவலுக்கு ஏழு பிள்ளைகள்.
இப்படிச் செகாவ் வம்சம் விரிந்து வளர்ந்தது. பாவலுக்கு இருந்த துணை கடவுளும் அவரது சகோதரன் மித்ரோபேனும் மட்டுமே. மித்ரோபேன் சிறுவணிகம் செய்து வந்தார். அவரிடம் தனது மனக்குறைகளைச் சொல்லி புலம்புவார் பாவல். மித்ரோபேன் சொல்லும் அறிவுரைகளைக் கேட்டே குடும்பத்தை நடத்திவந்தார் பாவல். மிதமிஞ்சிய வறுமையும் கடன் நெருக்கடியும் ஏற்பட்ட சூழலில் மித்ரோபேனிடம் பாவல் பணம் கேட்டபோது, அவர் உதவி இயலாத சூழலில் இருப்பதாகக் கைவிரித்துவிட்டார்.

வேறுவழியில்லாமல் ஒருநாள் பாவல் யாருக்கும் சொல்லிக் கொள்ளாமல் மாஸ்கோவிற்கு ஓடிப்போய்விட்டார். மாஸ்கோவில் செகாவின் சகோதரர்கள் படித்துக் கொண்டிருந்தார்கள். அவர்களுடன் சேர்ந்து தங்கிக்கொண்டு, தான் மாஸ்கோவில் கடை ஒன்றை ஆரம்பித்து வணிகம் செய்யப்போவதாகச் சொல்லிக் கொண்டிருந்தார் பாவல்.

பள்ளிவயதில் செகாவ் துறைமுகத்திற்கு வந்துபோகும் கப்பல்களையும், இத்தாலிய வணிகர்களையும் நகரச் சதுக்கத்தில் பிடிபட்ட திருடர்கள். கைதிகளுக்குத் தண்டனை அளிக்கப் படுவதையும் வேடிக்கை பார்த்துக் கொண்டிருப்பார். அரசியல் குற்றங்களுக்காகக் கைதுசெய்யப்பட்டு நாடுகடத்தப் பட்டவர்கள் கைவிலங்குகளுடன் கப்பலில் ஏற்ற நிற்க வைக்கப் பட்டிருப்பார்கள். அவர்களின் கண்களில் விசித்திரமான தேடல் இருந்தது எனச் செகாவ் குறிப்பு ஒன்றில் எழுதியிருக்கிறார்.

ஜார் மன்னரின் விருப்பத்திற்குரிய டாகன்ராக் அப்போது ஒரு நிழல் தலைநகரமாகவே செயல்பட்டு வந்தது. செகாவிற்கு எட்டு வயதானபோது, வீட்டிற்கு வந்த மாமா இவான் செதுக்கித் தந்த குதிரைவீரன் பொம்மைதான் அவருக்கிருந்த ஒரே விளையாட்டுத் துணை. அதற்கு 'வாஸ்கா' எனப் பெயரிட்டார் செகாவ்.

பகல் முழுவதும் வாஸ்காவை கையில் வைத்துக்கொண்டு கற்பனையாக விளையாடிக் கொண்டிருப்பார். யாராவது வந்துவிட்டால் உடனே தலையணைக்குள் பொம்மையை ஒளித்துக் கொண்டுவிடுவார். காதல் திருமணம் செய்துகொண்ட இவானின் வாழ்க்கை இனிமையாக அமையவில்லை. மனைவியோடு சண்டை, பொருளாதார இழப்பு என அவர் மனச்சிக்கலுக்கு உள்ளாகி, குடித்துத் தன்னை அழித்துக் கொண்டார். அது செகாவின் மனதில் ஆழமான வேதனையாகப் படிந்து போனது. இவானின் வாழ்வில் நடந்த சில சம்பவங்களைச் செகாவ் சிறுகதைகளாக எழுதியிருக்கிறார்.

மீன்பிடிப்பதும், பாடும் பறவைகளைப் பிடித்து விற்பதும் அவரது வழக்கமான பொழுதுபோக்குகள். சிலவேளைகளில் உள்ளூர் கிரிமினல்கள் தெருநாய்களைத் துரத்தி, சுருக்கிட்டுப் பிடித்துக் கொல்வதையும் செகாவ் வேடிக்கை பார்த்திருக்கிறார்.

ஒருமுறை செகாவின் தாத்தா வேலை செய்யும் பண்ணையில் இருந்து இயந்திரம் ஒன்றைப் பழுதுபார்க்க வந்திருந்த என்ஜினியர் அவர்களைப் பார்க்க வந்திருந்தார். அவர் ஊர்திரும்பிப் போகும் போது, தானும் தாத்தா வீட்டிற்குப் போவதாகச் செகாவ் கிளம்பினார்.

திறந்த மாட்டுவண்டியில் அவர்கள் புயல்மழைக்கு ஊடாக இரண்டு நாட்கள் பயணம் செய்தார்கள். ஸ்டெப்பியில் அடிக்கும் பெருமழை பற்றிப் பின்னாளில் செகாவ் கதை எழுதியது இந்த ஞாபகத்தின் வெளிப்பாடே.

ஸ்டெப்பியில் மழைபெய்யும்போது, வானம் தரையினைத் தொடும் அளவு கீழே இறங்கி வந்துவிடுவதையும், மரங்கள் ஆவேசமாக முறிந்து விழுவதுபோலப் பேரோசையிடுவதையும், மின்னல் வெளிச்சத்தில் அந்த நிலப்பகுதி ஒளிர்ந்து மறைவதையும் பயத்துடனும், நடுக்கத்துடனும் பார்த்துக் கொண்டிருந்ததாக செகாவ் எழுதுகிறார்.

தாத்தாவின் வீட்டிற்குப் போய்ச் சேர்ந்தபோது, செகாவ் மிகுந்த சந்தோஷமாக உணர்ந்தார். ஒரு வார காலம் தாத்தாவோடு சுற்றி அலைந்தார். பின்பு ஒருநாள் தாத்தா அவரை ஆறு மைல் தூரம் நடத்திக் கூட்டிக் கொண்டுவந்து ஒரு ஆளிடம் ஒப்படைத்து, ஊரில் கொண்டுபோய் விடச்சொன்னார். தனியாக முன்பின் தெரியாத ஒருவருடன் பயணம் செய்த அனுபவத்தையும், வழியில் ஒரு விடுதியில் தங்கிச் சாப்பிட்ட நிகழ்வையும் ஒரு கதையில் செகாவ் பதிவு செய்திருக்கிறார். பள்ளி நாட்களில் செகாவை மிகவும் பயமுறுத்திய

ஆசிரியர் நிகோலஸ் ஒட்சினாஸ். நிகோலஸின் உரத்த குரலும், சிவந்த கண்களும், பெரிய கைகளும், முரட்டுத்தனமான அடிகளும் அவரை மிகவும் பயமுறுத்தின. சிலநாட்கள் நிகோலஸ் இறந்து போய் அவரது இறுதிச் சடங்கில் தான் கலந்துகொள்வதுபோல செகாவ் கனவு கண்டிருக்கிறார்.

பள்ளியில் கிரேக்க மொழி கற்றுக் கொள்வது மிகக் கடினமாக இருந்தது. கிளிப்பிள்ளைபோலச் சொன்னதைச் சொல்ல முடியாமல் திணறினார் செகாவ். உயர்நிலை வகுப்புகளை நோக்கிச் செல்ல ஆரம்பித்தபிறகே, பள்ளியின் மீதான பயம் அவருக்குக் குறையத் துவங்கியது. தனக்கு விருப்பமான ஆசிரியர்களில் ஒருவராக லத்தீன் கற்பித்த விளாதிமிர் ஸ்டரோவைக் குறிப்பிடுகிறார்.

சிறந்த பண்பான ஆசிரியரான விளாதிமிர், தன்னோடு வேலைசெய்த ஆண்ட்ரீயின் சகோதரி அரியாத்னாவை காதலித்துத் திருமணம் செய்துகொண்டார். ஆனால், அரியாத்னா அவரை ஏமாற்றி ஒரு நடிகருடன் கள்ள உறவு வைத்துக் கொண்டதோடு, ஒருநாள் வீட்டைவிட்டு அவரோடு ஓடியும் போனார்.

மனம் உடைந்து குடிகாரராக உருமாறிய விளாதிமிர் ஸ்டெப்பியின் தொலைதூரப் பள்ளி ஒன்றிற்கு வேலையை மாற்றிக்கொண்டு போனார். காதல் ஒரு மனிதனின் வாழ்க்கையைப் புரட்டி போட்டுவிடும் என்பதற்கு விளாதிமிரை எப்போதும் செகாவ் உதாரணம் காட்டுகிறார்.

இவரைப் போலவே டயாக்னாவ் என்ற ஆசிரியர் மீதும் செகாவ் மிகுந்த மரியாதையும் அன்பும் கொண்டிருந்தார். அந்த நாட்களில் பள்ளி ஆசிரியர்களில் சிலர் காவல்துறையின் ரகசிய ஏஜெண்டுகளாகச் செயல்பட்டு வந்தனர். இதன் காரணமாக மர்மக் கொலைகளும் நடந்திருக்கின்றன.

அந்நாட்களில் மாணவர்களுக்கு இருந்த ஒரே பொழுது போக்கு நாடகம் பார்ப்பது. டாகன்ராக்கில் சிறந்த நாடக அரங்குகள் இருந்தன. வருஷம் முழுவதும் அங்கே புதிய நாடகங்கள் நடத்தப்பட்டுக் கொண்டேயிருந்தன. ஷேக்ஸ்பியரின் நாடகங்கள் மற்றும் பிரெஞ்சு வேடிக்கை நாடகங்கள் அங்கே வழக்கமாக

நடத்தப்பட்டன. சிலவேளைகளில் ஒபரா இசை நிகழ்ச்சிகளும் நடைபெறுவதுண்டு. நாடகங்களை ஆசிரியர் ஒருவர் பார்வையிட்டு மாணவர்கள் பார்க்கத் தகுதியானது எனச் சான்று தந்த பிறகே பள்ளி மாணவர்கள் நாடகம் பார்க்க அனுமதிக்கப் படுவார்கள். அப்போதும் யூனிபார்ம் இல்லாத வேறு யாராவது பையன்கள் கலந்துவிடாமல் கண்காணிப்பு கடுமையாக இருக்கும். பள்ளியில் நாடகப் பாடல்களையும், வசனங்களையும் மாணவர்கள் தங்களுக்குள் மனப்பாடமாக ஒப்புவிப்பார்கள். அதுதான் செகாவ் பின்னாளில் நாடகம் எழுதத் தூண்டுகோலாக இருந்தது.

நாடக கொட்டகை என்பது நரகத்திற்கான நுழைவாயில் என்று நினைப்பவர் செகாவின் தந்தை பாவல். ஆகவே, அவர் பிள்ளைகள் நாடகம் பார்த்தால் கெட்டுவிடுவார்கள் எனக் கண்டிப்பாக இருந்தார். அவருக்குத் தெரியாமல் நாடகம் பார்த்து வர வேண்டிய அவசியம் ஏற்பட்டது. நடிகர் ஒருவரின் பையன் அவர்களுடன் பள்ளியில் படித்த காரணத்தால், மேடையின் உள்ளே போய் நடிகர்கள் மேக்கப் போடுவதையும், அரங்க அமைப்பையும் காண முடிந்தது செகாவிற்குச் சந்தோஷமாக இருந்தது.

பள்ளி நாடகங்களில் நடிக்கத் துவங்கிய செகாவ் நாடகப் போட்டிகளிலும் கலந்து கொண்டார். இதற்கிடையில் அவர்கள் குடியிருக்க வீடு போதாமல் அதே வீதியில் உள்ள இரண்டு மாடி வீடு ஒன்றுக்கு மாறினார்கள். கீழே கடை, மாடியில் வீடு. இந்த வீட்டின் ஒரு பகுதியை வாடகைக்கும் விடுவது என முடிவு செய்தார்கள். அதில் குடிவந்த செலிவனோவ் கோர்டில் வேலை செய்துகொண்டிருந்தான். இரவில் அவன் சூதாட கிளம்பிப் போய்விடுவான். செகாவின் அம்மாவைத் தனது தாயைப் போல மதித்துப் பழகிய செலிவனோவ் தந்த பணத்தில் தான் வீட்டை ஓட்டிக் கொண்டிருந்தார் செகாவின் தாய். பின்னாளில் கடனுக்காக வீடு பறிபோய்விடும் சூழலில் அந்த வீட்டை செலிவனோவ் தான் வாங்கிக் கொண்டான்.

அந்த நாட்களில்தான் அவருக்குத் தொடர்ந்த இருமலும், ரத்த வாந்தியும் முதன்முறையாக ஏற்படத் துவங்கியது. அது காசநோயின் அறிகுறி என யாரும் கண்டுகொள்ளவில்லை. இதுபோல அவரது மாமா ஒருவர் ரத்த வாந்தி எடுத்து இறந்து போயிருப்பதாகக் கருதினார்களே அன்றி, இதற்கான உரிய மருத்துவச் சிகிட்சையை மேற்கொள்ளவில்லை. உள்ளூர் மருத்துவர்கள் தந்த மருந்தை உட்கொண்டு அதிலிருந்து தற்காலிமாக மீண்டார் செகாவ்.

அண்ணன்கள் அலெக்சாண்டர் மற்றும் கோலியா இருவரும் படிப்பதற்காக மாஸ்கோ கிளம்பிப் போனார்கள். அலெக்சாண்டர் பல்கலைக் கழகத்திலும், கோலியா கலைகல்வி கற்க பீட்டர்ஸ் பெர்க்கிற்கும் சென்றபிறகு, டாகன்ராக்கில் செகாவும், அவரது சகோதரி

மரியாவும் மட்டுமேயிருந்தார்கள். கடன் தொல்லை காரணமாக அப்பா ஓடிப்போன பிறகு வீட்டினை கவனித்துக் கொள்ளும் முழுப்பொறுப்பு அம்மாவிற்கு வந்து சேர்ந்தது. கடன்காரர்களின் தொல்லையைச் சமாளிக்க முடியாமல் ஒருநாள் அம்மாவும் கிளம்பி மாஸ்கோ போய்ச் சேர்ந்தார்.

ஆனால், செகாவ் டாகன்ராக்கில் செலிவனோவ் பொறுப்பில் இருக்கவேண்டிய சூழல் உருவானது. மூன்று ஆண்டுகள் கடனுக்குப் பொறுப்பாளி போல டாகன்ராக்கில் வசித்த செகாவ் தானே உழைத்துச் சம்பாதிக்க வேண்டிய நெருக்கடிக்கு உள்ளானார். அத்துடன் சாப்பாட்டிற்காக அடுத்தவர் தயவை எதிர்பார்க்கும் சூழலும் உருவானது.

இந்த நிலையிலும் அவர் மனவருத்தம் அடையவில்லை. நம்பிக்கையோடு அவர் பள்ளி படிப்பைத் தொடர்ந்து கொண்டிருந்தார். ஒருமுறை அவரை மாஸ்கோ வந்து போகும்படியாக அம்மா கடிதம் எழுதியிருந்தார். 1877ல் தான் முதன்முறையாக ரயில் பிடித்து மாஸ்கோ சென்றார். பெருநகரத்தை வியப்போடு கண்டார் செகாவ். தங்கள் குடும்பம் நகரத்திலும், நெருக்கடியான நிலையில் வாழ்வதையும், நகரவாழ்க்கைக்கு நிறைய பணம் தேவை என்பதையும் செகாவ் உணர்ந்தார்.

அவருக்கு மாஸ்கோ பிடிக்கவில்லை. ஊர் திரும்பியபோது, அவர் மனதில் தான் படித்து எப்படியாவது மருத்துவர் ஆக வேண்டும் என்ற எண்ணம் உறுதியானது. இதற்குக் காரணம்

எஸ்.ராமகிருஷ்ணன்   17

அவர் படித்த பள்ளிக்கு வருகைதந்த மருத்துவர். அவரைப்போலத் தானும் மருத்துவம் படிக்கவேண்டும் என்ற ஆசை செகாவிற்கு உண்டானது. டாகன்ராக்கில் உள்ள நூலகத்திற்குச் சென்று தன்னை உறுப்பினராக்கிக் கொண்ட செகாவ் தினமும் நூலகத்திற்குச் சென்று படிக்கத் துவங்கினார். டான்குவிகாத்தே, விக்டர் ஹியூகோ, பிளாபெர்ட், மாப்பசான் எனத் தேடித்தேடி படித்தார். அந்த நாட்களில் பிரெஞ்சு இலக்கியங்களே ரஷ்யாவில் மிகப் பிரபலமாக விளங்கின.

தானும் எழுத வேண்டும் என்ற வேட்கை செகாவிற்குள் உருவானது. ஆறும் கடலும் தனிமையுமே தன்னை எழுத்தாளன் ஆக்கியது. எழுதுவதன் வழியே மனத்துயரைப் போக்கிக்கொள்ள முடியும் என்பதைக் கண்டறிந்த பிறகு, அதுவே தனது மருந்தாகியது என்கிறார் செகாவ். மூன்றாண்டுகள் பல்வேறு சிறு பணிகள் செய்துகொண்டே செகாவ் படித்தார். பின்பு மருத்துவம் படிக்க மாஸ்கோவை நோக்கிப் புறப்பட்டார். 1879ம் ஆண்டு அவருக்கு டாக்டர் படிப்பு படிக்க நிதியுதவி கிடைத்தது. இருபத்தைந்து ரூபிள் உபகாரச் சம்பளம் பெற்று, மருத்துவக் கல்லூரியில் படித்துக் கொண்டே குடும்பத்தையும் கவனிக்க வேண்டியிருந்தது.

அந்த நாட்களில் அவரது சகோதரர்கள் காதலில் வீழ்ந்திருந்தார்கள். தனது பதிமூன்று வயதிலே உள்ளூர் வேசையின் மூலம் உடலுறவின் சுகத்தை அறிந்திருந்த செகாவ் தானும் அழகான பெண்களைத் தேடிப் பழகத் துவங்கினார்.

“புது வாழ்க்கையின் ஒலி செவிகளில் விழுகிறது! அதை நேரில் பார்க்க முடியாவிட்டால் என்ன? அதன் வருகை சப்தம் காதில் விழுகிறதே. எதிர்காலச் சந்தோஷத்தை இப்போதே கண்களால் பார்க்க முடியாமற் போனால் என்ன? அது ஒரு பொருட்டில்லை! நம் பின்னே வருபவர்கள் அதைக் காண்பார்கள். நிச்சயம் புதுவாழ்க்கை துவங்கப்போகிறது” என செகாவ்வின் செர்ரி தோட்டம் நாடகத்தில் ஒரு வசனம் இடம்பெற்றிருக்கிறது. அது செகாவ்வின் மனக்குரலே.

ஐந்து ரூபிள் கதை

"Medicine is my lawful wife and literature my mistress; when I get tired of one. I spend the night with the other."

- **Anton Chekhov**

மருத்துவம் படிப்பதற்காக மாஸ்கோ செல்ல இருந்த செகாவிற்கு டாகன்ராக் நிர்வாக சபை 25 ரூபீள் உபகார சம்பளம் அளிப்பதாக முடிவு செய்தது. சிறப்பாக பள்ளி படிப்பை முடித்த மாணவர்களுக்கு வழங்கப்படும் பரிசது. செகாவ் அதற்கு தேர்வு செய்யப்பட்டதுடன் நற்சான்றிதழையும் பெற்றுக் கொண்டார்.

எஸ்.ராமகிருஷ்ணன்

நீண்ட காலமாக குடும்பத்தைப் பிரிந்து வாழ்ந்த செகாவ் டாகன்ராக்கினை விட்டு மாஸ்கோ கிளம்பியபோது, அவரது தந்தை மிச்சம் மீதி இருந்த தராசு மற்றும் சமையல் சாமான்களையும் விற்று காசாக்கிக்கொண்டு வரும்படியாக கடிதம் எழுதினார். அதற்கு ஏற்பாடு செய்த செகாவ் மீதமிருந்த அப்பாவின் கணக்கு நோட்டுகளையும், கடன் பத்திரங்களையும் எடுத்து பத்திரப்படுத்திக் கொண்டார். இத்தனை வருஷங்கள் வாழ்ந்த டாகன்ராக்கினை விட்டு பிரிய மனமில்லாமல் புறநகரில் வாழ்ந்த தனது நண்பன் வீட்டில் போய் சில நாட்கள் தங்கினார் செகாவ்.

டாகன்ராக்கில் இருந்த இளம் பெண்கள் கிரேக்கத்துச் சிற்பங்களைப் போல அழகிகளாக இருந்தார்கள். அவர்களை வேடிக்கை பார்ப்பது, ஊர் சுற்றுவது என செகாவின் நாட்கள் கழிந்தன. நண்பனின் வீட்டில் படுத்துக்கொண்டு சதா கனவில் சஞ்சரித்துக் கொண்டிருந்தார் செகாவ்.

போர்வையை இழுத்து போர்த்திய மறுநிமிசம் கனவு துவங்கிவிடும். பரந்த புல்வெளி, பெரும்பாறைகள், நீர்நிலைகள், மேகங்கள் தவழ்ந்து போய்க் கொண்டிருக்கும். இலக்கில்லாமல் நான் திரிந்து கொண்டிருப்பேன் என தனது கனவினை பற்றி நாட்குறிப்பில் பதிவு செய்திருக்கிறார் செகாவ்.

அந்த நாட்களிலே அவருக்கு ஒற்றை தலைவலியும் அடிவயிற்று வலியும் தொடர்ச்சியாக இருந்து வந்தது. ஆனால், அதற்கான முறையான சிகிட்சை எதையும் அவர் எடுத்துக் கொள்ளவில்லை. டாகன்ராக்கில் நண்பனுடன் இணைந்து கொண்டு காலராவில் இறந்து போனவர்களை புதைத்த கல்லறைத் தோட்டத்திற்குள் உலாவுவதும். மீன்பிடிப்பதும். காளான் சேகரிப்பதுமாகயிருந்தார். மாஸ்கோவில் படித்துக் கொண்டிருந்த சகோதரன் அலெக்சாண்டர், தனக்கு டாகன்ராக்கினை விட்டு வர மனமேயில்லை என கடிதம் எழுதினார்.

மாஸ்கோவில் செகாவின் குடும்பம் வசித்தபோதும் ஆளுக்கு ஓர் இடத்தில் தங்கியிருந்தார்கள். குறிப்பாக செகாவின் அப்பா பாவெல் சின்னஞ்சிறு வேலைகள் செய்துகொண்டு எப்போதும் போலவே புனித யாத்திரை போவதும், தேவாலயத்திற்குப் போய் சங்கீதம் பாடுவதுமாக தனியே சுற்றிக் கொண்டிருந்தார். அம்மாவும், தங்கையும் ஓர் இடத்தில் வசித்தார்கள். சகோதரன் கோலியா பீட்டர்ஸ்பெர்க்கில் ஓவியம் கற்றுக் கொண்டிருந்தான்.

படிப்பதற்கு போதுமான பணம் கிடைக்கவில்லை. வறுமையில் அவதிப்படுகிறேன் என அவன் அம்மாவிற்கு கடிதம் எழுதும் போதெல்லாம் வீட்டு வேலைகள் செய்து பணம் திரட்டி அனுப்பி வைத்தாள் செகாவின் அம்மா. மாஷாவும் சமையல் வேலைக்குப் போய் பணம் சம்பாதிக்கத் துவங்கினாள்.

இன்னொரு பக்கம் அலெக்சாண்டருக்கு நிறைய இளம் பெண்களுடன் தொடர்பு உருவானது. அதில் பணக்கார யூதப்பெண் ஒருத்தியோடு அவன் இணைந்து தங்கிக் கொண்டு வாழ ஆரம்பித்தான். இந்த நிலையில் தான் செகாவ் மாஸ்கோவிற்கு போய் சேர்ந்தார். வீட்டு வாசலில் பெரிய பெண்ணாக வளர்ந்து நின்ற தங்கை மிஷா அவரை அடையாளம் கண்டுகொண்டு வரவேற்றாள். பிரிந்த குடும்பம் செகாவின் வருகையை ஒட்டி ஒன்று சேர்ந்தது. அப்பாவும் அம்மாவும் அவரது வருகைக்காக சிறப்பு பிரார்த்தனை செய்தார்கள்.

அதன்பிறகான நாட்களில் மிஷா மாஸ்கோ நகரை சுற்றிக்காட்ட செகாவை அழைத்துக் கொண்டு சென்றாள். அந்த நாட்களில் செகாவைப் போலவே மருத்துவம் படிக்க புதிதாக சேர்ந்திருந்த நிகோலய் கோரபோவ் என்ற மாணவனின் அறிமுகம் கிடைத்தது. கோரபோவ் வசதியான மாணவன். அமைதியும் அன்பும் கொண்டவன். அவனோடு நட்பு கொண்டார் செகாவ். செகாவின் குடும்பம் ஒன்றாக வசிப்பதற்காக புதிய வீடு ஒன்றை வாடகைக்கு எடுத்துக் கொண்டார்கள்.

மாஸ்கோ மருத்துவ பல்கலைகழகத்தில் இருநூறு மாணவர்கள் ஆண்டுதோறும் மருத்துவம் படிக்க சேர்க்கப்படுவார்கள். ஐந்து ஆண்டு படிப்பு. மருத்து மாணவர்களில் பெரும்பான்மையினர் வசதியானவர். செகாவ் போல ஒருசிலரே ஏழைகள். அவர்களுக்கு உபகார சம்பளம் கிடைத்து. ஆனால், அது போதுமான பணமில்லை என்பதால் அவர்கள் கட்டணம் செலுத்த போராட வேண்டிய நிலை இருந்தது. புகழ்பெற்ற மருத்துவர்களும் பேராசிரியர்களும் மாஸ்கோ பல்கலைக் கழகத்தில் பணியாற்றினார்கள். ரஷ்யாவின் புகழ்பெற்ற கல்விநிலையமாக மாஸ்கோ பல்கலைகழகம் அறியப்பட்டது. முதலாண்டு தாவரவியல், விலங்கியல், பௌதீகம் மற்றும் வேதியல்

பாடங்களை கற்றார் செகாவ். பள்ளியில் அவருக்கு கிரேக்கம் கற்றுக் கொள்வது பெரும்பிரச்சனையாக இருந்தது. மருத்துவக் கல்லூரிக்கு வந்தபோது கிரேக்க மொழி பல மருத்துவச் சொற்களை புரிந்து படிக்க உதவி செய்வதை உணர்ந்தார் செகாவ். மருத்துவப் படிப்பில் அவருக்கு பயமாகவும், தயக்கமாகவும் இருந்த ஒரே வகுப்பு உடற்கூறு இயல். அதிலும் குறிப்பாக இறந்த உடலை அறுவை சிகிட்சை செய்து விளக்கும் போஸ்ட்மார்டம் வகுப்பினை வேடிக்கை பார்ப்பது கூட பயமாகவே இருந்தது.

இறந்த உடல் யாருடையது. ஏன் அந்த நபர் இறந்து போனார். எங்கிருந்து அந்த உடல் கிடைத்தது. எப்படி கிடைத்தது என்பது போன்ற தகவல்களை செகாவ் ஆர்வமாக சேகரிக்கத் துவங்கினார். அவற்றை ஒரு குறிப்பேட்டில் விரிவாக பதிவு செய்தும் வைத்தார். பள்ளிவயது முதலே எழுதுவதில் ஆர்வம் கொண்டிருந்த செகாவ் கையெழுத்து பத்திரிக்கை ஒன்றை தானே நடத்தியிருக்கிறார்கள். அதன் பிறகு தனது சகோதரன் அலெக்சாண்டர் தானும் நகைச்சுவை கட்டுரைகளை எழுத வேண்டும் என விரும்பி, தனக்குத் தெரிந்த மனிதர்கள், சம்பவங்கள் பற்றி நகைச்சுவை கட்டுரைகள் எழுதி பத்திரிக்கைகளுக்கு அனுப்பினார்.

ஆரம்பத்தில் ஒன்றுமே வெளியாகவில்லை. பின்னர் வார இதழ்களில் ஒன்றிரண்டாக வெளியாக ஆரம்பித்தன. அப்படி வெளியான ஒரு கட்டுரைக்கு சன்மானமாக ஐந்து ரூபிள் கிடைத்தது. அதை பெரிய தொகையாக நினைத்துக் கொண்டாடி, இதுபோல பல நூறு ஐந்து ரூபிள்களை தான் சம்பாதிக்க போவதாக நண்பர்களிடம் தெரிவித்தார் செகாவ்.

மருத்துவக் கல்லூரிக்கு வரும் நோயாளிகள், இறந்த உடல்களின் பின்னுள்ள கதைகள் போன்றவற்றை மையப்படுத்தி கட்டுரைகள் எழுதி பத்திரிக்கைகளுக்கு எழுதி வந்தார் செகாவ். அவரது எழுத்துநடை பிடித்துப் போன 'டிராகன்பிளை' என்ற இதழ் தொடர்ந்து அவரது படைப்புகளை வெளியிட்டது.

டாகன் ராக்கில் இருந்த நாட்களில் நடனம் ஆடுவதற்கு கற்றுக் கொண்டார் செகாவ். ஆகவே, மாஸ்கோவின் புகழ்பெற்ற இரவு விடுதிகளுக்குப் போய் இளம் பெண்களுடன் நடனம் ஆடத் துவங்கினார். அவருடன் சில நாட்கள் அலெக்சாண்டரும் உடன் வருவதுண்டு. மாஸ்கோ நகரத்து அழகிகள் வசதி படைத்த வணிகர்களையும், அரசு அதிகாரிகளையும், இசைக் கலைஞர்களையும், நடிகர்களையுமே விரும்புகிறார்கள். அவர்களுக்கு மருத்துவம் படிக்கும் மாணவர்கள் பிடிப்பதில்லை என தனது குறிப்பேட்டில் செகாவ் எழுதியிருக்கிறார். ஆனாலும் அவருக்கு நடன அரங்கில் சில பெண்களுடன் நெருக்கமான பழக்கம் ஏற்பட்டது. அவர்களில் யாரையாவது செகாவ் காதலிக்கிறாரா என அலெக்சாண்டர்

கேட்டதற்கு ஐந்து ரூபிள் கொடுத்தால் அழகான ஒரு பெண் கிடைக்கும்போது எதற்காக காதல் என கேலி செய்தார் செகாவ்.

இரண்டாம் ஆண்டு படிக்கும்போது அவரால் பத்திரிகைகளுக்குத் தொடர்ந்து எழுத இயலவில்லை. மருத்துவம் தொடர்பான நூல்களை இரவு பகலாகப் படிக்க வேண்டிய தேவை ஏற்பட்டது. விடுமுறையில் ஒருமுறை தனது நண்பர்களை பார்த்துவர டாகன்ராக் சென்று வந்தார்.

மருத்துவக்கல்லூரியின் மூன்றாம் ஆண்டில் பால்வினை நோய்கள் மற்றும் மகப்பேறு சிகிட்சைகள் தொடர்பாக படிக்க வேண்டியது இருந்தது. கூச்சத்துடன், தயக்கத்துடன் அவர் நோயுற்ற பெண்களைச் சந்தித்துப் பேசினார். குறிப்பாக வேசைகளை சந்தித்துப் பேசுவது சவாலாக இருந்தது. அந்த நாட்களில் வேசைகள் வாரம் ஒருமுறை காவல் நிலையத்திற்கு போய் தங்களுக்கு சிபிலிஸ் உள்ளிட்ட எந்த பால்வினை நோயும் இல்லை என்பதற்கு சான்று பெற வேண்டும். அதற்கு மருத்துவ பரிசோதனை அவசியமானது. இதனால் மருத்துவமனைக்கு வேசைகள் வந்து காத்துகிடப்பார்கள்.

எஸ்.ராமகிருஷ்ணன்

இளம் மருத்துவர்கள் தன்னைத் தேடிவரும் வேசைகளுடன் பாலுறவு கொள்வதும், அவர்களுக்காக பொய்யாக மருத்துவச் சான்றுகள் தருவதும் இயல்பான நடைமுறையாக இருந்தது. அந்தச் சூழலில் வேசைகளின் பால்வினை நோய் பற்றி அறிந்துகொள்ள அவர்கள் குடியிருப்புகளுக்கு போய்வரவும், பால்வினை நோய் முற்றிய வேசைகளுக்கு சிகிட்சை அளிக்கும்போது உடனிருந்து அவதானிக்கவும் செய்தார் செகாவ். ஒருமுறை பால்வினை நோயுற்ற பெண்ணை பரிசோதனைக்காக உடைகளைக் களையச் செய்தபோது குதிரை மூத்திரத்தின் வாடை அடித்தது. நோயின் தீவிரத்தை கண்டபோது, உடல் நடுங்கிவிட்டது என எழுதுகிறார் செகாவ்.

பால்வினை நோயாளிகளைச் சந்தித்த அனுபவத்தின் பிறகு, பெண்கள் மீதான தனது ஈர்ப்பு முற்றிலும் வடிந்து போய்விட்டது. தான் ஓர் ஆண்மையற்றவன்போல நடந்து கொண்டதாகவே எழுதியிருக்கிறார். மருத்துவ கள ஆய்விற்காக சேரிப்பகுதிகளில் சுற்றி நோயிலும், வறுமையிலும் வாடிக் கொண்டிருந்த பலநூறு அடித்தட்டு மக்களிடம் அவர் நேரடியாகப் பேசிப் பழகினார். இதில் வறுமையாலும், முறையான அடிப்படை வசதிகள் இல்லாமலும் மக்கள் எப்படி நோயாளிகளாக உருமாற்றப் படுகிறார்கள் என்பதை நேரடியாகக் கண்டறிந்தார். கள ஆய்வில் அவர் சந்தித்த மனிதர்களே பின்னாளில் அவரது கதைகளில் கதாப்பாத்திரங்களாக இடம் பெற்றார்கள்.

ஒருமுறை பிரேதப் பரிசோதனைக்காக கொண்டுவரப்பட்ட உடல் ஒன்றை நெருங்கிப் பார்த்தபோது, அந்த மனிதனை தான் ஒருமுறை சாலையில் சந்தித்த நினைவு செகாவிற்கு வந்தது. அவன் ஒரு குடிகாரன். தற்கொலை செய்து கொண்டான் எனச் சொன்னார்கள். ஏன் அவன் தற்கொலை செய்து கொண்டான் எனக் கற்பனையாக ஒரு கதையை எழுதி பத்திரிகை ஒன்றுக்கு அனுப்பி வைத்தார் செகாவ். அந்தக் கதை வெளியானதோடு மிகுந்த பாராட்டினையும் பெற்றது. அது முதல் நிஜசம்பவங்களை கற்பனை கலந்து எழுதத் துவங்கினார் செகாவ்.

மருத்துவம் படித்துக் கொண்டிருந்த காலத்தில் அவருக்கு இசையிலும் நடனத்திலும் தீவிர விருப்பம் இருந்த காரணத்தால் நகரில் நடைபெற்ற எல்லா முக்கிய கச்சேரிகளுக்கும் போய் வந்து கொண்டிருந்தார். புகழ்பெற்ற பிரெஞ்சு நடிகையான சாரா பென்ஹார்ட் நடிக்கும் நடன நாடகம் ஒன்றுக்குப் போயிருந்தார். அவளது நடிப்பு சலிப்பூட்டுவதாக இருந்த காரணத்தால் அதைக் கடுமையாக விமர்சித்து பத்திரிகையில் எழுதினார்.

ஒருவேளை பத்திரிகையாசிரியர்கள் தனது இனாமாக ஐம்பது ரூபிள் தருவார்கள் என்றால் இதுபோன்ற மோசமான கலைநிகழ்ச்சிக்குப் போகவே மாட்டேன் என செகாவ் எழுதியிருந்தார். இந்தக் கட்டுரை

காரசாரமாக விவாதிக்கபட்டது. ஆகவே, தொடர்ந்து இதுபோல விமர்சனக் கட்டுரைகள் எழுதும்படியாக பத்திரிகைகள் அவரைக் கேட்டுக் கொண்டன. அவரும் வாரம் நாலு கட்டுரைகள் எழுதத் துவங்கினார். மருத்துவ கல்வியில் குழந்தைகள் மருத்துவத்திலும், பெண்களுக்கான நோய்கள் பற்றி அறிந்து கொள்வதிலுமே செகாவ் மிகுந்த ஈடுபாடு காட்டினார். அதிலும் குறிப்பாக தொற்று நோய்களை எப்படித் தடுப்பது என்பது பற்றியே அவரது கவனம் குவிந்திருந்தது.

ஐந்தாம் ஆண்டில் அவர் மகளிர் மருத்துவம் தொடர்பாகவே தனது ஆய்வுரையைச் சமர்பித்தார். அதற்காக அவர் நிறைய படித்தார், கள ஆய்வுகள் செய்தார். குறிப்பாக பாலுறவு சார்ந்த நோய்கள், பாலுறவு நாட்டம் உருவாகும் முறை, ஆண்மைத் தன்மை பற்றி அவர் விரிவாக ஆய்வு செய்தார். அறுவை சிகிட்சையிலும் சிறந்த முறையில் தேர்ச்சிபெற்று மூன்றரை புள்ளிகள் பெற்றார். 1884ம் ஆண்டு அவரது மருத்துவ படிப்பு நிறைவு பெற்று முறையான சான்றிதழ் கைக்கு கிடைத்தது.

அந்த நாட்களில் மருத்துவர்கள் ஒரு நோயாளிக்கு ஐந்து ரூபிள் கட்டணம் என வருஷம் பத்தாயிரம் ரூபிள் எளிதாக சம்பாதிக்க முடியும். அத்துடன் மருத்துவர்கள் கட்டாய ராணுவ சேவையிலிருந்து விலக்கு பெற்றிருந்தார்கள். சமூக அந்தஸ்திலும் உயர்நிலையாக கருதப்பட்டார்கள். ஆகவே, மாஸ்கோவில் தனது தொழிலைத் துவங்க ஆசைப்பட்டார் செகாவ். மாஸ்கோவின் புறநகர் பகுதியில் நண்பரின் மருத்துவமனை ஒன்றில் தனது மருத்துவ சேவையைத்

துவக்கிய செகாவிடம் ஏழை எளியவர்கள், வேலைக்காரிகள், பிக்பாக்கெட்டுகள், குடிகாரர்கள், குதிரைவண்டி ஓட்டுபவர்கள், அநாதைகள் போன்றவர்களே அதிகம் வரத்துவங்கினார்கள். அவர்களால் மருத்துவக் கட்டணம் தரமுடியாது என்பதால் வீட்டில் இருந்த ரொட்டியோ, முட்டையோ, செருப்புகளையோ அல்லது பண்ட பாத்திரங்களையோ கொண்டுவந்து தருவார்கள்.

ஒருமுறை குடியான பெண் ஒருத்தி தனது கையால் பின்னிய குளிராடை ஒன்றை அவருக்குத் தந்தாள். ஒரு குதிரைவண்டி ஓட்டுபவன் பூனைக்குட்டியைப் பரிசாகத் தந்தான். பணம் சம்பாதிக்க வேண்டும் என்பதை விடவும் இதுபோன்ற ஏழை எளிய மக்களுக்கு சேவை செய்வதே தனது பணி என செகாவ் அர்ப்பணிப்புடன் பணியாற்றினார்.

டாகன்ராக்கில் இருந்த நண்பர்கள், உறவினர்கள் செகாவ் மருத்துவர் ஆகிவிட்ட காரணத்தால் உறவினர்களுக்கோ, குடும்ப உறுப்பினர்களுக்கோ நோய் ஏற்பட்டுவிட்டால் உடனே தந்தி கொடுத்து எந்த மருந்து சாப்பிடவேண்டும் எனக் கேட்பார்கள். செகாவும் அவர்களுக்கு பதில் தந்தி அனுப்பி வைப்பார். அந்த நாட்களில் ரஷ்யாவில் உள்ள எல்லா மருந்துக்கடைகளிலும் டாக்டர்களின் முகவரியிருக்கும். ஆகவே, ஏழை எளியவர்களுக்கு வைத்திய உதவி தேவை என்றால் பலரும் உடனே செகாவை அணுகும்படி செய்தார்கள்.

ஒருபக்கம் மருத்துவராகத் தீவிரமாகச் செயல்பட்டுவந்த செகாவ் மறுபக்கம் தனது கலை இலக்கிய ஆர்வத்தையும் முன்னெடுத்துக் கொண்டிருந்தார். ஒவ்வொரு செவ்வாய் கிழமையும் தவறாமல் கச்சேரி கேட்கப் போய்விடுவார். அதுபோலவே பத்திரிகைகள், புத்தகங்கள் படிப்பதற்கு தனியே நேரம் ஒதுக்கிக் கொண்டிருந்தார். சகோதரன் கோலியாவோடு இணைந்து ஓவியக் கண்காட்சிகளை காணவும், ஓவியர்களுடன் ஒன்றாக கூடி விவாதிக்கவும் செய்தார்.

தனது மருத்துவ அனுபவம் ஒன்றினை மையமாகக்கொண்டு 160 பக்க அளவில் அவர் எழுதிய குறுநாவல் ஒன்றை அரசின் தணிக்கைத் துறையில் நூலாக வெளியிட அனுமதிகேட்டு விண்ணப்பம் செய்திருந்தார். அனுமதி மறுக்கபட்டது. பின்னாளில் அதே அனுபவத்தை இரண்டு சிறுகதைகளாக எழுதியிருக்கிறார் செகாவ்.

அவரது மருத்துவமனைக்கு வந்துபோகத் துவங்கிய நதாலியா சகோதரிகளுடன் அவருக்கு நெருக்கமான பழக்கம் ஏற்பட காரணமாக இருந்தது சகோதரிகளில் ஒருத்தி தன் மீது தீராக்காதல் கொண்டிருந்தாள் எனவும் அவளோடு சிலமுறை உடலுறவு கொண்டதாகவும் செகாவ் தன் நாட்குறிப்பில் பதிவு செய்துள்ளார். மாஸ்கோவின் புகழ்பெற்ற இரவு விடுதிகளுக்குப் போய் குடிப்பதும், நடனமாடுவதையும் வழக்கமாக வைத்திருந்த செகாவ் ஓர் இரவு

விடுதியில் நடைபெற்ற சம்பவத்தை அப்படியே ஆள் பெயர் மாறாமல் பத்திரிக்கை ஒன்றில் எழுதிவிடவே அது பெரிய பிரச்சனையாக மாறியது. அதையடுத்து அந்த இரவு விடுதி அவர்களை இனி ஒருபோதும் அனுமதிக்க முடியாது என உத்தரவிட்டது.

பீட்டர்ஸ்பெர்க்கிலிருந்து வெளியான வார இதழ்களுக்கு தொடர்ந்து மாஸ்கோ நகர வாழ்க்கைபற்றி, பத்தி எழுதிக் கொண்டிருந்தார் செகாவ். தனது பத்திரிகை உலகத் தொடர்பினை பயன்படுத்தி, செகாவ் தனது சகோதரன் அலெக்சாண்டரின் படைப்புகளை வெளியிட உதவி செய்தார்.

மருத்துவமும், பத்திரிகையும் அவரது பெரும்பான்மை நேரத்தை எடுத்துக் கொண்டபோதும் இளம்பெண்களுடன் அவரது உறவும் காதலும் தனிக்கிளையாக வளர்ந்து கொண்டிருந்தது. மருத்துவம் செய்வதற்காகச் சென்ற வணிகரின் மனைவிமீது செகாவிற்கு காதல் உருவானது. அவளைத் திரும்பச் சந்திக்க வேண்டும் என்பதற்காகவே நாலைந்து நாட்கள் தினமும் மருத்துவ பரிசோதனைக்காக அவளது வீட்டிற்குச் சென்றார். அவளுக்கும் செகாவின் மனது புரிந்தது. முடிவில் இருவரும் ஒருநாள் படுக்கையைப் பகிர்ந்து கொண்டார்கள்.

இதுபோலவே மருத்துவ உதவிக்காக தேடிவந்த வேசை ஒருத்தியோடும் அவருக்கு ரகசியக் காதல் இருந்தது. எந்த பெண்ணோடும் தொடர்ந்து வாழ அவர் விரும்பவில்லை. ஒன்றிரண்டு முறை உடலுறவு கொண்டதோடு தனது காதல் வடிந்து போய்விடுகிறது என்கிறார் செகாவ்.

மரகோவா சகோதரிகள் எனப்படும் நெல்லி, லில்லி, ரீடா ஆகிய மூவரும் செகாவ் மற்றும் கோலியாவோடு நெருங்கிப் பழகத் துவங்கினார்கள். அந்த காதலும் நீடிக்கவில்லை. இந்நிலையில்

எஸ்.ராமகிருஷ்ணன்   27

எதிர்பாராமல் ஒருநாள் செகாவ் ரத்தவாந்தி எடுத்தார். உடனே மருத்துவ பரிசோதனை செய்துகொண்டு, மருந்து சாப்பிடத் துவங்கினார். ஆனால், அப்போது காசநோயின் தீவிரம் அவருக்குப் புரியவில்லை. தனது படிப்பைப் பாதியில்விட்ட கோலியா கட்டாய ராணுவ சேவைக்குப் பயந்து தலைமறைவு ஆகிவிட்டான். இது குடும்பத்தில் பெரிய பிரச்சனையாக உருவெடுத்தது. எங்கே தன்னை கைதுசெய்து சிறையில் அடைத்துவிடுவார்களோ எனப் பயந்த கோலியா, போதை மருந்துகளை உட்கொள்ளத் துவங்கி, தன் வாழ்க்கையை சீரழிக்க ஆரம்பித்தான். அது செகாவிற்கு பெரும் தலைவலியாக உருவானது.

மாஷாவின் தோழியாக அறிமுகமான துனியா எப்ரோஸை காதலிக்கத் துவங்கிய செகாவ் அவளைத் திருமணம் செய்து கொள்வது என முடிவு செய்து கொண்டார். இதற்கான திருமண நிச்சயமும் நடைபெற்றது. ஆனால், யூதப்பெண்ணான துனியா முன்கோபியாகவும், ஊதாரியாகவும் இருக்கிறாள் என அறிந்துகொண்ட செகாவ் அவளைத் திருமணம் செய்து கொண்டால் அது ஆறுமாத காலத்தில் முறிந்து போய்விடும் எனத் திருமணத்தை நிறுத்திவிட்டார். இதனால் ஆத்திரமான துனியா செகாவை கடுமையாகத் திட்டி கடிதங்கள் எழுதினாள். ஆனால், செகாவின் மனம் மாறவேயில்லை.

இதன்பிறகு, காதல் விவாகரங்களை ஒதுக்கிவிட்டு கதைகள், கட்டுரைகள் என தீவிரமாக இலக்கியத்தில் செயல்படத் துவங்கினார். இதற்காக பீட்டர்ஸ்பெர்க் பயணம்செய்து பதிப்பாளர்கள், ஆசிரியர்களைக் கண்டார். அங்கேயே சில காலம் தங்கியிருந்து கதைகள் எழுதினார். செகாவின் கதைகள் வாசகர்கள் மத்தியில் பிரபலமாகத் துவங்கவே அவரை முக்கிய எழுத்தாளர்கள் பலரும் சந்திக்கத் துவங்கினார்கள்.

1886ல் திடீரென ஒருநாள் செகாவின் சகோதரன் அலெக்சாண்டருக்கு பார்வை போய்விட்டது. நிறைய குடித்துவிட்டு, படுத்து உறங்கிய அலெக்சாண்டர் காலையில் எழுந்தபோது, அவனது கண்பார்வை முற்றிலும் பறிபோனது. இதனால் செகாவின் குடும்பமே வருத்தத்தில் ஆழ்ந்துபோனது. செகாவின் தந்தை எழுதிய கடிதத்தில் உன் அண்ணனைப் போல நீயும் இரவில் அதிக நேரம் படிக்காதே. அது உன் கண்களைப் பறித்துவிடும் என்ற குறிப்பு காணப்படுகிறது. மூன்று மாத கால தொடர் சிகிட்சைக்கு பிறகே செகாவின் அண்ணனின் கண்பார்வை திரும்பியது.

செகாவ் ஒருமுறை தனது நண்பரின் வீட்டிற்கு போனபோது, நண்பரின் மனைவி அவரை வீட்டிற்குள் அனுமதிக்க மறுத்து விட்டாள். காரணம் செகாவ் எழுதிய 'A Misfortune' என்ற கதையில் வரும் கதபாத்திரம் ஒரு அப்பாவி பெண்ணை ஏமாற்றி அடைந்து விடுகிறது. அந்தக் கதாபாத்திரம் வேறு யாருமில்லை. செகாவ்

தான் என அவள் தீவிரமாக நம்பினாள். இதைப் பற்றி குறிப்பிடும் செகாவ், 'இச்செயல் தனது கதைக்கு கிடைத்த வெற்றி. அதேநேரம் கதையில் ஒரு கொலைகாரன் வந்தால் அதையும் நான் என நினைப்பார்களோ, பாவம் அறியாமையில் இருக்கிறார்கள்' எனக் கேலியாகவும் குறிப்பிடுகிறார். செகாவ் வார இதழில் சிறுகதைகளைத் தொடர்ந்து எழுத ஆரம்பித்தார்.

மறுபக்கம் தனது மருத்துவ தொழிலை விருத்தி செய்வதற்காக மாஸ்கோவில் எட்டு அறைகள் கொண்ட இரண்டு மாடி குடியிருப்பு ஒன்றை வாடகைக்கு எடுத்துக் கொண்டார். அதில் நான்கு ஆண்டுகாலம் மருத்துவ சேவை செய்தார். அந்த வீட்டில் அவருடன் சகோதரி மாஷாவும் தங்கியிருந்தாள். இன்று அந்த வீடு நினைவுச் சின்னமாக மாற்றப்பட்டுள்ளது.

"துயரங்களால் மட்டுமே நிரம்பியிருந்த எனது சிறு வயது வாழ்க்கை முழுவதிலும் இறுதி வரையிலும்கூட என்னைக் காப்பாற்றியது என்னுள் இருந்த நகைச்சுவை உணர்வுதான்.." என்கிறார் ஆன்டன் செகாவ்.

ஒருமுறை சிறுமி ஒருத்தி தான் பிரியமாய் வளர்த்த நாயை இவரிடம் சிகிச்சைக்காக கொண்டு வருகிறாள். "நான் மிருகங்களுக்குச் சிகிச்சையளிக்கும் டாக்டர் இல்லையே. நீ மிருக வைத்தியரிடம்தான் போக வேண்டும்.." என்றார் செகாவ்.

"இந்த ஊரில் அப்படி ஒரு மிருக வைத்தியர் யாரும் இல்லையே? என்ன செய்யட்டும்? நீங்கள் தான் எப்படியாவது இந்த நாய்க்கு சிகிச்சையளிக்க வேண்டும்" என்று மன்றாடினாள் சிறுமி.

எஸ்.ராமகிருஷ்ணன்

செகாவும் அவள் சொல்வது சரிதான்; அந்த ஊரில் மிருக வைத்தியர் யாரும் கிடையாது என்பதை உணர்கிறார். நாய்க்கு சிகிச்சையளிப்பதோடு உனக்கு அறிவு கிடையாதா? இந்த சிறுமி உன்னை நம்பித்தானே இருக்கிறாள்? நீ உன் உடம்பைப் பார்த்துக் கொள்ளாமல் இப்படி அவளைக் கஷ்டப்படுத்துகிறாயே? என்று அந்த நாயைக் கடிந்து கொள்ளவும் செய்கிறார்.

அதைக் கேட்டுக் கொண்டிருந்த சிறுமி. "நான் என் நாயை வளர்ப்பதை சரியாகப் புரிந்து கொண்ட ஒரே ஆள் நீங்கள்தான்?" என்று நன்றி கூறுகிறாள். இதுதான் செகாவின் இயல்பு. செகாவின் பல கதைகளில் பலரகமான நாய்கள் வருகின்றன. ஒவ்வொன்றும் ஒவ்வொரு ரகம். ஒன்றைப்போல் இன்னொன்று கிடையாது. ஒரு கதையில் வருகிற நாய்க்குத் தன் வால் அழகாயில்லை என்று ஒரே ஆதங்கம். போகும்போதும், வரும்போதும் தன் வாலைத் திரும்பிப் பார்த்தபடி வருத்தப்படும் நாய் அது. அதற்கு தான் நாயாய் இருப்பது பற்றி வருத்தமே யில்லை. தன் வால் அழகாய் இல்லையே என்பதுதான் ஒரே வருத்தம்.

அவர் தனது பயணத்தின்போது, ஒருமுறை இலங்கைக்கு வந்து இறங்கினார். இலங்கையில் இருந்து திரும்புகையில் அவருக்கு நினைவுப் பரிசாக என்ன வேண்டுமென்று கேட்கிறார்கள். ஒரு கீரீப்பிள்ளை இருந்தால் கொடுங்கள் என்று சொல்கிறார் செகாவ். ஆச்சரியத்துடன் கீரிப்பிள்ளையையும். புனுகுப்பூனை ஒன்றையும் கொடுத்தனுப்புகிறார்கள்.

தனது ஊருக்குத் திரும்பிவந்த செகாவினால், அங்கு அவற்றைத் தன்னுடனேயே வைத்து வளர்க்க முடியாது என்று தெரிய வரும்போது மிகவும் வருத்தமாக இருக்கிறது. அதை மிருகக்காட்சி சாலை கூட வாங்க மறுக்கிறது. அந்த கீரிபிள்ளை அவருக்கு இலங்கையை நினைவூட்டியபடியே இருக்கிறது. நாரை ஒன்றை வாழ்நாளின் இறுதி வரை பிரியத்துடன் வளர்த்து வந்தவர் செகாவ். அந்த நாரை எந்த எழுத்தாளர் செகாவை பார்க்க வந்து பேச துவங்கினாலும், அருகில் வந்து நின்று கொள்ளும். தன்னை விட அதிக இலக்கிய அறிவு உள்ள நாரை என்று அதைச் சொல்கிறார் செகாவ்.

செகாவ் தனது மருத்துவமனையை ஒட்டி கட்டாந்தரையாக இருந்த நிலத்தைப் பண்படுத்தி, விதவிதமான பூச்செடிகளை வளர்க்கிறார். பூக்கள் நிறைந்த தனது தோட்டத்தை வந்து பார்க்குமாறு கார்க்கியை அழைக்கிறார். கார்க்கியும் வந்து பார்வையிடுகிறார்.

"ரஷ்யாவில் சாதாரணமாக எல்லா இடத்திலும் பூக்கிற பூக்களைத்தானே இந்தச் செடிகளிலும் பார்க்கிறேன். இதைப் பார்க்கவா என்னை அழைத்து வந்தீர்கள்?"" என்று கேட்கிறார் கார்க்கி. அப்போது செகாவ் கார்க்கியிடம் சொன்னது இது:

"ஆச்சர்யம் இந்தப் பூக்களில் இல்லை. இவை மலர்ந்திருக்கும் இந்த நிலம் கொஞ்ச நாட்களுக்கு முன்பாக வெறும் கட்டாந்தரையாக இருந்த தரிசு நிலம். இந்த மாதிரிக் கட்டாந் தரையிலும் கூட பூக்கள் பூக்கும் என்று தெரிந்ததுதான் எனது ஆச்சரியத்திற்குக் காரணம். இப்படியே ஒவ்வொரு மனிதரும் தன்னைச் சூழ்ந்துள்ள கட்டாந்தரைகளில் பூக்கள் மலரும் என்று தெரிந்து கொண்டால், மலரச் செய்தால், உலகமே பூக்களின் மயமாகி விடும்தானே?" என்று செகாவ் சொன்னதும் கார்க்கியும் வியந்து போகிறார்.

எவ்வளவு பெரிய மனது; எவ்வளவு பெரிய கனவு.

தண்டனைத்தீவு

மருத்துவராக பயிற்சி செய்தால் மட்டும் போதாது மருத்துவத்தை கற்பிக்கவும் வேண்டும் என செகாவ் விரும்பினார். இதற்காக மருத்துவக் கல்லூரியின் விரிவுரையாளர் வேலைக்கு விண்ணப்பம் செய்தார். ஆனால், அவர் தேர்வு செய்யப் படவில்லை. தன்னை தகுதிப்படுத்திக் கொள்ள மருத்துவத்தில் ஆராய்ச்சி செய்து டாக்டர் பட்டம் பெற வேண்டும் என்ற ஆசை அவருக்கு உருவானது.

நீண்ட காலமாகவே சிறைக் கைதிகளின் உடல்நிலை மற்றும் நோய்கள் குறித்து ஆராய வேண்டும் என அவர் யோசித்து வந்தார். அதிலும் ரஷ்யாவின் தண்டனைத் தீவாக அறியப்படும் சைபீரியா மற்றும் ஷகலின் தீவுகளைப் பற்றி ஆராய்ச்சி மேற்கொள்ள வேண்டும் என ஆசைப்பட்டார். ஆனால், மாஸ்கோவிலிருந்து ஐந்தாயிரம் மைல் தூரம் பயணம் செய்து ஷகலின் தீவிற்கு போவது என்பது மிகப்பெரிய சவாலாக இருந்தது. மேலும், அங்கே ஆய்வு செய்ய சிறைத்துறையிடம் முறையான அனுமதி பெற வேண்டியதும் இருந்தது. அதை பெறுவது எளிதானதில்லை. ஆனாலும் செகாவ் ஷகலின் தீவிற்கு பயணிக்க விரும்பினார்.

சிறைக் கைதியாக சைபீரியாவில் தான் அடைந்த அனுபவங்களை தஸ்தாயெவ்ஸ்கி 'The House of the Dead' என்ற நூலாக எழுதியிருந்தார். அந்த அனுபவங்கள் சைபீரியக் கைதிகளின் அவலநிலை குறித்த வாதப் பிரதிவாதங்களை ரஷ்ய சமூகத்தில் உருவாக்கியது. இதுபோல ஷகலின் தீவிலுள்ள கைதிகளின் உண்மை நிலவரம் பற்றி தான் ஆராய செகாவ் விரும்பினார். இதற்கிடையில் செகாவின் வேடிக்கைக் கட்டுரைகள். குறுங்கதைகள் தொடர்ச்சியாக ஸ்பெக்டேடர் மற்றும் தி அலார்ம் கிளார்க் இதழ்களில் வெளியாகி வந்தவண்ணமிருந்தன. அந்த கட்டுரைகள் அன்றாட வாழ்க்கை சார்ந்த பகடிகளாகும். அதில் ஒரு கட்டுரையில் நண்பரின் திருமண விருந்தை பரிகாசம் செய்துவிட்டார் என்று அந்த குடும்பமே கோபம் அடைந்தது. செகாவ் இனி தன் வீடு தேடி வந்தால் உதைப்பேன் என நண்பர் ஆத்திரமாக கடிதம் எழுதினார். அடுத்தவரின் அந்தரங்கத்தோடு தான் விளையாடுகிறோம் என செகாவ் உணரவேயில்லை. அவர் தனக்கு விருப்பமான எதை பற்றியும் கேலிசெய்து கதைகள், கட்டுரைகள் எழுதிக் கொண்டிருந்தார் என கோலியா தனது நாட்குறிப்பில் குறிப்பிடுகிறான். அந்த நாட்களில் ரஷ்யாவில் எழுத்தாளர்களுக்கான ஊதியம் ஒரு வரிக்கு இத்தனை கோபெக் என்றே கணக்கிடப்பட்டு வந்தது. செகாவ் ஒரு வரிக்கு எட்டு கோபெக் ஊதியம் பெற்றார். கோபெக் என்பது நாணயம். நூறு கோபெக் சேர்ந்தால் ஒரு ரூபிள். ஸ்பெக்டேடர் இதழில் செகாவ் தொடர்ந்து வேடிக்கை கட்டுரைகள் எழுதினார். அவரது சகோதரன் ஓவியம் வரைந்தார். பெரிய அண்ணன் கதை எழுதினார். இப்படி அவர்களின் குடும்ப இதழ் போலவே செயல்பட்டது.

இந்த நாட்களில் செகாவிற்கு ரஷ்யாவின் பிரபல இசையமைப்பாளரான சைக்கோவ்ஸ்கியுடன் நட்பு ஏற்பட்டது. சைக்கோவ்ஸ்கி (Peter Ilich Tchaikovsky) மத நம்பிக்கை அற்றவர். ஆழ்ந்த தத்துவப் பயிற்சி கொண்டவர். இலக்கியத்தை நேசித்தவர். அவருக்கு செகாவ் தொடர்ந்து கடிதங்கள் எழுதத் துவங்கினார். சைக்கோவ்ஸ்கியும் செகாவின் சிறுகதைகளைப் படித்து, பாராட்டி கடிதங்கள் எழுதினார். இந்த நட்பின் காரணமாகத் தனது சிறுகதை

தொகுதி ஒன்றை சைக்கோவ்ஸ்கிக்கு செகாவ் சமர்ப்பணம் செய்தார். சைக்கோவ்ஸ்கி அதை ஏற்றுக்கொண்டு மாஸ்கோ நகரின் முக்கிய சபா ஒன்றில் ஆண்டு முழுவதும் இசைக் கச்சேரிகள் பார்ப்பதற்கு உதவி செய்யும் சிறப்பு அனுமதிசீட்டு ஒன்றை செகாவிற்கு அனுப்பி வைத்தார். அந்த அனுமதிச் சீட்டை பயன்படுத்தி செகாவ் நிறைய இசை நிகழ்ச்சிகளை கேட்டார். அவரது சகோதரியும் அதைத் தொடர்ந்து பயன்படுத்தினார்.

காதல், கொண்டாட்டம், பத்திரிக்கைகள், மருத்துவம் என சந்தோஷத்தின் நிழலில் நாட்களை கழித்துக் கொண்டிருந்த செகாவிற்கு முதலடியாக அமைந்தது அவரது சகோதரனின் மரணம். செகாவ் போலவே காசநோயால் அவதிப்பட்ட அவரது சகோதரன் கோலியா ஒருநாள் ரத்தவாந்தி எடுத்து மருத்துவமனையில் அவசர சிகிட்சைக்காகக் கொண்டு செல்லப்பட்டான். ஆனால், சிகிட்சை பலனின்றி இறந்து போனான். இந்த சோகம் செகாவை மிகவும் வருத்தியது. தானும் அடிக்கடி ரத்தவாந்தி எடுக்கிற காரணத்தால் உடல் நலத்தை கவனிக்க வேண்டும் என முடிவு செய்தார். ஆகவே, சில காலம் மாஸ்கோவை விட்டு வெளியே எங்கேயாவது போய்வர வேண்டும் என்பதில் கவனம் செலுத்த ஆரம்பித்தார். அப்போது ஷகலின் தீவுக்குப் போக வேண்டும் என்ற எண்ணம் திரும்ப உருவாக துவங்கியது.

இதற்காக நூலகத்திற்குச் சென்று ஷகலின் மற்றும் சைபீரிய சிறை அனுபவங்கள் பற்றி நிறைய வாசித்தார். ஒரு மருத்துவராக

அங்குள்ள கைதிகளின் உடல்நலம் மற்றும் தரப்படும் சிகிட்சைகள் பற்றி ஆய்வு செய்து டாக்டர் பட்டத்திற்கு சமர்பிக்கப் போவதாக அரசு அனுமதி கேட்டு விண்ணப்பம் செய்தார். எழுத்தாளராக செகாவ்விற்கு இருந்த புகழ் அனுமதி பெறுவதற்கு பெரிதும் உதவி செய்தது. ராணுவத்திலும், சிறைத்துறையிலும் அவரது வாசகர்கள் இருந்தார்கள். அதில் ஒருவர் உயரதிகாரியாக இருந்தார். அவர் செகாவ், ஷகலின் போவதற்காகச் சிறைத்துறை அனுமதி பெற மிகவும் உதவி செய்தார். சிறைத்துறையின் உயரதிகாரியாக இருந்த கால்கின் அவருக்கு சிறப்பு அனுமதி அளித்த்தோடு பத்திரிக்கையாளர் என்ற அடையாள அட்டையையும் வழங்கினார்.

ஷகலின் தீவிற்கு போய் வருவதற்கான பணத்தேவைக்காக நிறைய நண்பர்களை சந்தித்தார் செகாவ். அவரது பெண் தோழியான ஆண்ட்ரியானா சைபீரியாவின் சீதோஷ்ண நிலை மற்றும் பழக்க வழக்கங்கள் பற்றி அவருக்கு விரிவான கடிதங்கள் எழுதியதோடு அங்கே கொண்டு செல்லவேண்டிய குளிராடைகளையும் அனுப்பி உதவினார். ஆண்ட்ரியாவோடு செகாவிற்கு இருந்த நட்பு விசித்திரமானது. ஆண்ட்ரியா அவ்வப்போது செகாவிடம் கடன் வாங்குவார். ஆனால், ஒருபோதும் பணத்தை திருப்பித் தரமாட்டார். இதற்கு பதிலாக செகாவிற்கு தேவையான உதவிகள் அத்தனையும் செய்வார். செகாவும் அந்த பணத்தை திரும்பக் கேட்க மாட்டார். அப்படியான ஒரு பெண்தோழியாக இருந்தார் ஆண்ட்ரியா.

செகாவின் பெண்தோழிகள் எண்ணிக்கை நூற்றுக்கும் மேலானது. சிலருடன் அவர் நெருக்கமாக பழகினார். சிலர் அவரை காதலித்தார்கள். செகாவ் அவர்களைக் கண்டுகொள்ளவே யில்லை. ஷகலின் தீவிற்கு அவர் பயணம் செய்யும்போது, தானும் உடன் வருவதாக ஒரு பெண் அவருக்கு காதல் கடிதம் எழுதினாள். அவர் ஏற்றுக் கொள்ளவில்லை.

ஷகலின் தீவின் சீதோஷ்ணநிலை மோசமானது. பனிக்காலத்தில் மிதமிஞ்சிய குளிர் தாங்கமுடியாது. எங்கும் பாளம் பாளமாக பனி உறைந்துவிடும். மழைக் காலத்திலும் கடும் மழைப்பொழிவு இருக்கும். இதனால் நிலக்கரிச் சுரங்கங்களில் வேலை செய்பவர்கள் மிகவும் கஷ்டப்பட்டார்கள். மரவீடுகளைப் புயற்காற்று பிய்த்து எறிந்துவிடும். உருளைக்கிழங்கு தான் முக்கிய விவசாயப் பொருள். அதுவே பிரதான உணவு. ஷகலின் தீவே திறந்த வெளி சிறைச்சாலை ஒன்றைப் போலத்தான் இருந்தது.

எதற்காக ஷகலின் போக விரும்புகிறீர்கள் என ஒரு பத்திரிக்கை ஆசிரியர் செகாவிடம் கேட்டதற்கு, அதுவே உலகின் கடைசி நிலம். தான் ஒருமுறையாவது உலகின் கடைசியை தொட்டுவிட வேண்டும் என்ற ஆசைப்படுகிறேன். அதுவே இந்த பயணத்திற்கு காரணம் என்றார்.

1890ம் ஆண்டு ஏப்ரல் 25ம் தேதி அவரது பயணம் துவங்கியது. டிரான்ஸ் சைபீரியன் ரயில் அறிமுகமாவதற்கு முந்தைய காலமது. ஆகவே, சைபீரியாவிற்கு போவது என்றால் குறைந்தபட்சம் மூன்று மாதமாகிவிடும். நேரடியாகப் பயணம் செய்ய இயலாது. ரயில், படகு, கப்பல், குதிரைவண்டி என மாறிமாறி பயணம் செய்வதால் இடையில் கூடுதல் இரண்டு மாதங்கள் காத்திருக்கவும் வேண்டும். தனது ஷகலின் பயணத்தை ரயிலில் துவக்கினார் செகாவ். யாரோஸ்லெவ் வரை ரயிலில் பயணம் செய்து, அங்கிருந்து படகு ஒன்றின் மூலம் ஹமா என்ற இடத்தைச் சென்றடைந்தார். அங்கேயிருந்து கப்பல் பயணம் மேற்கொண்டு ஆயிரம் மைல்தூரம் பயணம் செய்து, யூரல் என்ற இடத்தை அடைந்தார். அது சைபீரியாவின் முகத்துவாரம். அங்கிருந்து டரன்டாஸ் எனும் நான்கு சக்கர வண்டியில் ஏறிச் சென்றார்.

இந்த பயணம் பனிப்பாதையில் செல்லக்கூடியது. சரக்கு ஏற்றிய வண்டியின் மீது ஆட்கள் உட்கார்ந்திருப்பார்கள். சாலை சீரற்று இருப்பதால் வண்டி குலுங்கும். தூக்கி தூக்கிப் போடும். அதை விடவும் சறுக்குலான வழிகளில் வண்டி குடை சாய்ந்துவிடும். அப்படி ஒரு முறை வண்டி கவிழ்ந்து அவர்கள் பனிக்குளம் ஒன்றில் விழுந்தார்கள். உயிர் தப்பியது தனது அதிர்ஷடம் என செகாவ் குறிப்பிடுகிறார். கடினமான பயணத்தின் முடிவில் இரண்டரை மாதங்களுக்குப் பிறகு அவர் ஷகலின் தீவிற்குச் சென்று சேர்ந்தார்.

பழங்குடி இன மக்கள் மட்டுமே வாழ்ந்துவந்த ஷகலின் தீவை ஐப்பானியர்கள் கைவசப் படுத்தியிருந்தார்கள். பத்தொன்பதாம்

நூற்றாண்டில், பீட்டர்ஸ்பெர்க் ஒப்பந்தம் காரணமாக ஷகலின் ரஷ்யாவின் கைகளுக்கு மாறியது. ரஷ்ய அரசு அந்தத் தீவை குற்றவாளிகளை அடைத்து வைக்கும் தண்டனைத் தீவாக உருமாற்றியது.

ஆறாயிரத்திற்கும் அதிகமான குற்றவாளிகள் அங்கே அடைக்கபட்டிருந்தார்கள். இவர்களில் பலர் தண்டனைக் காலம் முடிந்தும் அங்கேயே கூடாரம் அடித்து தங்கி வாழ்ந்தார்கள். ஆண் பெண் குற்றவாளிகளுக்கு தனிச்சிறைகள் இருந்தன. இந்த சிறைச்சாலையில் உள்ள கைதிகள் அனைவரும் கால்விலங்கு அணிந்திருந்தார்கள். சிறைச்சாலை ஊரின் நடுவில் நான்கு பிரிவுகள் கொண்டதாக அமைக்கப்பட்டிருந்தது. போதுமான உணவு கிடைக்காத தீவு என்பதால் ரேஷன் முறை அமுலில் இருந்தது. தீவில் நிலக்கரிச் சுரங்கங்கள் இருந்தன. அதில் கைதிகள் வேலை செய்தார்கள். இது தவிர மரம் வெட்டுதல், மீன்பிடித்தல், பாதைகள் அமைத்தல் போன்ற பணிகளையும் கைதிகள் மேற்கொண்டார்கள்.

செகாவ் ஷகலின் தீவிற்கு வந்து இறங்கியது ஒரு மாலைநேரம். மங்கிய வெளிச்சத்தில் எங்கும் ஒரே கரும்புகையாக இருந்தது. ஊரே தெரியவில்லை. காடுகளும், சிதறிக்கிடக்கும் மரவீடுகளும், தொலைவில் எரியும் நெருப்பையும் பார்த்தபடியே அவர் ஷகலின் ஆளுநரைக் காண்பதற்காகச் சென்றார்.

சிறைத்துறையில் இருந்து தான் பெற்ற கடிதம் ஒன்றை ஆளுநரிடம் தந்தார் செகாவ். அவர் அதை ஏற்றுக்கொண்டு ஷகலின் தீவில் அவர் எங்கு வேண்டுமானாலும் சென்றுவர சான்றிதழ் அளித்ததோடு அவருக்கான வசிப்பிடம், உணவு, உதவிகள் செய்வதற்கு ஆணை

பிறப்பித்தார். ஷகலின் தீவில் அவர் முதல்நாள் இரவு தங்கிய அறை மிகச் சிறியதாக இருந்தது. தொடர்ந்த பயணம் ஏற்படுத்திய அலுப்பு மற்றும் உடல்சோர்வு காரணமாக அவருக்கு உறக்கம் பிடிக்கவில்லை. யாரோ அழுது கொண்டிருப்பது போன்ற சப்தம் இரவெல்லாம் கேட்டுக் கொண்டேயிருந்தது.

விடிகாலையில் அவர் தன்னை மறந்து உறங்கினார். காலை நேரம் யாரோ அறைக்கதவை திறந்து உள்ளேவந்து ஏதோ செய்து கொண்டிருப்பது தெரிந்து திடுக்கிட்டு எழுந்தபோது ஒரு கைதி அவரது காலணிகளை சுத்தம் செய்து கொண்டிருந்தான். அது அங்குள்ள நடைமுறை. கைதிகள் தான் அதிகாரிகளின் உடைகளை சுத்தம் செய்து தருவார்கள். காலணிகளை சுத்தம் செய்வார்கள். வீட்டு வேலைகள் அத்தனையும் செய்வார்கள்.

குளித்து மாற்று உடைகள் அணிந்த செகாவ் முதல்வேலையாக சிறைத்துறையின் அச்சகத்திற்கு போய் தனது ஆய்விற்கு தேவையான குறிப்புதவி அட்டைகளைத் தயாரிக்க விரும்பினார். இதற்காக வீட்டைவிட்டு வெளியேறி நடந்தபோது சாலையில் கைதிகளாக உள்ள ஆண்களும் பெண்களும் கால்விலங்குகள் அதிர நடந்து போய்க் கொண்டிருப்பதை கண்டார். அந்த கைதிகளின் அழுக்கடைந்த உடைகளும், பிய்ந்துபோன காலணிகளும், நோயுற்ற முகங்களும் அவருக்கு மனவேதனை அளித்தன.

தெருவில் அதிக வீடுகள் இல்லை. மரக்கதவு கொண்ட சிறிய வீடுகள், கூடாரங்களைத் தாண்டி அவர் சென்றபோது, வயதானவர்கள் சிலர் சாலையோரம் அமர்ந்து குடித்துக் கொண்டிருந்தார்கள். அதிகாலை முதல் இரவு வரை குடிப்பது என்பது குற்றவாளிகள்

இயல்பு என அவரோடு வந்த சிறை அதிகாரி விளக்கி சொன்னார். ஷகலின் தீவில் ஆண்களின் எண்ணிக்கை அதிகம். பெண்கள் குறைவு. ஆகவே, பெரும்பான்மை பெண்கைதிகள் வேசைகளாக பாலியல் தொழில் செய்தார்கள். அவர்களில் பலருக்கும் சிபிலிஸ் எனப்படும் பால்வினை நோயிருக்கிறது என்றார் சிறை அதிகாரி. அப்படியான பெண்கள் சிலரைக் கடந்து செல்லும்போது செகாவ் பார்த்தார்.

தீவில் குழந்தைகள் அதிகமில்லை. குழந்தைகள் பெற்றுக் கொண்டால் உணவைப் பகிர்ந்து கொள்ள வேண்டுமே என குழந்தை பெற்றுக்கொள்ள விரும்ப மாட்டார்கள். அப்படியே பிறந்தாலும் அது தகப்பன் யார் என தெரியாத கள்ளக் குழந்தையாகவே இருக்கும். குழந்தைகளில் பலர் ஆறு வயதிற்குள் இறந்துவிடுவார்கள். காரணம் போதுமான உணவின்றி உடல் மெலிந்து போவதும், தொற்றுநோய்களுமே காரணம் எனச் சிறை அதிகாரி விளக்கி சொல்லிக் கொண்டு வந்தார்.

செகாவ் சிறையின் அச்சுக்கூடத்திற்குச் சென்று போஸ்ட்கார்ட் வடிவில் அட்டைகளை வெட்டி, அதில் தனது மருத்துவ பரிசோதனைக்கு தேவையான விபரங்களை அச்சிட்டு கைவசம் எடுத்துக் கொண்டார்.

ஷகலின் தீவிற்கு செகாவ் பயணம் செய்யப்போகிறார் என்ற செய்தி வெளியான நாட்களில் இலக்கிய உலகில் பலரும் அவரைக் கேலி செய்தார்கள். எழுதுவதற்கு இருந்த சரக்கு தீர்ந்துபோன காரணத்தால் அனுபவத்தை தேடி பயணம் செய்கிறார் என்றார்கள். சிலரோ கைதிகள் வேசைகள் பற்றி எழுதினால் பரபரப்பாக விற்பனையாகும். அதற்காகவே செகாவ் ஷகலின் போகிறார் என்றார்கள்.

எஸ்.ராமகிருஷ்ணன்

ஓர் இலக்கிய விமர்சகர் செகாவ் நம்மை ஏமாற்றப்போகிறார். அவரால் ஒருபோதும் ஷகலின் தீவிற்கு போக முடியாது. வேறு எங்காவதுபோய் ஓய்வு எடுத்துவிட்டு கற்பனையாகக் குற்றவாளிகளை பற்றி எழுதி வெளியிட்டு, காசு சம்பாதிக்க முயற்சிக்கிறார் என்றார். இது போன்ற குற்றசாட்டுகள் செகாவ் மனத்தை வருத்தின. தான் மருத்துவ ஆய்வை மேற்கொள்வதற்காக மட்டுமே ஷகலின் தீவிற்கு போகிறேன். தனது ஆய்வு முடிவுகளைப் பகிரங்கமாக வெளியிடுவேன். அதுதான் தனது நோக்கம் என அவர் அறிவித்தார். ஆனாலும் அவரைக் கேலிப்பேச்சுகள் துரத்திக் கொண்டேதானிருந்தன.

ஷகலின் தீவிற்கு வந்து சேர்ந்த நாள் முதல் தினம் அவர் 14 மணிநேரம் ஓய்வில்லாமல் மக்களைச் சந்தித்து நேர்காணல் செய்வதும், மருத்துவ பரிசோதனை மேற்கொள்வதுமாகவே இருந்தார். அப்படி திரட்டிய தகவல்களை தனது மருத்துவ அட்டையில் முறையாகப் பதிவுசெய்து கொண்டார். தினசரி காலை ஐந்து மணிக்கு இந்த பணி துவங்கும். அவரோடு துணைக்கு ஒரு காவலர் உடன் வருவார். நடந்தே வீடு வீடாகப்போய் அவர் ஆண்கள் பெண்கள் குழந்தைகளைச் சந்தித்து விபரங்களைச் சேகரிக்க ஆரம்பித்தார்.

பால்வினை நோய்கள், மூட்டுவலி, வயிற்று உபாதைகள், சுவாசக் கோளாறு, கண்நோய்கள் என பல்வேறு நோய்கள் அங்கே பெருகி யிருந்தன. அதற்கான முறையான சிகிட்சை பெற மருத்துவமனை இல்லை. நிறைய பேருக்கு பார்வையின்மை ஏற்பட்டிருந்தது. மனநலமற்ற கைதிகள் தனியே இருட்டு அறையில் அடைத்து வைக்கப்பட்டிருந்தார்கள்.

ஷகலின் மைய மருத்துவமனை பெயருக்குத் தான் இயங்கியது. செவிலியர்களாக இருந்தவர்கள் பெண் கைதிகளே! அந்த மருத்துவமனையில் தெர்மாமீட்டர் உடைந்து கிடந்தது. அறுவை சிகிட்சைக்கான கத்திகள் துருப்பிடித்திருந்தன. மருந்துகள் எதுவுமில்லை. உள்நோயாளிகளின் படுக்கைகள் அசுத்தமாக இருந்தன. நோயாளிகள் சாவை எதிர்பார்த்துக் கிடந்தார்கள்.

மருத்துவமனை மட்டுமில்லை, பள்ளிக்கூடமும் பெயர் அளவில் தான் இருந்தது. தேவாலயம் ஒன்றுதான் அங்கே சீராக இயங்கிவந்தது. அதுவும் காணிக்கை பெறுவதற்காக மட்டுமே இயங்கி வந்தது. செகாவ் தனது நண்பர்கள் பலருக்கும் கடிதம் எழுதி, பள்ளிக்கு தேவையான புத்தகங்களை அனுப்பி உதவும்படி கேட்டுக் கொண்டார்.

சிறைக்கூடத்தில் கைதிகள் மொத்தமாக அடைக்கபட்டிருந்தார்கள். அவர்களுக்கு கழிப்பறை வசதிகள் கிடையாது. காய்ந்துபோன ரொட்டிகளும், சூப்பும் உணவாக தரப்பட்டன. பெண் கைதிகளில் சிலர் பால்வினை நோயால் எழுந்து நடக்க முடியாத நிலையில் இருந்தார்கள். பெண்களுக்கு சிகிட்சை செய்ய மருத்துவர்கள் முன்வராத காரணத்தால் சில பெண்கைதிகள் சிறையிலே இறந்து போனார்கள். இத்துடன் அந்த சிறைச்சாலையில் கடுமையான தண்டனை முறை அமுலில் இருந்தது.

கட்டுபாடு என்ற பெயரில் கைதிகள் அடித்து நொறுக்கப் பட்டார்கள். ஆகவே, எப்போதும் வலியில் அவர்கள் அலறும் ஓலம் சிறையின் உள்ளே கேட்டபடியே இருந்தது. மழைபெய்யும் நாட்களில் சிறைக்குள் தண்ணீர் தேங்கிவிடும்.

கைதிகளால் உறங்க முடியாது. காய்ச்சல், நிமோனியா, இருமல் என நோய் உருவாகும். உணவுப் பற்றாக்குறையில் கைதிகள்

பலநேரம் மெழுகுவர்த்தியை தின்னும நிலை கூட உருவாகியது. பட்டினியிலும் நோயிலும் கைதிகள் இறந்துபோவதை யாரும் பெரிதாக கண்டுகொள்ளவேயில்லை. ஷகலின் தீவிலிருந்த வாழ்க்கையைக் காணும்போது, தான் நூறு வருஷங்களுக்கு பின்னால் சென்றுவிட்டதைப் போலவே உணர்ந்தேன். மனிதர்களை இவ்வளவு மோசமாக நடந்த முடியுமா என கற்பனை கூட செய்ய முடியாது. புழுபூச்சிகள்போல கைதிகள் நடத்தப்பட்டார்கள். எனது தனது நாட்குறிப்பில் செகாவ் குறிப்பிடுகிறார்.

ஷகலின் தீவில் அவர் அடைந்த அனுபவங்கள் சந்தித்த மனிதர்கள் எதையும் அவர் தனது கதைகளில் பதிவு செய்யவில்லை. மர்டர் என்ற ஒரேயொரு சிறுகதையில் சிறிய பகுதி ஷகலின் தீவைப்பற்றி வருகிறது. இதைத் தவிர வேறு எதையும் அவர் கதைகளிலோ, நாடகத்திலோ பதிவு செய்யவில்லை.

மாறாக தான் சேகரித்த பத்தாயிரம் குறிப்புகளை மூன்று ஆண்டுகள் தொகுத்து, அதை மையமாகக் கொண்டு விரிவான மருத்துவ ஆய்வேடாக, ஷகலின் தீவு அனுபவங்களை டாக்டர் பட்டத்திற்குச் சமர்பித்தார். இந்த ஆய்வு மருத்துவ பல்கலைகழகத்தால் ஏற்றுக் கொள்ளப்படவில்லை. ஆகவே, அதைத் தனி நூலாக வெளியிட்டார் செகாவ். 1890 அக்டோபர் மாதம் தனது ஆய்வை முடித்துக்கொண்டு நாடு திரும்பினார் செகாவ். இந்த முறை ஹாங்காங் வழியாக அவரது பயணம் அமைந்தது. வழியில் சிங்கப்பூர் இலங்கை ஆகியவற்றில் தங்கிப் பயணித்து அவர் ரஷ்யா சென்றடைந்தார். ஷகலின் தீவை நரகம் என்றால் இலங்கையை சொர்க்கம் என்று சொல்வேன். அத்தனை அழகான தீவு என செகாவ் குறிப்பிடுகிறார்.

கைதிகள், காவலர்கள், பழங்குடி மக்கள் என பத்தாயிரம் பேரை சந்தித்து, செகாவ் தகவல்களைத் திரட்டியுள்ளார். இந்த மருத்துவ அட்டைகள் தற்போது மாஸ்கோ நூலகத்தில் பாதுகாத்து வைக்கபட்டுள்ளன. செகாவ் போலவே பிரெஞ்சு எழுத்தாளரான அகஸ்டஸ் ஸ்ரென்பெர்க் பிரெஞ்சு விவசாயிகளைத் தேடிச் சென்று அவர்களின் வாழ்வியல் அனுபவங்களை, விவசாய முறைகளை தொகுத்து, விரிவான ஆய்வு நூலாக Among French Peasants என்ற தலைப்பில் வெளியிட்டிருக்கிறார். இந்த நூலும் ஓர் எழுத்தாளனின் சமூகம் சார்ந்த கள ஆய்வின் வெளிப்பாடாகும்.

ஜப்பானிய நாவலாசிரியர் ஹருகி முரகாமி தனது 1Q84 நாவலில் செகாவின் பெருமைகளை கூறும் கதாபாத்திரத்தை உருவாக்கி யுள்ளார். டெங்கோ என்ற கதாபாத்திரம் ஒரு பெண் ஷகலின் தீவு பற்றிய புத்தகத்தை அணைத்துக்கொண்டு உறங்குவதைப்பற்றி குறிப்பிடுகிறான். டெங்கோ செகாவின் எழுத்து எல்லோருக்கும் பிடித்தமானதில்லை. அதன் முரண் நகைச்சுவை தனித்துவமானது என்கிறான். ஷகலின் தீவு ஏற்படுத்திய பாதிப்பு தனது நாவலில் பூனைகளின் நகரமாக கலந்துள்ளது என முரகாமி தனது நேர்காணலிலும் குறிப்பிடுகிறார்.

ஷகலின் தீவு அனுபவம் செகாவின் ஆளுமையில் மிக முக்கிய மாற்றத்தை உருவாக்கியது. ரஷ்ய சமூகம் குறித்தும் அதன் அரசியல், அதிகார மையங்கள் குறித்தும் தீவிரமாக பேசவும் எழுதவும் முற்பட்டார். வேடிக்கைக் கதைகளை எழுதுவதை விடவும், ரஷ்ய சமூகத்தின் அவலநிலையை சித்தரிக்கும் உண்மையான சம்பவங்களைத் தான் எழுத வேண்டும் என விரும்பினார். அதிலும் குறிப்பாக பெண்களை ரஷ்ய சமூகம் நடத்துகிற விதம் குறித்த தனது எதிர்ப்பு உணர்வுளை அவர் கதைகளாக எழுதத் துவங்கினார்.

நாடக நடிகையான வி.எஸ்.பௌதாவ் செகாவை நினைவுகூறும் போது, ஒரு நிகழ்வைச் சுட்டிக்காட்டுகிறார். செகாவ் யால்டாவி லிருந்தபோது, அடிக்கடி அவரது வீட்டிற்குச் சென்று பார்ப்பேன். அவரது வீட்டில் ஒரு பைனாக்குலர் இருந்தது. இது எதற்கு எனக்கேட்டதற்கு. யாராவது வந்து உட்கார்ந்து கொண்டு தேவை யில்லாமல் எதையாவது பேசி போரடிக்க ஆரம்பித்தால் நான் உடனே இந்த பைனாக்குலரை எடுத்துக்கொண்டு ஜன்னல் அருகே நின்று கொண்டு வெளியே பார்க்க துவங்கிவிடுவேன். எதையோ தீவிரமாக பார்த்துக் கொண்டிருப்பதாக உணர்ந்து பேச்சாளர் தானே பேச்சை நிறுத்திவிடுவார்கள். எப்படி என் தந்திரம் என்றார் செகாவ். இந்த நிகழ்வு செகாவிற்குள் வேடிக்கை செய்யும் சிறுவன் ஒருவன் எப்போதுமிருக்கிறான் என்பதையே காட்டுகிறது.

காலரா காலத்தில் செகாவ்

ஷகலின் தீவிலிருந்து திரும்பிவந்த செகாவிடம் நிறைய மாற்றங்கள் ஏற்பட்டன. அவர் சைபீரியாவிலிருந்து கப்பலில் திரும்பும்போது நோயுற்று இறந்து போன ஒருவனின் உடலைக் கடலில் தூக்கி எறிவதைக் கண்டார். இந்தச் சம்பவம் அவரது மனதில் ஆழமாகப் பதிந்து போனது. தான் கடலில் மிதக்கும் உடலாகக் கிடப்போம் என அந்த மனிதன் என்றாவது யோசித்திருப்பானா! வாழ்க்கை ஏன் இத்தனை

விசித்திரமாக உள்ளது என யோசித்த செகாவ் இந்தச் சம்பவத்தை முதன்மைப்படுத்தி 'குசாவ்' என்ற ஒரு சிறுகதையை எழுதினார். அதில் வரும் முக்கியக் கதாப்பாத்திரம் காசநோய் பீடித்தவன். ஆகவே தனது சுய அனுபவத்தின் சாயலில் அக்கதையை செகாவ் எழுதினார்.

ஷகலின் தீவிலிருந்தபோது ஜப்பானிய வேசை ஒருத்தியோடு அவருக்கு நெருக்கமான காதல் ஏற்பட்டது. பல இரவுகளை அவளுடன் பகிர்ந்து கொண்டார் செகாவ். ரஷ்யா திரும்பிய பிறகும் அந்த வேசை காதல் கடிதங்கள் எழுதிக் கொண்டிருந்தாள்.

ஷகலின் தீவிலிருந்து திரும்பி வரும்போது, அவரது மனநிலை முற்றிலும் மாறியிருந்தது. குறிப்பாக இலங்கைக்கு வந்தபோது அவர் புத்துயிர்ப்பு கொண்டதைப்போல உணர்ந்தார். 48மணி நேரங்களை அவர் கொழும்பில் கழித்தார். கண்டி ரயில் மூலம் பயணித்து இலங்கையின் இயற்கை அழகினை ரசித்தார். அவரை சால்வேஷன் ஆர்மி அவரை வரவேற்று உபசரித்தது.

ஏரியை ஒட்டிய தென்னந்தோப்பு ஒன்றில் நிலவொளியில் மதுவும், மீனும் சாப்பிட்டபடியே இளம்பெண்களின் துள்ளல் நடனத்தைப் பார்த்து ரசித்தார். முடிவில் அழகான பெண் ஒருத்தியோடு படுக்கையைப் பகிர்ந்து கொண்டார். அந்தப் பெண்ணின் அழகு தன்னைக் கிறங்கச் செய்தது. அப்படியொரு அழகியைத் தான் கண்டதேயில்லை எனத் தன் நண்பர்களிடம் வியந்து கூறியிருக்கிறார்.

கொழும்புவிலிருந்த வளர்ப்பு மிருகங்கள் விற்கும் ஒரு கடைக்குக் கிளிங்கா என்ற இளம் மாலுமியோடு சென்றார் செகாவ். ஆளுக்கொரு கீரிப் பிள்ளையை வாங்கினார்கள். செகாவ் வாங்கியது பெண் கீரி எனப் பொய் சொல்லி விற்கப்பட்டது. உண்மையில் அது ஒரு மூர்க்கமான ஆண் கீரி.

கீரியை அவருக்குப் பிடித்துப் போனது. பூனைக்குட்டியைக் கொஞ்சுவதைப்போல அதைக் கொஞ்சினார். கப்பலில் தன் மடியிலே வைத்துக்கொண்டு விளையாடிக் கொண்டிருந்தார் செகாவ். பதிமூன்று நாள் கடற்பயணத்தின் பிறகு சூயஸ் கால்வாயைக் கடந்தபோது, ஜெருசலத்தின் நினைவு பொங்க புனித நிலத்தைத் தான் வணங்குவதாக வீட்டிற்குக் கடிதம் அனுப்பினார். இதை வாசித்த மாமா மித்ரபேன் உள்ளம் உருகிப்போனார் அந்தக் கடிதத்தைச் செகாவின் தந்தை பிரார்த்தனை பொருட்களில் ஒன்றைப்போல வைத்து வணங்கியதோடு தேவாலயத்திற்குச் சென்று விஷேச பிரார்த்தனை ஒன்றும் செய்து வந்தார்.

டிசம்பர் 2ம் தேதி ஒடேசா துறைமுகத்திற்கு வந்து இறங்கினார். செகாவுடன் பயணம் செய்து வந்திறங்கிய ஷகலின் பாதிரியின் விசித்திர தோற்றத்தைக் கண்ட பலரும் அவர் சிவப்பிந்தியரா

எனக்கேட்டார்கள். அதுபோலவே கீரியைப் பார்த்தறியாத சிலர் இது என்ன வகை குரங்கு என விசாரித்தார்கள். ஒடேசாவில் நடைபெற்ற விருந்து நிகழ்வில் செகாவின் உணவு மேஜையின் அடியில் அமர்ந்து கீரியும் விருந்து சாப்பிட்டது. தேவாலயத்திற்குக் கொண்டுபோய் அந்தக் கீரிக்கு 'சோட்' எனப் பெயரிடப்பட்டது.

பருவநிலை மாறுதல் மற்றும் உணவு செரிமானமின்மை செகாவை நோயுறச் செய்தது. வீட்டிலிருந்தபடி படிப்பதும் கடிதங்கள் எழுதுவதுமாகயிருந்தார். அப்படி எழுதிய கடிதம் ஒன்றில் தனது கீரி மிகவும் அன்பானது. எதற்குப் பயப்படாத அந்தக் கீரி தனியே வீட்டில் விடப்பட்டால் நிலைகொள்ளாமல் சப்தமிடக் கூடியது. கீரி தான் தற்போதைய தனது ஒரே துணை எனச் செகாவ் குறிப்பிடுகிறார்.

அந்த ஆண்டு மாஸ்கோவின் குளிர்காலம் மிகவும் மோசமாக இருந்தது. வரலாறு காணாத குளிர். அதன் காரணமாகக் காய்ச்சலும் இருமலும் செகாவிற்கு ஏற்பட்டது. ரத்தவாந்தி எடுக்குமளவு நோய் முற்றியது. அவருக்கு மட்டுமின்றி வான்யாவிற்கும் டைபாயிடு ஏற்பட்டது. கனவில் தான் இறந்து கடலில் வீசப்பட்டவனின் உடல் மிதப்பதைக் கண்டதாகவும், அவன் தன்னிடம் எதையோ சொல்ல முற்பட்டதுபோல, அவனது முகபாவம் இருந்ததாகவும் செகாவ் ஒரு குறிப்பு எழுதியிருக்கிறார்.

ஷகலின் தீவு வாசிகளுக்குத் தன்னால் முடிந்த உதவிகளைச் செய்ய வேண்டும் என விரும்பிய செகாவ் அவர்களுக்காக ஆயிரக் கணக்கில் புத்தகங்களைச் சேகரம்செய்து அனுப்பி வைத்தார். அவரது அனுபவங்களைப் பத்திரிகைகள் தொடர்ந்து வெளியிட்டன. அதன் காரணமாக, தண்டனைத் தீவு குறித்த விவாதங்கள் பொதுவெளியில்

உருவாகின. சைபீரிய சிறைக்கொடுமை பற்றிய தகவல்கள் உலக அளவில் பேசப்பட்டன. பத்திரிகையாளர்கள் சிலர் ஷகலின் தீவிற்குச் சென்று, நேரடியாகப் படம் எடுத்து வெளியிடக் கிளம்பினார்கள்.

ஷகலின் தீவின் குற்றவாளிகளும், புறக்கணிக்கப்பட்ட அவர்களின் உலகமும் செகாவை அதிகம் மனப்பாதிப்பிற்கு உள்ளாக்கிய போதும் அதுகுறித்து விரிவான புனைக் கதைகள் எதையும் அவர் எழுதவில்லை. ஆய்வேடுபோல அவர் சமர்பித்த ஷகலின் தீவு அறிக்கை அரசால் ஏற்றுக் கொள்ளப்படவில்லை. ஆகவே, மனச்சோர்வு கொண்ட செகாவ் அடுத்தப் பயணம் ஒன்றுக்குத் திட்டமிட்டார். நண்பருடன் இணைந்து, ஐரோப்பிய பயணம் ஒன்றினை மேற்கொண்டார். பாரிஸ், ஜெர்மன், ரோம் எனச் சுற்றியலைந்தார்.

நெருக்கடியான நகர வாழ்க்கையிலிருந்து விடுபட்டு இயற்கையோடு இணைந்த தனியிடம் ஒன்றினை செகாவ் தேடிக் கொண்டிருந்தார். அப்படியொரு பண்ணை வீடு மெலிகோவாவில் விலைக்கு வருவதை அறிந்த செகாவ் அதை வாங்க முயன்றார். தனது படைப்புகள் மூலம் பெற்ற ராயல்டி மற்றும் வங்கி உதவியோடு செகாவ் 639ஏக்கர் கொண்ட பெரிய பண்ணை ஒன்றை விலைக்கு வாங்கினார். பனி படர்ந்த அந்தப் பண்ணை வீட்டிற்கு செகாவின் குடும்பம் இடம்பெயர்ந்தது.

ரயில்நிலையத்திலிருந்து ஆறுமைல் தூரம் கொண்ட பண்ணையது. பத்து மைல் தொலைவில் தபால் நிலையமிருந்தது. செகாவிற்கான தனியறையை மிகுந்த அழகுடன் அவரது சகோதரி தயார் செய்தார். அந்தப் பண்ணையில் மூன்று குதிரைகளும், இரண்டு நாய்களும் இருந்தன. பனி உருகத் துவங்கியதும், அருகில் இருந்த நீர்த்தேக்கம் நிரம்பி வழிய ஆரம்பித்தது. அதன் கரைகளில் இரவு நேரத்தில் கேம்ப் ஃபயர் செய்து, செகாவின் குடும்பம் ஒன்று கூடியது.

பண்ணை விவசாயத்தில் ஈடுபடத் துவங்கிய செகாவ், உழுவதற்கும், விதைப்பதற்குமான ஆட்களை ஏற்பாடு செய்தார். கூடவே, விவசாயக் குடும்பத்தினருக்காக இலவச மருத்துவமனை ஒன்றினையும் செகாவ் துவங்கினார். அங்கிருந்த தேவாலயத்திற்கு பாதிரி இல்லை என அறிந்து, செகாவ் குடும்பமே ஒரு புதிய பாதிரி வருவதற்கு ஏற்பாடு செய்தது. ஈஸ்டர் கொண்டாட்டத்தின்போது, செகாவ் குடும்பம் பெரிய விருந்து கொடுத்துக் கொண்டாடியது. அப்போது விவசாயிகளே ஒன்று சேர்ந்து புதிய நாடகம் ஒன்றினை நிகழ்த்திக் காட்டினார்கள்.

அந்த நாட்களில் ரஷ்ய நாடகங்களின் முடிவில் ஒன்று கதாநாயகியைத் திருமணம் செய்து கொண்டுவிடுவான் அல்லது கதாநாயகன் தன்னைத் தானே சுட்டுக் கொன்று செத்துவிடுவான். இந்த முடிவைத் தவிர, வேறு எந்த முடிவுள்ள நாடகம் நிகழ்த்தப் பட்டாலும் அதை நான் வரவேற்பேன். ரஷ்ய நாடக அரங்கு

மிகவும் பழமையான விஷயங்களில் சிக்கிக் கொண்டுள்ளது எனச் செகாவ் தனது டயரிக்குறிப்பில் எழுதியிருக்கிறார்.

அந்த நாட்களில் பிரெஞ்சு எழுத்தாளர் எமிலி ஜோலாவின் டாக்டர் பாஸ்கல் என்ற நாவல் பத்திரிக்கை ஒன்றில் தொடர் கதையாக வெளியாகிக் கொண்டிருந்தது. அதில் வரும் டாக்டர் பாஸ்கல் மானுட மேன்மைக்காகத் தன்னை அர்ப்பணித்துக் கொண்ட மருத்துவராகச் சித்தரிக்கப்பட்டார். செகாவ் தன்னை டாக்டர் பாஸ்கல் என்றே கருதிக் கொண்டார். அவரது நண்பர்களும் ஜோலாவின் கதாநாயகன் போலவே செகாவ் நடந்து கொள்வதாகக் கூறினார்கள். ஆகவே, அந்த நாவல் செகாவிற்கு மிகுந்த நெருக்கமான ஒன்றாக இருந்தது.

19ம் நூற்றாண்டில் ரஷ்யாவில் காலரா பரவத் துவங்கியது. ரஷ்யாவெங்கும் பரவிய அந்தக் காலராவில் ஐந்து லட்சத்துக்கும் மேற்பட்டவர்கள் இறந்து போனார்கள் என்பது வரலாறு. காலரா துவங்கிய நாட்களிலே செகாவ் தானே விரும்பி காலரா மருத்துவராக இலவச சேவை செய்வதற்காக மலிகோவாவைச் சுற்றிய கிராமங்களை நோக்கிப் பயணித்தார். மாவட்ட காலரா அதிகாரியாகச் செயல்பட்ட அவர், 25கிராமங்களைத் தனது பொறுப்பில் எடுத்துக் கொண்டார். தேவையான மருத்துகள் கிடைக்காமல். தெர்மாமீட்டர். ஊசிகள் போன்றவை கூட இல்லாமல் திண்டாடிய செகாவ் தனது நண்பர்கள், தொழில் அதிபர்கள், அரச குடும்பத்தைச் சேர்ந்தவர் எனப் பலரிடமும் நன்கொடைகள் பெற்று மருந்துப் பொருட்களை வாங்கி நோயாளிகளுக்கு விநியோகம் செய்தார்.

சாலை வசதிகள் அற்ற கிராமங்களை நோக்கி அவர் தனியே பயணித்தார். உடன் வருவதற்குச் செவிலியர் கூடக் கிடையாது. உதவியாளராக கிராமத்து மனிதர்களை நியமித்துக்கொண்ட அவர் வீடு வீடாகப்போய் மருத்துவப் பரிசோதனை செய்தார். முதலுதவி மருந்துகளையும், அவசர சிகிட்சை முறைகளையும் விவசாயிகளுக்குக் கற்றுத் தந்தார். குடியானவர்கள் வீடுகளிலே தங்கி சாப்பிட்ட செகாவ், ஒருநாளைக்கு பதினெட்டு மணி நேரம் வேலை செய்ததாகக் கூறுகிறார்.

தனது நண்பர்கள் குடும்பத்தினர் எவரையும் செகாவ் சந்திக்க வில்லை. மாஸ்கோவிற்குச் செல்லவில்லை. கிராமப் புறங்களில் சுற்றி அலைந்து காலரா சிகிட்சை செய்து வந்தார். காலரா பரவக் காரணமாக உள்ள தொழிற்சாலை கழிவுகளைத் தடுத்து நிறுத்த வேண்டி, ஒவ்வொரு தொழிற்சாலையாகச் சென்று பரிசோதனை செய்தார். தோல் பதனிடும் தொழிற்சாலைகளில் கழிவுகளை வெளியே கொட்டக்கூடாது என எச்சரிக்கை செய்தார்.

வறுமையிலும் ஏழ்மையிலும் இருந்தவர்களை காலரா தாக்கிய போது, உணவும் இருப்பிடமும் மருத்துவ வசதிகளும் தந்து, அவர்களை செகாவ் காப்பாற்றினார். இந்த அனுபவம் அவருக்கு மகத்தான பாடங்களைக் கற்றுத் தந்தது. மருத்துவம் என்பது மானுட சேவை, அதைப் பணம் ஈட்டும் தொழிலாகக் கருதுவது தவறானது என முழுமையாக உணர்ந்தார். ஆறு மாத காலம் அவர் கிராமப்புறங்களில் செய்த சேவை எதற்கு ஒரு பைசா கூட ஊதியம் தரப்படவில்லை. தன்னிடமிருந்த சேமிப்பு முழுவதையும் செலவு செய்தார் செகாவ். இவரது சேவையைக் கண்ட டாக்டர் குர்கின் தானும் காலரா மருத்துவராகப் பணியாற்ற விருப்பம் கொண்டு செகாவோடு இணைந்து கொண்டார். இருவரும் இணைந்து பணியாற்றினார்கள்.

ஒருபக்கம் பகலிரவாக மருத்துவச் சேவை செய்த அதே காலகட்டத்தில் செகாவ் புதிய சிறுகதைகளையும் எழுதியிருக்கிறார். அந்த நாட்களில் எழுதப்பட்ட கதைகளில் முக்கியமானது ‘பிளாக் மாங்’, ‘மை வொய்ப்’ மற்றும் ‘ஆறாவது வார்டு’ ஆகும். இதில் தனது மனைவியைக் கவனிக்கக் கூட நேரமில்லாமல் பஞ்ச காலத்தில் இலவச மருத்துவம் செய்த மருத்துவரைப் பற்றிய சிறுகதையே ‘மை வொய்ப்’.

காலரா நோய்க்கு மிகச்சிறந்த உணவு மருந்து வெங்காயம். வெங்காயச் சாற்றில் ஒரு துணியை நனைத்து அத்துணியைப் பிழிந்து, சில துளிகளைக் காதில் விட வேண்டும். இது ரஷ்யாவில் பிரபலமான மருத்துவமுறை. மயங்கி விழுந்து விட்டவர்களின் மூக்கில் இரு துளி வெங்காயச் சாற்றை விட்டால் உடனே மயக்கம் தெளிந்து எழுவார்கள். காலரா ஓய்ந்த பிறகே அவர் மாஸ்கோ திரும்பினார். தனது உடல் நலத்தைக் கவனம் கொள்ளாமல்

மருத்துவப் பணி செய்த செகாவிற்குக் காசநோய் முற்றத் துவங்கியது. தொடர்ந்த இருமல் காய்ச்சல் என வீட்டிலே முடங்கிக் கிடந்தார். நலம் பெற்றதும் நண்பர்களையும் பதிப்பாளரையும் சந்திக்க, பீட்டர்ஸ்பெர்க் புறப்பட்டுச் சென்றார். அங்கிருந்த நாட்களில் அவரது கீரி காணாமல் போய்விட்டது. அந்தப் பிரிவு செகாவை மிகவும் வருத்தியது. கீரியை கண்டுபிடிக்கப் பல்வேறு விதங்களில் முயன்றார். முடிவில் வேடர்கள் சிலர் காட்டின் புதரில் ஒளிந்திருந்த கீரியை கண்டுபிடித்து ஒப்படைத்தார்கள். சில மாதங்களுக்குப் பிறகு அந்தக் கீரியை மிருகக்காட்சி சாலையிடம் ஒப்படைத்து விட்டார் செகாவ். அங்கே கீரியை காணச்சென்ற செகாவின் தங்கையை, கீரி ஆசையோடு தடவி கொடுத்தது என செகாவ் ஒரு குறிப்பில் எழுதியிருக்கிறார். இரண்டு ஆண்டுகள் மிருக காட்சி சாலையில் வாழ்ந்த கீரி அங்கேயே இறந்து போனது.

இதற்கிடையில் இசையமைப்பாளர் சைக்கோவெஸ்கி காலராவில் இறந்து போனார். அந்த மரணம் இயற்கையானதில்லை என்ற சந்தேகம் உருவானது. காரணம் சைக்கோவெஸ்கி ஓரினச் சேர்க்கையாளர் என்றும் அவரது துணையாக இருந்த கவிஞர் அபுக்தின் உடன் ஏற்பட்ட முரண்பாடு காரணமாக அவர் தற்கொலை செய்து கொண்டிருக்கலாம் என்றும் வதந்திகள் உலவின. தனது நண்பரான சைக்கோவ்ஸ்கியின் மரணத்தை ஒட்டிய தேவையற்ற வதந்திகளைக் கண்டு செகாவ் மனம் வருந்தினார். அக்டோபர் மாதம் ரஷ்யாவில் உள்ள கல்வி நிலையங்கள் மற்றும் நாடக அரங்குகளுக்கு முழு விடுமுறை அளிக்கபட்டுவிடும். காரணம் கடுமையான பனிப்பொழிவு

காரணமாகச் சாலைகள் மூடப்பட்டுவிடும். பயணம் செய்வது மிகச் சிரமமானது. கிறிஸ்துமஸை ஒட்டியே புதிய நாடகங்கள் அதிகம் அரங்கேற்றம் செய்யப்படுவது வழக்கம். அப்படி ஒரு கிறிஸ்துமஸ் காலத்தில் சமஸ்கிருத நாடகமான 'மிருட்ஷ கடிகம்' மாஸ்கோவில் நிகழ்த்தப்பட்டது. அதில் செகாவின் தோழி வசந்தசேனாவாக நடித்திருந்தார். புத்தாண்டு துவங்கியபோது, அதிக பனி காரணமாக செகாவ்வின் இருமல் அதிகமானது. கடற்கரை பகுதிக்குப் போய் சிலகாலம் தங்கலாம் என முடிவு செய்த அவர், தனது சொந்த ஊருக்குத் திரும்பிப் போக ஆசைப்பட்டார். அதற்குள் ரஷ்ய அரசரின் விருந்தினராக விருதளிப்பு நிகழ்வில் கலந்து கொள்ளும்படியாக அரசாணை அனுப்பி வைக்கப்பட்டது. ராஜ உபசரிப்புடன் ஆடம்பர விடுதியில் செகாவ் தங்க வைக்கப்பட்டார்.

கனவில் மிதப்பதுபோல அந்த நாட்கள் இருந்தன எனத் தனது நாட்குறிப்பில் செகாவ் எழுதியிருக்கிறார். 1898 மே மாதம் செகாவின் தந்தை இறந்து போனதால் பண்ணை வீட்டிலிருந்து இடம் மாறிக் குடியேறலாம் என்ற எண்ணம் செகாவிடம் வலுவடைந்தது. இதற்காக யால்டாவில் ஓர் இடத்தை விலைக்கு வாங்கினார் செகாவ். ஆரம்பக் காலம் முதலே நாடகங்களின் மீது விருப்பம் கொண்டிருந்த செகாவ், தனது சிறுகதைகளில் அடைந்த வெற்றியை நாடகத்தில் அடைய முடியவில்லை. ஆகவே, புதிய நாடகம் எழுதுவதிலும் அதை வெற்றிகரமாக அரங்கேற்றம் செய்ய வேண்டும் என்பதிலும் செகாவ் தீவிர முனைப்பு காட்டத் துவங்கினார்.

1899 எழுதப்பட்டதே அங்கிள் வானியா நாடகம். பீட்டர்ஸ்பர்க்கில் அரங்கேற்றியபோது 'கடல்நாரை' நாடகம் படுதோல்வி யடைந்தது. பின்பு புகழ்பெற்ற இயக்குநர் ஸ்டானிஸ்லாவ்ஸ்கி தனது மாஸ்கோ நாடக அரங்கின் மூலமாக கடல் நாரை நாடகத்தை மாஸ்கோவில் மீண்டும் மேடையேற்றம் செய்தார். நாடகம் பெரும் வெற்றி பெற்றது. ஸ்டானிஸ்லாவ்ஸ்கியுடன் நட்பு ஏற்பட்ட பின்பு, செகாவ் மேலும் மூன்று நாடகங்கள் எழுதினார். மூன்றும் பெரும் வெற்றி பெற்றன. செகாவை ஒரு நாடக மேதையாக உலகுக்கு மாஸ்கோ ஆர்ட் தியேட்டர் தான் அறிமுகம் செய்தது.

செகாவும்.ஸ்டானிஸ்லாவ்ஸ்கியும் இணைந்து நாடகத் துறைக்கு ஆற்றிய பணி மகத்தானது ஸ்டானிஸ்லாவ்ஸ்கியோடு கருத்து முரண்பாடு கொண்டிருந்தபோதும், அவரது நடிப்புப் பயிற்சி குறித்தும், அரங்க அமைப்பியல் குறித்தும் செகாவ் வியந்து பாராட்டவே செய்தார். ரஷ்ய நாடக உலகம் செகாவின் நாடகங்களால் புதியதொரு அரங்கியலை உருவாக்கியது என்பதே நிஜம் அந்த நாட்களில் தான் நடிகையான ஒல்காவுடன் காதலும் உருவாகத் துவங்கியது.

செர்ரி தோட்டங்கள் அழிவதில்லை

சிறு கதையில் தனக்கெனத் தனித்துவமான கதைசொல்லும் முறையைக் கொண்டிருந்த செகாவ் நாடகக் கலையிலும் ஒரு புதிய போக்கினை உருவாக்கினார். அவரது நாடகங்கள் சம்பிரதாயமான நாடகங்களைப் போல மிகை உணர்ச்சியும் திருப்பங்களுடன் கூடிய கதைகளும் கொண்டிருக்கவில்லை. செகாவின் நாடகங்களில்

கதை குறைவு என விமர்சகர்கள் கூறுமளவு அது நிகழ்வுகளை மையப்படுத்தி அங்கதச் சுவையோடு உருவாக்கப் பட்டிருந்தது.

நாடகத்தில் ஒற்றைக் கதாநாயகன். கதாநாயகி கிடையாது. அது மாறுபட்ட கதாப்பாத்திரங்களின் ஊடாட்டமாக நிகழ்வெளியாக அமைக்கப்பட்டிருந்தது. ஆகவே, நாடகத்தின் எல்லாப் பாத்திரங்களும் சமமாக உருவாக்கப்பட்டிருந்தன. 'இவானோவ்' என்ற செகாவ்வின் நாடகம் 1887ம் ஆண்டு மாஸ்கோவில் அரங்கேற்றப்பட்டது. அந்நாடகம் தோல்வி அடைந்தது. அதனால் இனிமேல் நாடகம் எழுதப்போவதில்லை எனச் செகாவ் மனவருத்தம் அடைந்தார். ஆனால், சில ஆண்டுகளுக்குப் பிறகு மறுபடியும் நாடகம் எழுதத் துவங்கினார்.

அதன் பிந்திய வருஷங்களில் 'தி சீகல்' (The Seagull), 'அங்கிள் வான்யா' (Uncle Vanya), 'த்ரீ சிஸ்டர்ஸ்' (Three Sisters), 'தி செர்ரி ஆர்சட்' (The Cherry Orchard) முதலிய நாடகங்களை எழுதினார். மாஸ்கோ ஆர்ட் தியேட்டர் குழுவோடு இணைந்து செகாவ் பணியாற்றினார். அவரது நாடக பங்களிப்பை கொண்டாடும் வகையில் புதிய நாடக மண்டபத்திற்கு, 'செகாவ் தியேட்டர்' எனப் பெயரிட்டார்கள்.

செகாவின் சீகல் நாடகம் இப்சனின் பாதிப்பில் உருவானது. அந்த நாட்களில் நாடகங்களுக்குத் தணிக்கை முறையிருந்தது. ஆகவே, செகாவும் தனது நாடகப் பிரதியை அனுப்பி வைத்து, அனுமதி கேட்டிருந்தார். இந்த நாடகத்தின் சில காட்சிகள் வசனங்களை நீக்க வேண்டும் எனத் தணிக்கைத்துறை அறிவித்தது. மாற்றி எழுதிய பிறகே அனுமதி தரப்பட்டது. சீகல் நாடகத்தில் முக்கியக் கதாப்பாத்திரம் நடிக்க வந்த ஒல்காவின் நடிப்பில் மயங்கிய செகாவ் அவளைத் தீவிரமாகக் காதலிக்கத் துவங்கினார். ஒல்கா நிப்பர் சிறந்த நடிகை. டால்ஸ்டாயின் நாடகங்களில் நடித்தவள்.

முதன்முறையாக நாடகம் பீட்டர்ஸ்பெர்க்கில் நிகழ்த்தப்பட்ட போது பெரிய தோல்வி அடைந்தது. அதற்குக் காரணம் நாடகத்தை இயக்கிய எவிதிகி கார்போவ் என்ற இயக்குநர். அவருக்கு ரசனையே கிடையாது. கற்பனையும் கிடையாது. ஆகவே, நாடகம் தோல்வி அடைந்தது என்கிறார் செகாவ். ஆனால், இந்த நாடகம் பின்பு ஸ்டானிஸ்லாவ்ஸ்கி இயக்கத்தில் மாஸ்கோவில் பெரும் வெற்றி பெற்றது.

1855ல் இவான் துர்கனேவ் எழுதிய A Month in the Country நாடகத்தின் பாதிப்பில் தான் சீகல் அமைந்திருந்தது. இந்த நாடகத்தில் இடம் பெற்ற சில வசனங்கள் பிரெஞ்சு எழுத்தாளர் மாப்பசானின் உரையாடலைப் போலவே எழுதப்பட்டிருந்தன. நீனா ஸரிச்னாயா என்ற இளம் பெண்ணே சீகல் எனும் பறவையாக உருவகப் படுத்தப்படுகிறாள். அவளை இளம் எழுத்தாளன் திரிப்லீவ் காதலிக்கிறான். அவனது

அம்மா இரீனா அர்க்கடீ[illegible] புகழ்பெற்ற நடிகை. ஆனாலும் திரிப்லீவ் மிகவும் கஷ்டப்படுகிறான். அவனுடைய நாடகம் ஒன்றில் நீனா கதாநாயகியாய் நடிக்கிறாள். அவள் மீது அர்க்கடீனாவிற்குப் பொறாமை. [illegible]துடன் அர்க்கடீனா குறுகிய நோக்கமுடையவள். அவள் திரிப்லீவையும், அவன் நாடகத்தையும் கடுமையாக விமர்சனம் செய்கிறாள்.

மறுபக்கம் நீனா எழுத்தாளன் திரிகாரினைக் காதலிக்கிறாள். அவன் செகாவின் நகல் போன்றே உருவாக்கப்பட்டிருக்கிறான். நீனாவின் மீதான காதலில் மனம் உடைந்துபோன திரிப்லீவ் தன்னைச் சுட்டுக் கொள்கிறான். ஆனால், குறி தப்பிவிடுகிறது; உயிர் பிழைத்து மீண்டும் வாழ்க்கையைத் தொடங்குகிறான். இந்நிலையில் திரிகாரின் நீனாவை அனுபவித்துவிட்டுக் கைவிட்டுவிடுகிறான்.

திரிப்லீவை மாஷா என்னும் இளம்பெண் காதலிக்கிறாள். அவளைத் திரிப்லீவ் ஏற்றுக் கொள்ளவில்லை. ஆகவே, மத்விதங்கோ என்னும் ஆசிரியரைக் கல்யாணம் செய்துகொள்கிறாள். நாடக முடிவில் நீனா சீகல் பறவை போல. சந்தோஷம் இழந்து தோற்றுப்போன காதலுடன் ஏரிக்கரைக்கு வருகிறாள். அவளைச் சந்திக்கும் திரிப்லீவ், மீண்டும் அவளிடம் தனது காதலை ஏற்றுக் கொள்ளும்படி மன்றாடுகிறான். நீனா மறுத்துவிடுகிறாள். இதனால் மனம் உடைந்த திரிப்லீவ் மறுபடியும் தன்னைச் சுட்டுக்கொண்டு இறந்து போகிறான். இந்நாடகத்தில் வரும் நீனா ஒரு மறக்கமுடியாத கதாப்பாத்திரம்.

'வான்யா மாமா'வும் இதுபோன்ற தோற்றுப்போனவர்களின் கதையே. வான்யா மாமாவும் அவனுடைய சகோதரியின் மகள் சோனியாவும். கிராமத்து வீட்டில் ஒன்றாக வசிக்கிறார்கள். நகரில் வாழும் சோனியாவின் தந்தை ஸெரிபிரியகாவ் தம் இளைய மனைவி

எலீனாவுடன் கிராமத்திற்குத் திரும்பி வருகிறார். கிராமத்திலிருந்த சொத்துகள் யாவும் சோனியாவின் தாயிற்குச் சொந்தமானவை. மாமா வான்யாவும் தனது பூர்வீக சொத்தைத் தனது சகோதரிக்கு அன்பளிப்பாய்க் கொடுத்திருந்தார். ஆகவே, வான்யா மாமாவும், சோனியாவும் நிலங்களைப் பார்வையிட்டு. பழைய கடனைத் தீர்த்து, தந்தை ஸெரிபிரியகாவ்விற்குத் தவறாமல் பணம் அனுப்பிக் கொண்டிருந்தனர்.

ஸெரிபிரியகாவ் சுயநலமானவர். பாதுகாப்பான வட்டத்திற்குள் வாழ்பவர். வான்யா மாமா அவரைப் பெரிய அறிவாளி என நம்பி வந்தார். கிராமத்திற்கு அவர் வந்தபிறகு அந்த நம்பிக்கை பொய்த்துப் போய்விடுகிறது. அத்துடன் வான்யாவிற்கு எலீனாவின் மீது காதல் உண்டாகிறது. இந்நிலையில் ஸெரிபிரியகாவ் நிலங்களை விற்றுவிட்டு நகரத்திற்குப் போகலாமா என்று யோசிக்கிறார். அது வான்யாவிற்குப் பிடிக்கவில்லை. ஆகவே, அவரைக் கொல்வதற்காக எத்தனிக்கிறான். குறி தப்பிவிடுகிறது.

இன்னொரு பக்கம் எலீனா டாக்டர் ஆஸ்திராவை ரகசியமாகக் காதலிக்கிறாள். டாக்டரும் அவளைக் காதலிக்கிறார். ஆனால், கணவனுக்குத் துரோகம் செய்கிறோமோ என எலீனாவுக்குப் பயம். அதை மறைத்துக் கொள்கிறாள்.

இதே டாக்டரை சோனியாவும் ஒரு தலையாகக் காதலிக்கிறாள். ஆனால், அவளை டாக்டர் கண்டுகொள்வதில்லை. ஒருநாள் வான்யா டாக்டர் ஆஸ்திராவின் பையிலிருந்து விஷத்தைத் திருடிவைத்துக்

கொள்கிறார். டாக்டர் அதைக் கண்டுபிடித்துவிடுகிறார். விஷத்தை திருப்பிக் கொடுத்துவிடும்படி சோனியா வேண்டுகிறாள். இப்படித் தோற்றுப்போன இரண்டு பேர் ஒரு புள்ளியில் ஒன்று சேர்கிறார்கள்.

"மற்றவர்களுக்காக நாம் ஓய்வின்றி உழைப்போம்! அதுதான் நமது வாழ்க்கை" என சோனியாவும் மாமாவும் எதிர்கால நம்பிக்கையுடன் இருப்பதோடு நாடகம் முடிகிறது.

செர்ரி ஆர்சட் நாடகம் அவரது மற்ற நாடகங்களை விடவும் மிகப்புகழ்பெற்றது. ல்யூபாவ் ஆந்திரீவ்னா கணவனை இழந்த பெண். அவளது மகன் கிரீஷாவையும் ஆற்றில் இழந்து விடவே, தாளமுடியாத சோகம் அடைகிறாள். அதிலிருந்து விடுபட மகள் ஆன்யாவுடன் வெளிநாட்டுப் பயணம் மேற்கொள்கிறாள். அந்த நிலையில் அவளது நிலங்களை வார்யா பார்வையிட்டு வருகிறாள்.

ஐந்து வருஷங்களுக்குப் பின் ஆந்திரீவ்னா, பிரான்ஸிலிருந்து வீடு திரும்புகிறாள். நிலங்களை அடமானத்திலிருந்து அவளால் மீட்க முடியவில்லை. இந்நிலையில் வியாபாரி லொபாஹின் கடனிலிருந்து மீள அவர்களுடைய செர்ரி தோட்டத்தைத் துண்டு துண்டாய்ப் பிரித்து வீடுகள் கட்டி விட்டால் அதிகப் பணம் கிடைக்கும் என்ற யோசனை சொல்லுகிறான்.

அழகான தோட்டத்தைச் சிதைக்க மனம் வரவில்லை. ஆனால், நெருக்கடி காரணமாக செர்ரி தோட்டம் பிரிக்கப்படுகிறது. லொபாஹின் அதை வாங்கிக்கொண்டு, தோட்டத்தைத் துண்டு போடத் துவங்குகிறான். செர்ரி மரங்கள் வீழ்த்தப்படுகின்றன. ஆந்திரீவ்னா வீட்டைவிட்டு வெளியேறுகிறாள். செர்ரி மரங்களை

வெட்டி வீழ்த்தும் ஓசையுடன் நாடகம் நிறைவு பெறுகிறது. ரஷ்யா முழுவதுமே நம் தோட்டம். இங்கு ஒவ்வொரு இலையிலிருந்தும். ஒவ்வொரு கிளையிலிருந்தும் மனித முகங்கள் எட்டி நம்மைப் பார்ப்பது தெரியவில்லையா? அவர்களின் புலம்பல் உனக்குக் கேட்கவில்லையா?" எனச் செகாவ் நாடகத்தில் கூறுவது அன்றைய ரஷ்ய உலகின் குரலாகவே உள்ளது.

"எனது காதல் என்பது கழுத்தில் கட்டித் தொங்கவிடப்பட்ட கல். அது என்னைக் கீழ்நோக்கி இழுக்கிறது. ஆனாலும் நான் அக்கல்லை விரும்புகிறேன். அக்கல் இல்லாமல் வாழ்க்கையில்லை என அறிந்திருக்கிறேன்".

"பசியோடு உள்ள நாய் மாமிசம் தவிர வேறு எதையும் நம்பாது" என்பது போன்ற நாடக வசனங்கள் செகாவின் தனித்திறனுக்குச் சான்றாக உள்ளன.

நடிகர்களே உணர்ச்சிகள் அனைத்தையும் தங்கள் நடிப்பினால் வெளிப்படுத்த வேண்டும் என மரபாகச் சொல்லப்பட்ட விதிகளை மீறி செகாவின் நாடகத்தில் பொருட்களும். ஓசைகளும் கூட நடிப்பிற்கான வழிமுறையாகக் கையாளப்பட்டன.

மௌனத்தின் வழியே உணர்ச்சி நிலை வெளிப்படுத்தப் பட்டது. இதுபோலவே நாடகத்தின் இடையே தனிப்பாடல்கள் இல்லாமல் நாடகத்தின் மையத்தோடு இணைந்த இசை உருவாக்கபட்டடது. செகாவ்வின் இசை ஆர்வம் இதற்கு முக்கியக் காரணமாக அமைந்திருந்தது. அவரது நாடகங்களில் 'மௌனம்' என்ற குறிப்பு இருக்கும்.

நாடக நடிகர் வி.ஐ.காசெலாவ் தனது நினைவுகளைப் பகிர்ந்து கொள்ளும்போது ஒன்றைக் குறிப்பிடுகிறார். சீகல் நாடகத்தில் வரும் திரிகாரின் என்ற எழுத்தாளராக நடிப்பதற்குப் பழகிக் கொண்டிருக்கையில் செகாவ் அவரிடம் சொன்னார்: காசெலாவ். நீங்கள் கையில் வைத்திருக்கும் தூண்டிற் கோல்கள் ரொம்ப நேர்த்தியாய் இருக்கக்கூடாது. வளைந்து, கொஞ்சம் கோணலாய்த்தான் இருக்க வேணும். காரணம் அதைத் திரிகாரின் தானாகவே செய்துகொண்டிருக்கிறான் என எழுதியிருக்கிறேன். ஆகவே, வளைந்த துண்டிலை பயன்படுத்துங்கள் என்றதுடன் அவன் எப்படிக் குடிப்பான், எப்படித் தள்ளாடுவான் என்றும் செகாவே நடித்துக்காட்டினார். அந்த அளவு தனது கதாப்பாத்திரங்களைத் துல்லியமாக வெளிப்படுத்த விரும்பினார்.

தனது நாடகம் வெற்றிகரமான நடைபெற வேண்டும் என்பதற்காக நாடக வாசிப்பிலும் ஒத்திகையிலும் செகாவ் முழுமையாகக் கலந்து கொண்டார். அந்த நாட்களில் அவரது உடல்நலம் நலிந்துகொண்டே வந்தது. பலமுறை ரத்த வாந்தி எடுத்தார். அப்படியிருந்தும் அவன் ஒத்திகைகளை விலக்கவேயில்லை.

உடலில் நோய் முற்றியதால் தனக்குக் காம உணர்ச்சி அதிகமாகிறது. பாலின்பத்தின் வழியே மட்டுமே என்னைக் குணப்படுத்திக் கொள்கிறேன் என செகாவ் தனது நாட்குறிப்பில் குறிப்பிடுகிறார். மிக மோசமான குளிரில் வீட்டு அடுப்பு வேலை செய்யாமல் பசியோடு நடுங்கியபடி படுத்துக்கிடந்தார். அவ்வளவு குளிரிலும் குதிரைகள் வண்டி இழுத்துக் கொண்டு பனியில் போவதைக் காணும்போது அவருக்கு மன வேதனையாக இருந்தது. மிருகவதை

சட்டம் போட்டு இதைத் தடுக்கக் கூடாதா எனப் புலம்பினார் செகாவ். அந்தக் காலத்தில் நாடகத்திற்கு எவ்வளவு வசூல் ஆகிறதோ அதை வைத்தே நாடக ஆசிரியருக்கு ஊதியம் கிடைக்கும். ஓர் எழுத்தாளரின் நாடகத்தை நிகழ்த்த அவரது அனுமதி பெற்றால் போதும். அவருக்கான ஊதியம் நாடக வெற்றியின் பின்பே நிர்ணயிக்கப்படும். விதிவிலக்காகப் பிரபல நாடக ஆசிரியர்கள் பெருந்தொகை பெற்றுக்கொண்டு நாடகம் எழுதித் தருவார்கள். செகாவ் நாடகம் வசூலில் வெற்றி அடையத் துவங்கியதை முன்னிட்டு அவருக்கு ஆயிரம் ரூபிள் வரை சன்மானம் தரப்பட்டது.

ஏழ்மையில் வாடிய செகாவ் தன்னைப் போலவே வறிய குடும்பத்திலிருந்து படிக்க முன்வரும் மாணவர்களுக்குக் கல்வி உதவிகள் செய்யத் துவங்கினார். அத்தோடு கிராமப்புற மக்களுக்காக ஒரு பள்ளிக்கூடம் கட்ட பல்வேறு விதமான உதவிகளைச் செய்தார். முறையாகத் தேவாலயத்திற்குப் போய் வணங்கும் பழக்கம் இல்லாத போதும் செகாவ் கிராமப்புற மக்கள் தங்கள் தேவாலயத்தைச் சீரமைக்க உதவி கேட்டபோது, பணமும் பொருளும் தந்து உதவினார்.

கிராமப்புற விவசாயிகளின் வேண்டுதல் காரணமாக மூன்று பள்ளிகளை அவர் உருவாக்கிக் கொடுத்திருக்கிறார். அதுபோலவே மாவட்ட மக்கள் தொகை கணக்கு எடுப்பிற்காக வீடு வீடாகப் போய் களப்பணி செய்திருக்கிறார். அதுபோலவே, ஓவியர் இலியா ரீபின் உதவியோடு தனது ஊரில் ஒரு மியூசியம் ஒன்றையும் செகாவ்

உருவாக்கினார். ஒவ்வொரு நாளும் அவரைக் காண யாராவது ஆசிரியர்கள் வந்து காத்திருப்பார்கள். அவர்களுக்குத் தேவையான பல்வேறு உதவிகளைச் செய்வதுடன் கல்வி குறித்து விவாதிக்கவும் செய்வார்.

1897ல் மாஸ்கோவின் ஸ்லாவ் பஜார் விடுதி ஒன்றில் செகாவ் தங்கியிருந்தார். அங்கே சுவாரின் உடன் சாப்பிட்டுக் கொண்டிருந்த போது, அவருக்குத் திடீரென ரத்த வாந்தி வரத்துவங்கியது. கட்டுப்படுத்தமுடியாத அளவு ரத்தம் கொட்டியது. உடனடியாக அவர் மருத்துவமனைக்குக் கொண்டு செல்லப்பட்டார்.

டாக்டர் ஒப்லான்ஸ்கி அவரைப் பரிசோதனை செய்து வலது நுரையீரலில் இருந்து ரத்தம் கசிவதாகத் தெரிவித்தார். அந்த நிலையிலும் தனது புத்தகத்தின் புரூப் காப்பியை அனுப்பி வைக்கும்படி அச்சகத்திற்குச் செகாவ் கடிதம் அனுப்பினார்.

செகாவின் உடல்நிலை குறித்து மற்றவர்கள் பயந்துபோன சூழலில் அவர் தான் தங்கியிருக்கும் 'வார்ட் எண் 16' தனது கதையில் வரும் ஆறாவது வார்டினை நினைவுபடுத்துகிறது எனக் கேலி செய்து கொண்டிருந்தார். அங்கிருந்த மற்ற நோயாளிகளுடன் அவர் வேடிக்கையாகப் பேசிக்கொண்டும், சிரித்தபடியும் நாளைக் கழித்தார்.

நுரையீரலில் பாதி அரிக்கப்பட்டு விட்டது. முழுமையான ஓய்வு. ஆரோக்கியமான உணவு. நல்ல சீதோஷ்ண நிலை இதுவே அவரைக் காப்பாற்றும் என முடிவு செய்த மருத்துவர்கள் வெந்நீர் விடுதி ஏதாவது ஒன்றுக்குப் போய் சில மாதங்கள் தங்கி வரும்படி ஆலோசனை சொன்னார்கள். வடக்கு ஆப்ரிக்காவில் சீதோஷ்ண நிலை நன்றாக இருக்கும். அங்கே போய்வரலாமா எனக் கூடச் செகாவ் நினைத்தார். அழகான பெண்களும் நல்ல சீதோஷ்ண நிலையும் இங்குள்ளது. உடனே வந்துவிடவும் என செகாவின் பிரெஞ்சு நண்பர் ஒரு கடிதம் கொடுத்து அனுப்பினார். ஆனால்,

செகாவ் உடனே எங்கும் பயணம் செய்ய விரும்பவில்லை. செகாவின் நாடகங்கள் புகழ்பெற காரணமாகவிருந்தவர் நாடக மேதை கான்ஸ்தன்தீன் ஸ்தனிஸ்லாவ்ஸ்கி.

மேடை நாடகத்தில் நடிப்பின் புதிய பரிமாணங்களை உருவாக்கியவர். ஒரு நடிகன் தான் ஏற்றுக்கொள்ளும் கதாப்பாத்திரத்தின் உள்ளுணர்வுகளை எப்படி வெளிப்படுத்துவது என்பதற்கு இவர் சில சிறப்புப் பயிற்சிகளை உருவாக்கினார். தொடர் ஒத்திகையின் மூலம் எவரையும் சிறந்த நடிகராக்கிவிட முடியும் என நிருபித்துக் காட்டினார்.

இவரது மெதட் ஆக்டிங் முறை உலகெங்கும் பரவி புகழ்பெற்றது. ஸ்டானிஸ்லாவ்ஸ்கி உணர்வும் செயல்பாடும் ஒன்றிணைந்த நடிப்பு வேண்டும் எனக் கருதினார். அதாவது நாடகத்தின் ஒவ்வொரு காட்சியிலும் அக்காட்சி எதற்காக உருவாக்கப் பட்டிருக்கிறது என்ற நோக்கத்தை நடிகன் உணர்ந்திருக்க வேண்டும். கதாப்பாத்திரத்தின் உணர்ச்சியைத் தனக்குள் உருவாக்கிக்கொண்டு நடிகன் வெளிப்படுத்த வேண்டும்.

இதில் நடிகர்கள் அதிகம் உணர்ச்சிவசப்பட்டு உடைந்துவிடவும் கூடும். ஆகவே, உணர்ச்சியை வெளிப்படுத்துவதுடன் ஒரு செயலை ஒன்றிணைத்துக் கொள்ள வேண்டும் என வழிகாட்டினார். இதனால் நடிகர் அழுகின்ற காட்சியில் வெறுமனே அழுவதுடன் ஏதாவது ஒரு செயலையும் இணைத்துச் செய்வார். இதுதான் 'மெதட் ஆக்டிங்கின் அடிப்படை. இதற்காக நிறைய ஒத்திகைகளை நடிகன் மேற்கொள்ள வேண்டியதிருக்கும். அந்த ஒத்திகையில் சிறந்த நடிப்பின் பரிமாணத்தை அவன் வெளிப்படுத்தும்போது, அதைக் கண்டறிந்து சீர்செய்து முறைப்படுத்துவார் ஸ்டானிஸ்லாவ்ஸ்கி.

ரஷ்ய நாடகங்கள் அதன் பிரம்மாண்டத்திற்காகவே புகழ் பெற்றிருந்தன. பிரெஞ்சு நாடகங்கள் தான் அதன் ஆதர்சம். எந்த அளவு பிரம்மாண்டம் அதிகமாகியிருக்கிறதோ அந்த அளவு நாடகம் அதிக வெற்றியடையும். இந்த நிலையில் மாற்று முயற்சிகள் நாடகப் பார்வையாளர்களுக்கு வெறுப்பையும் எரிச்சலையுமே தந்தன. ஸ்டானிஸ்லாவ்ஸ்கி அதைப் பற்றிக் கவலை கொள்ளவில்லை. வெறும் பொழுதுபோக்கிற்காக மட்டும் நாடகம் நிகழ்த்தப் படக்கூடாது.

அதன்வழியே சிந்திக்கவும், விவாதிக்கவும் வைக்க வேண்டும் என எண்ணிய ஸ்டானிஸ்லாவ்ஸ்கி நாடக நிகழ்த்துதலில் பலமாற்றங்களை உருவாக்கினார். நடிப்பு, இசை, மொழி, நடனம் என்று பல கலைகள் ஒரே சமயத்தில் நாடகத்தில் இணைகிறது. ஆகவே, அதன் முழுமையான சாத்தியத்தை உருவாக்க வேண்டும் என்கிறார் ஸ்டானிஸ்லாவ்ஸ்கி. அக்டோபர் புரட்சி தொடங்கப்பட்ட நேரம். அன்று இரவு இராணுவம் கிரெம்ளின் நோக்கி நகர்ந்து கொண்டிருந்தது. தெரு விளக்குகள் எல்லாம் அணைக்கப்பட்டு

இருந்தன. அப்போது செகாவின் செர்ரி ஆர்சட் நாடகத்தை நிகழ்த்த ஸ்டானிஸ்லாவ்ஸ்கி தயார் ஆகிக் கொண்டிருந்தார்.

நாடகம் பாதியில் நிறுத்தப் பட்டுவிடும் எனப் பலரும் நம்பினார்கள். ஆனால், நாடகம் முழுமையாக நடைபெற்றது. அத்துடன் வீழ்ந்து கொண்டிருக்கும் மேல்தட்டு வாழ்க்கை குறித்த செகாவின் வசனங்களை மக்கள் ரசித்துக் கைதட்டி பாராட்டினார்கள். நாடகம் முடிந்தபோது மக்கள் எழுந்து நின்று ஆரவாரம் செய்தார்கள். ஸ்டானிஸ்லாவ்ஸ்கி வழியாகவே செகாவ் சர்வதேச நாடக அரங்கில் பெரும் புகழை அடைந்தார்.

டால்ஸ்டாயும் செகாவும்

செகாவை விட டால்ஸ்டாய் *32 வயது* அதிகமானவர். செகாவ் எழுதியதுபோல மூன்று மடங்கு டால்ஸ்டாய் எழுதியிருக்கிறார். தன் வாழ்நாளில் செகாவ் எழுதியவை 30தொகுதிகளாக வெளிவந்துள்ளன. டால்ஸ்டாய் எழுதியதோ 90தொகுதிகள். டால்ஸ்டாய்க்கு செகாவின் மீது உள்ள அன்பு சொந்த மகனை

எஸ்.ராமகிருஷ்ணன்

நேசிப்பது போன்றது. தன் வாழ்நாளில் டால்ஸ்டாயைப் பத்து முறை சந்தித்திருக்கிறார் செகாவ். ஒவ்வொரு சந்திப்பிலும் அவர்கள் நெடுநேரம் பேசிக் கொண்டிருந்தார்கள். தனது இலக்கிய ஆசானாகவே டால்ஸ்டாயைக் கருதினார் செகாவ்.

ரஷ்ய இலக்கியத்தின் தனிப்பெரும் சிகரம் டால்ஸ்டாய். அவரது இருப்பே தன்னைப் போன்ற எழுத்தாளர்களுக்கு உத்வேகத்தை ஏற்படுத்துகிறது. அவரே ரஷ்யாவின் ஆன்மா எனத் தனது நாட்குறிப்பில் செகாவ் எழுதியிருக்கிறார்.

மெலிகோவோவிற்கு செகாவ் குடிவந்தபோது, அருகில் தான் டால்ஸ்டாயின் பண்ணை வீடு இருந்தது. ஆனாலும் அவரைத் தேடிப்போய்ச் சந்திக்கச் செகாவ் தயங்கிக் கொண்டேயிருந்தார். தனது கதைகளைப் படித்து டால்ஸ்டாய் தனது நண்பர்களிடம் பாராட்டுகிறார். தனது மகள்களுக்குப் படித்துக்காட்டுகிறார் என்பதை எல்லாம் செகாவ் அறிந்திருந்தார். ஆனாலும் நேரில் சந்திக்கத் தயக்கம் இருந்து கொண்டுதானிருந்தது.

முடிவில் *1895*ம் ஆண்டு ஆகஸ்ட் மாதம் டால்ஸ்டாயைச் சந்திக்கச் சென்றார் செகாவ். நீரோடை ஒன்றிற்குக் குளிப்பதற்காக டால்ஸ்டாய் கிளம்பிக் கொண்டிருந்த காலை நேரமது. செகாவை வரவேற்று தன்னுடன் ஓடைக்கு அழைத்துப் போனார். பார்த்த சில நிமிசங்களிலே நீண்ட நாட்கள் பழகியது போன்ற தோழமையை உணர்ந்தார் செகாவ். தண்ணீருக்குள் இறங்கிக் கொண்ட டால்ஸ்டாய் குழந்தையைப் போலக் குதூகலமாகக் குளிப்பதை செகாவ் வேடிக்கை பார்த்துக் கொண்டிருந்தார்.

நீரோடையில் குளித்தபடியே டால்ஸ்டாய் வெந்நீர் ஊற்றுகள் பற்றியும், அதில் குளிப்பதில் சுகம் காணும் அனுபவம் பற்றியும் பேச ஆரம்பித்தார். தனது ராணுவ அனுபவத்தில் டால்ஸ்டாய் அடைந்திருந்த அரிய விஷயங்கள் பற்றியதாகப் பேச்சு நீண்டது.

டால்ஸ்டாயின் மகள்களும், மனைவியும் செகாவை அன்புடன் விருந்தளித்துக் கவனித்துக் கொண்டார்கள். அன்றிரவு டால்ஸ்டாய் தனது புதிய நாவலான புத்துயிர்ப்பு பற்றி உரையாடத் துவங்கியதோடு அதன் ஒரு அத்தியாயத்தை வாசித்தும் காட்டினார். அன்றிரவு அவர்களின் உரையாடல் ரஷ்ய பண்ணைகள், விவசாயம், கல்வியில் நடைபெற வேண்டிய மாற்றங்கள், மருத்துவர்களின் பொறுப்புணர்வு என நீண்டது.

அந்த உரையாடலில் செகாவ்வின் எண்ணங்கள் பெரிதும் டால்ஸ்டாயிற்கு எதிராகவே இருந்தன. இருவரும் காரசாரமாக உரையாடினார்கள். அப்போது டால்ஸ்டாய் இந்த வாழ்க்கைக்கு என்ன அர்த்தமிருக்கிறது. கலை மனிதர்களுக்கு ஏன் தேவை என்பது குறித்து விரிவான பதில்களைச் சொன்னார். நீதி போதிப்பதே

கலையின் வேலை என டால்ஸ்டாய் கூறியதை செகாவ்வால் ஏற்றுக் கொள்ள முடியவில்லை. உங்கள் எழுத்தின் பலவீனம் அதன் நீதிபோதனைகளே! எல்லாவற்றையும் நீங்கள் மத ரீதியாகவே அணுகுகிறீர்கள் என வெளிப்படையாகச் சொன்னார் செகாவ். அதற்கு, டால்ஸ்டாய் நீதி போதனைகள் என்றைக்கும் நமக்குத் தேவையானவை. அதை எப்படிச் சொல்கிறோம் என்பதில் தான் கலையின் நேர்த்தியிருக்கிறது. நான் உபதேசியார் இல்லை. ஆனால், உபதேசம் செய்ய விரும்பும் எழுத்தாளன் என டால்ஸ்டாய் விளக்கம் கூறினார்.

அந்த உரையாடலின் போது. முழுமையான மனித சுதந்திரம் என்பது ஒருபோதும் சாத்தியமில்லை. மனத்தடைகளும், பண்பாட்டு தடைகளும், ஒழுக்கவிதிகளும், அதிகாரமும் இருக்கும் வரை மனிதர்கள் பிளவுபட்டுத் தானிருப்பார்கள்.

கலையின் வேலை இந்த நெருக்கடிக்குள் மனிதர்கள் எப்படிச் செயலாற்றுகிறார்கள். எந்த நம்பிக்கையைப் பற்றிக் கொள்கிறார்கள். எதைச் சந்தோஷம் என நினைக்கிறார்கள் என்பதை அடையாளம் காட்டுவதே என்றார் செகாவ். அந்தப் பதில் டால்ஸ்டாயிக்கு மிகவும் பிடித்திருந்தது.

மறுநாள் செகாவும் டால்ஸ்டாயின் மகள் அலெக்சாண்ட்ராவும் ஒன்றாக நடைப்பயிற்சிக்கு செல்வதைக் கண்ட டால்ஸ்டாய் வியப்போடு எத்தனை கண்ணியமான மனிதன். அடக்கமான பெண்ணைப் போல நடந்து போகிறான் என வியந்து பாராட்டினார். செகாவை டால்ஸ்டாயின் மகள்களுக்கு மிகவும் பிடித்துப்

போய்விட்டது. அவரது வேடிக்கைக் கதைகள், இசை ஆர்வம், நடன ஆர்வம், இயல்பான பேச்சு என அவர்கள் ஒவ்வொன்றையும் ரசித்தார்கள். அதனால் வீட்டிற்கே பிடித்தமான விருந்தினர் என அவரைக் கொண்டாடினார்கள்.

இலக்கிய உரையாடலுக்கு வெளியே டால்ஸ்டாய் அதிகம் பேசியது பெண்களைப் பற்றியே. அதிலும் குறிப்பாக வேசைகள், காதலிகள் பற்றியே! செகாவ் இவற்றைப் பற்றி டால்ஸ்டாயிடம் பேசக் கூச்சப்பட்டார். ஆனால், டால்ஸ்டாய் மிக வெளிப்படையாக இவற்றைப் பேசினார். உனக்கு எத்தனை இளம்பெண்களுடன் காதல் ஏற்பட்டுள்ளது. வேசைகள் உன்னிடம் எப்படி நடந்து கொள்கிறார்கள். பிராயத்தில் நீ எந்த வேசையின் பின்னால் சுற்றித் திரிந்தாய் என டால்ஸ்டாய் கேட்டதற்குச் செகாவ் பதில் சொல்ல வெட்கப்பட்டார்.

ஆனால், டால்ஸ்டாய் தான் நிறையப் பெண்களைக் காதலித்தவன் என்றும் வேசைகளுடன் தான் கழித்த இரவுகளையும், இளமைப் பருவத்தையும் பற்றி விரிவாக எடுத்துப் பேசினார். அந்த நிமிசங்களில் ஓர் எழுத்தாளனை மட்டுமே தான் கண்டதாகவும் அது டால்ஸ்டாய் என்ற போதகரின் பிம்பத்திற்கு முற்றிலும் மாறுபட்ட பிம்பம் என்றும் செகாவ் குறிப்பேட்டில் எழுதியிருக்கிறார். டால்ஸ்டாயின் போரும் வாழ்வும் நாவலை அன்றாடம் இரவு ஒருமுறை வாசிப்பதை செகாவ் வழக்கமாக வைத்திருந்தார். அந்த நாவலைப் புரட்டி பத்துப் பக்கம் படித்தவுடன் உத்வேகம் தொற்றிக் கொண்டுவிடுகிறது. எத்தனை முறை படித்தாலும் புதிதாக இருக்கிறது. ஆனால், அந்த நாவலில் வரும் நெப்போலியனை தனக்குப் பிடிக்கவில்லை. நெப்போலியன் செயற்கையாக உருவாக்கப்பட்டிருக்கிறார். அவரது செயல்கள், இயல்பு யாவும் செயற்கையாக உள்ளது. அந்த நெப்போலியனை தனக்குப் பிடிக்கவில்லை எனச் செகாவ் கூறுகிறார்.

ஓவியர்கள் எங்கே போனாலும் படம் வரைவதற்கான நோட்டும் பென்சிலும் கொண்டு போவதைப் போல, எழுத்தாளர்கள் எங்கே போனாலும் சிறிய நோட்டு ஒன்றைக் கையில் கொண்டுபோக வேண்டும். கேட்ட, பார்த்த படித்த அறிந்த விஷயங்களை உடனுக்குடன் உடன் அதில் குறித்துக் கொள்ள வேண்டும். சிறிய தகவல்கள் கூட எழுத்தாளனுக்கு முக்கியமானது. ஆகவே, எப்போதும் நான் ஒரு டயரியை உடன்கொண்டு செல்கிறேன் என செகாவ் தனது நாட்குறிப்பில் எழுதியிருக்கிறார். இந்தப் பழக்கமும் கூட டால்ஸ்டாயிடமிருந்தே வந்திருக்கக் கூடும்.

டால்ஸ்டாயை சந்திக்கச் சென்றபோது ஒருமுறை இருவரும் நீண்ட தூரம் நடைப்பயிற்சிக்குச் சென்றார்கள். இருட்டும் வரை நடந்தார்கள். வீடு திரும்பும்போது செகாவிடம் சொன்னார். பசியை விடவும் காம உணர்ச்சியை வலுவானது. பெண்களின் காம உணர்வுகள் குறித்து

வெளிப்படையாகப் பேச முற்படுவதில்லை. உண்மையில் காமம் இந்த இருட்டைப் போன்றது. இதை ஊருடுவி போக முடியும். ஆனால், புரிந்து கொள்வது எளிதானதில்லை. இரண்டு தலை உள்ள புழுவை போன்றது காமம். ஒரு பக்கம் ஆசையாகவும் மறுபக்கம் விலகலாகவும் அது வெளிப்படுகிறது. காமத்தை மனிதர்கள் வெற்றி கொள்ளமுடியாது. கடந்து போக மட்டுமே முடியும். உண்மையில் காமம் ஒரு பொறி. அது மனிதர்களைப் பலவீனப்படுத்துகிறது.

அதைக் கேட்ட செகாவ் சொன்னார், ஒரு மருத்துவராக நான் காமத்தை அணுகும் விதம் வேறு. எழுத்தாளனாக அணுகும் விதம் வேறு. உண்மையில் காமம் ஒரு நோய். அது உக்கிரப்படும்போது, மனிதர்களின் இயல்பு திரிந்துவிடுகிறது. ஆணும் பெண்ணும் திருமணம்செய்து கொள்வதற்குக் காமத்தை தவிர ஒரு காரணமில்லை.

காமம் இருக்கும் வரை அவர்கள் இணக்கமாக இருப்பார்கள். அது வடிந்தபிறகு சண்டையும் கூச்சலும் ஏற்பட்டுவிடும். அந்த உரையாடலின்போது மருத்துவர்கள் ஏன் அதிகம் பேசுவதில்லை எனக்கேட்டார் டால்ஸ்டாய். அதற்கு செகாவ் நோயாளிகள் நிறையப் பேசுவதால் மருத்துவர்கள் அமைதியாக இருக்கிறார்கள். உண்மையில் ஒவ்வொரு நோயாளியும் தனது நோய் பற்றி விரிவாகப் பேசுகிறான். அதில் பாதி அவனது கற்பனை. அதே ஆள் நோயை பற்றிப் பேசுவது தனக்குப் பிடிக்கவே பிடிக்காது என்றும் கூறுவான். இந்த முரண் ஆச்சரியமானது. ரஷ்ய விவசாயிகள் இன்னமும் நவீன மருத்துவத்தில் நம்பிக்கையற்றவர்களாகவே இருக்கிறார்கள்.

நான் மருத்துவம் செய்யும் பகுதியில் ஒரு விவசாயி இருக்கிறான். அவன் நோயுற்றால் தேவாலயத்திற்குச் சென்று மன்றாடுவான். எந்த மருந்தையும் சாப்பிட மாட்டான். அவனது சகோதரி ஒருமுறை என்னிடம் வந்து அவனுக்குச் சில நாட்களாக உடல்நலமில்லை என்று மருந்து வாங்கிப்போனாள். ஆனால், அந்த விவசாயி சாப்பிடவேயில்லை, இறந்துபோனான். இப்படி அநியாயமாகச் செத்து போனாலும் போவார்களே தவிர, மருத்துவத்தில் நம்பிக்கை வைக்க மாட்டார்கள். இதுபோன்ற மதநம்பிக்கை என்னை ஆத்திரப்படுத்துகிறது.

இன்னொரு சந்திப்பின்போது, உரைநடையில் எவ்வளவு தூரம் நுட்பமான விஷயங்கள் இடம்பெற வேண்டும் என்பது குறித்து இருவரும் பேசிக் கொண்டார்கள். டால்ஸ்டாய் குதிரையின் கண்ணோட்டத்தில் ஒரு முழுக்கதையும் எழுதியிருக்கிறார். அதன் பெயர் kholstomer. அக்கதையில் குதிரையின் கண் வழியாக உலகைக் காணும் டால்ஸ்டாயின் எழுத்து விந்தையை செகாவ் மிகவும் ரசித்துப் பாராட்டினார்.

நீ கதைகளை முடிக்க மிகவும் அவசரம் காட்டுகிறாய். அதனால், உனது கதைகளின் துவக்கம் அளவிற்கு முடிவு நேர்த்தியாக இருப்பதில்லை. ஆனால், எனது கதைகள் இசைக்கோர்வையைப் போல மெதுவாகத் துவங்கி அடுத்த நிலைகளுக்கு உயர்ந்து உன்னதமான உச்சத்தைத் தொட்டு முடிகின்றன. பொறுமை தான் எழுத்தாளனுக்குத் தேவையான அடிப்படை குணம். அதைத் தவறவிட்டால் எழுத்து முழுமை பெறாது. பெயருக்காகவோ, பணத்திற்காகவோ உன்னை நீயே ஏமாற்றிக் கொள்ளாதே. அப்படியான எழுத்து காற்றில் அடித்துச் செல்லப்படும் பதர் போலாகிவிடும் என்றார் டால்ஸ்டாய்.

டால்ஸ்டாய் சொன்னதை செகாவ் ஏற்றுக் கொண்டார். அவரிடம் ஒரு சிறுகதையைத் துவங்கிய வேகத்தில் முடித்துவிட வேண்டும் என்ற பதற்றம் எப்போதுமிருந்தது. ஆகவே, அவர் கதையினை அசுர வேகத்தில் எழுதி முடித்துவிடுவார். செகாவின் சிறுகதைகளைக் கொண்டாடிய டால்ஸ்டாய்க்கு அவரது நாடகங்கள் பிடிக்கவில்லை.

இதை செகாவிடம் வெளிப்படையாகச் சொன்னார் டால்ஸ்டாய். எனக்கு ஷேக்ஸ்பியரின் நாடகங்கள் பிடிக்காது. நீ ஷேக்ஸ்பியரை விடவும் மோசமாக எழுதுகிறாய். நாடகத்தில் வரும் கதாப்பாத்திரங்கள் பார்வையாளர்களைத் தன்னோடு அழைத்துக்கொண்டு பயணிக்க வேண்டும். உனது கதாப்பாத்திரங்கள் தங்கள் அகவுலகிற்குள் வாழ்கிறார்கள். அவர்கள் பார்வையாளர்களைப் பொருட்டாகக் கருதுவதேயில்லை. யாரோடு உனது கதாப்பாத்திரங்கள் தங்களை அடையாளப்படுத்திக் கொள்கிறார்கள் எனக்கேட்டார் டால்ஸ்டாய்.

அந்த விமர்சனம் செகாவிற்குப் பிடித்திருந்தது. அவர் ஒவ்வொரு நாடகம் எழுதும்போதும் யாரோடு தனது கதாப்பாத்திரங்கள் அடையாளப்படுத்திக் கொள்ளப்போகிறார்கள் அல்லது ஏன்

எஸ்.ராமகிருஷ்ணன் 69

அடையாளப்படுத்தத் தேவையில்லை எனச் சிந்தனை செய்ய அந்த விமர்சனம் தூண்டுதலாக இருந்தது. செகாவின் கதைகளைத் தனது வீட்டிற்கு வரும் நண்பர்களுக்குப் படித்துக் காட்டுவது டால்ஸ்டாயின் வழக்கம். “எப்படி எழுதுகிறார் பாருங்கள். ரஷ்ய மக்களின் வாழ்க்கையை நாடிபிடித்துத் துல்லியமாக எழுதியிருக்கிறார். பின்னல்வேலை போல எத்தனை அழகான விவரிப்பு. செகாவின் மருத்துவத் தொழில் அவருடைய இலக்கியப் பணிக்கு குறுக்கே நிற்கிறது. இல்லாவிடில் அவர் இன்னும் பெரிய மேதையாக இருப்பார்”

டால்ஸ்டாயைப் பற்றி எப்போது செகாவ் பேச துவங்கினாலும் உணர்ச்சி வசப்பட்டு விடுவார். அவரது குரலில் நெகிழ்ச்சி இருக்கும். பயபக்தியோடு பேசுவார். டால்ஸ்டாயின் உடல்நலம் குறித்து அதிகம் கவலை கொண்டவராகவே செகாவ் இருந்தார். செகாவும் கார்க்கியும் இணைந்து ஒருமுறை டால்ஸ்டாயை சந்தித்துப் பேசினார்கள். அப்போது கார்க்கி தனக்குத் தெரிந்த ஒரு மாணவன் படித்துக் கொண்டிருக்கும்போது தனக்கு புத்துணர்வு வேண்டும் என்றால் அழகான வேலைக்காரப் பெண்ணை அழைத்து ஐந்து நிமிடம் அவளை வைத்த கண்ணை எடுக்காமல் பார்த்துக் கொண்டிருப்பான். உடனே எனர்ஜி வந்துவிடும். படிக்க ஆரம்பித்துவிடுவான் என்று சொன்னார். இதுபோன்ற வேடிக்கைப் பேச்சுகளை ரசித்த டால்ஸ்டாய் நீ ஒரு நாடோடி கலைஞன் எனப் பாராட்டினார். செகாவிற்கும், கார்க்கிக்கும் நெருக்கமான நட்பிருந்தது. தனது சமகால எழுத்தாளர்கள் பலரையும் செகாவ் பாராட்டினார். உற்சாகப்படுத்திக் கொண்டாடினார்.

இதைப்பற்றிக் குறிப்பிடும் இவான் புனின் எங்களைப் போன்ற இளம் தலைமுறை படைப்பாளிகளை செகாவ் சிறார்களைப் போலவே கருதினார். எங்களின் எழுத்துப் பணியை அவர் ஒரு போதும் பொறாமையோடு எண்ணியதில்லை. கனிவும் அன்பும் விருந்தோம்பலும் கொண்டவர் செகாவ். தனது அறையின் ஒரு மூலையில் உனக்கு ஒதுக்கித் தருகிறேன். என்னோடு இணைந்து நீயும் எழுது என இளம் தலைமுறை படைப்பாளியை அழைத்தவர் செகாவ். அந்த அன்பும் மரியாதையும் அவருக்கே உரிய தனித்துவம். நோபல் பரிசு பெற்ற இவான் புனின் 1895ஆம் வருஷத்தின் முடிவில் முதன்முறையாக செகாவை பார்த்த நாள் முதல் அவரது இறுதி நிமிடங்கள் வரை உற்று நண்பராக இருந்தார். அவர் தான் செகாவ் இறந்த பிறகு அவரைபற்றி விரிவான வாழ்க்கை வரலாற்று நூலை எழுதினார். புனின் செகாவை சந்தித்த நாட்களில் ஒருமுறை செகாவ் அவரிடம் நீங்கள் நிறைய எழுத வேண்டும் உழைக்காமலிருந்தால் பிரயோஜனமில்லை. எழுத்தாளன் சதா எழுதிக் கொண்டே யிருக்க வேண்டும். எழுத்து தானே வாழ்க்கை. அதுதான் அவரை உயிரோடு வைத்திருக்கிறது. இந்த அறிவுரையே புனினை தொடர்ந்து எழுதி நோபல் பரிசு பெறச்செய்தது. ஒரு இளம் எழுத்தாளன்

செகாவிடம் சிறுகதை எழுதுவது பற்றிக் கேட்டபோது ஒரு கதையை எழுதி முடித்தபிறகு அதன் ஆரம்பத்தையும் முடிவையும் அடித்துவிட வேண்டும். கதையில் நீங்கள் தேவையான அளவு உணர்ச்சிவசப்பட வேண்டும். அது எழுத்தாளனின் குரலாக இல்லாமல் கதாப்பாத்திரங்களின் இயல்பாக வெளிப்பட வேண்டும். அதிகக் கதாப்பாத்திரங்களை ஒரு கதையில் இடம் பெற வைக்கக் கூடாது. கதைக்குத் தேவையில்லாத விவரணைகள் கூடாது. எழுதிய கதையைத் திருத்தம் செய்ய வேண்டும். உங்கள் கதாப்பாத்திரங்களை வாழ்க்கையில் நுழைய விட்டால் சக மனிதர்கள்போல அவர்கள் இருக்க வேண்டும். இவைதான் எளிய சூத்திரங்கள் என்றார். அத்துடன் எந்த ஒன்றிலும் எதைப் பார்க்கிறோம் என்பது மட்டுமில்லை எப்படிப் பார்க்கிறோம் என்பதே கலையின் நோக்கமாக உள்ளதாகக் கூறி யிருக்கிறார்.

மாப்பஸான். பிளாபெர்ட் (Flaubert). டால்ஸ்டாய் ஆகிய மூவரின் மீதும் செகாவிற்கு மிகுந்த விருப்பமிருந்தது. ஆகவே, அவர் தனது நண்பர்களிடம் இவர்களின் படைப்புகள் குறித்து நிறைய விவாதித்திருக்கிறார்.

The Beauties என்றொரு சிறுகதையைச் செகாவ் எழுதியிருக்கிறார். 1888ல் வெளியான கதையது. இரண்டு நிகழ்வுகளை விவரிக்கும் சின்னஞ்சிறு கதை. ஆனால் இதில் வெளிப்படும் செகாவின் மேதமை அரிய இலக்கியப் படைப்பாக மாற்றிவிடுகிறது. தனது தாத்தாவுடன் ஐந்து அல்லது ஆறாவது வகுப்பு படிக்கும்போது குதிரை வண்டியில் பயணிக்கிறான். ஸ்டெப்பி புல்வெளியைக்

கடக்கும்போது தாத்தாவின் நண்பரான ஆர்மீனியர் வீட்டில் ஓய்வு எடுக்கத் தங்குகிறார்கள். ஆர்மீனியரும் தாத்தாவும் பேசிக் கொண்டிருக்கும்போது, அவர்களின் குடியிருப்பை வேடிக்கை பார்க்கிறான் சிறுவன். அப்போது அவர்களுக்காக ஆர்மீனியரரின் மகளான மாஷா தேநீர் கொண்டு வருகிறாள்.

அப்படி ஓர் அழகியை அவன் கண்டதேயில்லை. இளங்காலை சூரிய வெளிச்சம்போல ஒளிரும் அவளை வியந்து பார்த்துக் கொண்டிருக்கிறான். அந்த அழகு அவளிடம் எப்படி ஒளிர்கிறது என அணு அணுவாக ரசிக்கிறான். தாத்தா அந்தப் பெண்ணிற்கு ஆசி தருகிறார். அந்தப் பெண்ணின் அழகு அவன் மனதில் பசுமையாகத் தங்கிவிடுகிறது.

வளர்ந்து பெரியவன் ஆன பிறகு ஒருநாள் ரயிலில் பயணம் செய்கிறான். நீண்ட நேரம் உட்கார்ந்து வந்த அலுப்பு போக இறங்கி நடைமேடையில் நடக்கிறான். அப்போது ஓர் அழகான பெண் ரயிலில் வந்த பயணியோடு பேசிக் கொண்டிருப்பதைக் காண்கிறான். தனது சிறுவயதில் கண்ட அழகிக்கு நிகராக அழகி. அதே ஒயில் அதே நளினம் அதே கவர்ச்சி. அவளை வியந்து ரசிக்கிறான். அவளது விரல் அசைவு துவங்கி கண் அசைவு வரை ரசித்து வியக்கிறான். இரண்டு அழகிகளும் அவனுக்குள் ஏற்படுத்திய சந்தோஷமும் அனுபவமும் நிகரற்றது.

இருவரும் ஒருவர் தானா, இல்லை வேறு பெண்களா? அழகு என்பது அபூர்வமானதா? யாரோ எங்கோ லட்சத்தில் ஒருவருக்கு மட்டும் தான் அது பூரணமாக அமைந்திருக்குமா? மனம் அழகை ரசிக்கும் போது பெறும் சந்தோஷமும் உயிர்ப்பும் முக்கியமானது. இதைச் செகாவ் கவிதையைப் போல நுட்பமாக எழுத்தில் பதிவு செய்திருக்கிறார்.

'Useless Beauty' என்றொரு சிறுகதையை மாப்பசான் எழுதியிருக்கிறார். அதில் வரும் அழகான பெண் படித்தவள். வாழ்வின் இன்பங்களை அனுபவிக்கத் துடிப்பவள். ஆனால், அவள் கணவன் அதைப் பரிந்து கொள்ளாமல் பிள்ளை பெறும் இயந்திரமாக மட்டுமே நடத்துகிறான். அவனிடமிருந்து விடுபடுவதற்காக அவனது பிள்ளைகள் அவனுக்குப் பிறக்கவில்லை எனப் பொய் சொல்கிறாள் இளம் பெண். அந்த முடிவு அவள் வாழ்க்கையை எப்படிப் புரட்டிப்போடுகிறது என்பதை மாப்பசான் அழுத்தமாக விவரித்திருக்கிறார். இக்கதையில் வரும் இளம்பெண்ணின் அழகும். செகாவின் கதையில் வரும் அழகியின் விவரிப்பும் நெருக்கமாக உள்ளன. செகாவை மாப்பசான் எந்த அளவு பாதித்திருக்கிறார் என்பதற்கு இதுவே உதாரணம்.

செகாவின் காதலிகள்

தனது கதைகளின் மட்டுமில்லை வாழ்க்கையிலும் காதலைக் கொண்டாடியவர் ஆன்டன் செகாவ். அவரது காதல் அனுபவங்கள் குறித்துப் பல்வேறு சுவாரஸ்யமான தகவல்கள் இருக்கின்றன. அதில் ஒன்று, 32 இளம்பெண்கள் அவருடன் நெருங்கிப் பழகியிருக்கிறார்கள் என்பது. அதில் நான்கு பேர் வேசைகள். இரண்டு

எஸ்.ராமகிருஷ்ணன்

பேர் பாடகிகள். ஒருவர் ஆசிரியர். இன்னொருவர் பணக்கார விதவை. மற்றொருவர் ராணுவ அதிகாரியின் மனைவி தனது மணமகள் என்ற சிறுகதையில் செகாவ் ஓர் இளம்பெண்ணின் காதல் அனுபவத்தைப் பற்றிக் குறிப்பிடுகிறார்.

அவள் தனது இருபது வயதில் ஓர் இளைஞனைக் காதலித்தாள். நான்கு ஆண்டுகள் அந்தக் காதல் நீடித்தது. 24வது வயதில் ஒரு பணக்கார இளைஞனைத் திருமணம் செய்து கொண்டாள். அவனுடன் இனிமையாக வாழ்க்கையை அனுபவிக்கத் துவங்கினாள். திருமணத்திற்குத் தேவை வசதியும் பணமும் தான். வெறும் காதலால் ஒரு பயனுமில்லை என அவள் தன் தோழிகளிடம் கூறினாள். நான்கு ஆண்டுகள் அந்தத் திருமண வாழ்க்கை இனித்தது.

பின்பு ஒரு நாள் தற்செயலாகத் தனது பழைய காதலனை சந்தித்தாள். அடுத்த நாள் முதல் அவளுக்குத் திருமணம் கசக்கத் துவங்கியது. தான் தவறு செய்துவிட்டேன். எப்படியாவது காதலனைத் திரும்ப அடைய வேண்டும் என முயற்சிக்க ஆரம்பித்தாள். அது சாத்தியமாகவில்லை. எப்போது தனக்குப் புது வாழ்க்கை கிடைக்கும் எனக் காத்திருக்கத் துவங்கினாள். என்பதுடன் கதை முடிகிறது. இந்தக் கதையில் வரும் இளம்பெண்ணின் மனநிலை செகாவிடமும் இருந்தது.

செகாவ் காதலித்த பெண்கள். செகாவை காதலித்த பெண்கள் என இரண்டு வகையிருந்தார்கள். ஒருமுறை கடற்கரை ஒன்றில் நடியா என்ற இளம்பெண் ஒருத்தி தனியே நடந்து கொண்டிருப்பதைக் கண்ட செகாவ் அவளிடம் தன்னை அறிமுகப்படுத்திக் கொண்டார். அந்த இளம்பெண்ணோடு பேசியபடியே பேசிக்கொண்டபடியே கடற்கரையில் நடந்தார்கள். இரவானது அந்தப் பெண் நடனவிருந்திற்கு செகாவை அழைத்தாள். அவரும் ஒத்துக் கொண்டார். இரவு விருந்து முடிந்து வீடு திரும்பும்போது, அவள் தானும் செகாவுடன் வருவதாகச் சொன்னாள். அவளைத் தனது நண்பனின் வீட்டிற்கு அழைத்துப் போன செகாவ் படுக்கையைப் பகிர்ந்து கொண்டார்.

மறுநாள் முதல் அவள் செகாவை தேடி வரத் துவங்கினாள். ஆனால், அவள் மீதான ஈர்ப்பு ஒருநாளில் அவருக்கு முடிந்து விட்டது. அத்துடன் அவள் ராணுவ அதிகாரியின் தங்கை என்பதை அறிந்து கொண்டு அவளிடமிருந்து தப்பியோடினார் செகாவ். இதுபோலவே அவரிடம் சிகிட்சை பெறுவதற்காக வந்த வணிகரின் மனைவி செகாவின் அழகில் மயங்கி அவருக்கு தினமும் ஒரு பரிசுப்பொருளாக வாங்கி அனுப்பிக் கொண்டேயிருந்தாள். ஒருநாள் அத்தனை பரிசுப்பொருட்களை மொத்தமாக எடுத்துக்கொண்டு, அந்தப் பெண்ணின் கணவனிடம் ஒப்படைத்து இவை எனது பரிசுகள் எனக் கூறிவிட்டு வந்தார் செகாவ். எதற்காக ஒரு டாக்டர் தனக்கு இத்தனை பரிசுகளைத் தந்திருக்கிறார் எனப் புரியாமல் அந்த வணிகர்

குழம்பி போய்விட்டார். ஒரு புத்தாண்டு விருந்தின்போது, எமிலி என்ற இளம்பெண்ணைச் செகாவ் சந்தித்தார். முதற்சந்திப்பிலே அவள் செகாவை திருமணம் செய்து கொள்வதாகச் சொன்னாள். அவரோ தனக்கு வயது நாற்பதைத் தொட்டுவிட்டது. உடலும் மனமும் திருமணத்திற்கு ஏற்றதாகயில்லை. அன்றாட வாழ்க்கை அலுப்பூட்டுகிறது. ஆகவே, தனக்குத் தேவை ஒரு பெண்ணின் அரவணைப்பு மட்டுமே என வெளிப்படையாகக் கூறினார். அந்தப் பெண் தன்னை அவமதித்து விட்டதாக நினைத்துக் கொண்டு புத்தாண்டு கொண்டாட்டத்தை விட்டு விலகி ஓடிவிட்டாள்.

இதுபோலவே தனது தங்கை மாஷாவின் தோழியான அலெக்சாண்ட்ரா தன்னைத் திருமணம் செய்து கொள்ளும் படியாகக் கேட்டபோது, தான் ஆண்மையற்றவன் என்பதால் அவளைத் திருமணம் செய்து கொள்ள முடியாது என ஒரு பொய் சொல்லித் தப்பித்தார் செகாவ்.

துனியா, லிடியா, ஒல்கா நிப்பர் என்ற மூன்று இளம்பெண்களை செகாவ் மிகவும் காதலித்திருக்கிறார். துனியா ஒரு யூதப்பெண் என்பதால் அவளைத் திருமணம் செய்துகொள்ள முடியாது என செகாவ் மறுக்கவே அந்தக் காதல் முறிந்து போனது. ஆனால், லிடியாவோடு நீண்டகாலம் நெருங்கிப் பழகிவந்தார். 1889ல் செகாவ் லிடியா அவிலோவைச் சந்தித்தபோது, அவளுக்கு வயது 19. அப்போதே அவள் திருமணம் ஆனவள். அவளது கணவன் பீட்டர்ஸ்பெர்க்கில் வேலை செய்து கொண்டிருந்தான். கைக்குழந்தையும் இருந்தது.

ஆனாலும் செகாவ் லிடியாவைக் காதலித்தார். லிடியா அவரை ஏற்றுக் கொள்ளவில்லை. மூன்று ஆண்டுகளுக்குப் பிறகு மீண்டும் ஒரு சந்திப்பு நடைபெற்றது. இப்போது அவள் மூன்று குழந்தைகளின் தாய். ஆனால், அவளிடம் காதல் துளிர்விட்டது. அவள் செகாவிற்குக் காதல் கடிதங்கள் எழுதத் துவங்கினாள். செகாவும் உருகி உருகிக் காதல் கடிதங்களை எழுதினார்.

லிடியா ஒபரா பாடகியாக விரும்பினாள். அத்துடன் அவள் சில சிறுகதைகளையும் எழுதி வெளியிட்டிருக்கிறாள். லிடியாவின் கணவன் செகாவின் மீதான அவளது காதல் பற்றி அறிந்து அவளைக் கண்டித்து ஒடுக்கிவிட்டான். ஆனாலும் லிடியா மீதான அவரது காதல் குறையவேயில்லை.

தன்னிடம் மிகவும் பகட்டாக நடந்து கொள்கிறாள். அதிகம் புகைபிடிக்கிற பெண். உணர்ச்சிவசப்பட்டுச் சண்டையிடுபவள் என அவள் மீது நிறையக் குற்றச்சாட்டுகளைத் தனது டயரியில் செகாவ் பதிவு செய்திருக்கிறார். அவளுடன் படுக்கையைப் பகிர்ந்து கொண்ட இரவுகள் பற்றியும் கடிதங்களில் செகாவ் எழுதியிருக்கிறார்.

ஒல்கா நிப்பர் ஸ்தனிஸ்லாவ்ஸ்கியின் நாடகக் குழுவிலிருந்த நடிகை. செகாவின் கடல்நாரை நாடகத்தில் அவள் அர்காதினா என்ற கதாப்பாத்திரத்தில் சிறப்பாக நடித்தாள். ஒல்காவின் குடும்பம் உயர்வகுப்பை சார்ந்தது. அவளது அப்பா ஒரு தொழிற்சாலையை நிர்வகித்து வந்தார்.

ஆகவே, ஒல்கா தனி ஆசிரியர் மூலம் பாடம் கற்றுக் கொண்டாள். இசை பயின்றாள். பிரெஞ்சு, ஜெர்மன், ஆங்கிலம், ரஷ்யன் என நான்கு மொழிகள் அவளுக்குத் தெரியும். அத்துடன் அவள் ஓவியம் தீட்டுவதிலும் ஆர்வம் கொண்டிருந்தாள்.

அவளுக்கு இரண்டு சகோதரர்கள். அவளது அம்மா அன்னா இசையில் மிகுந்த ஆர்வம் கொண்டவர். அப்பாவின் எதிர்பாராத மரணம் காரணமாக அந்தக் குடும்பம் கடனில் மூழ்கியது. அதிலிருந்து மீண்டுவர ஒல்கா இசை ஆசிரியராகப் பணியாற்றினார். நாடகங்களில் தீவிரமாக நடிக்கத் துவங்கினாள். அந்த நாட்களில் தான் அவள் செகாவைச் சந்தித்தாள். அப்போது அவளுக்கு வயது 30.

நாடக நடிகையாக அறிமுகமான ஒல்கா நிப்பர் செகாவின் தங்கை மாஷாவோடு தோழமையுடன் பழகிவந்தாள். முதல் பார்வையிலே அவள்மீது காதல் கொண்டுவிட்ட செகாவ் நாடக ஒத்திகை என்ற பேரில் அவளுடன் நெருங்கி பழகத் துவங்கினார். ஜெர்மன் லூத்தரன் குடும்பம் என்பதால் தான் அவளுக்குப் பொருத்தமான ஜெர்மானிய காதலனாக இருப்பேன் என ஒரு கடிதம் எழுதினார் செகாவ். அதில் தனது பெயரை ஜெர்மன் ஆன்டன் எனக் கையெழுத்துப் போட்டிருக்கிறார். லிடியா மீது அவருக்கிருந்த காதல். அவளது

திருமணத்திற்குப் பிறகு தொடர்ந்திருக்கிறது. அவரால் லிடியாவை மறக்க முடியவில்லை. செகாவ் ஒல்காவை காதலிப்பது அவரது தங்கைக்குப் பிடிக்கவில்லை. கடுமையான எதிர்ப்பு தெரிவித்தாள்.

ஆனால், செகாவ் அந்த எதிர்ப்பைப் பொருட்படுத்தவேயில்லை. ஒல்கா தந்தையற்ற பெண். அவளது மாமாவின் பாதுகாப்பில் வாழ்ந்து வந்தாள். நாடக நடிகை என்பதால் அவள் மாஸ்கோவில் ஓர் அபார்ட்மெண்ட் எடுத்துத் தங்கியிருந்தாள். செகாவ் அவளைக் காண்பதற்காகவே யால்டாவிலிருந்து மாஸ்கோவிற்குப் போய் வரத்துவங்கினார்.

திருமணம் என்பது மிகவும் செயற்கையான ஒப்பந்தம். தனக்கு அதில் நம்பிக்கை எனச் செகாவ் தனது நாட்குறிப்பு ஒன்றில் குறிப்பிடுகிறார். திருமண வாழ்க்கை பிரச்சனைகளை உருவாக்கிவிடும் என்ற பயம் அவருக்கு இருந்தது. ஆகவே, மணம் செய்து கொள்ளாமலே ஒல்காவோடு காதல் உறவைத் தொடர்ந்து வந்தார்.

தனது பதின்வயதுகளிலே காம உந்துதல் காரணமாக வேசைகளைத் தேடிப்போன அனுபவம் தனக்கு உண்டு. அதன்பிறகு மருத்துவம் படிக்கிற நாட்களிலும். மருத்துவராகப் பணியாற்றிய போதும், நிறைய வேசைகளுடன் பழகவும் படுக்கையைப் பகிர்ந்து கொள்ளவும் நேர்ந்தது. காமம் தன்னை ஒரு காலத்தில் மிகவும் அலைக்கழித்தது. அது தீர்க்கமுடியாத பசி என உணர்ந்தபிறகு காமத்தை எதிர்கொள்ளப்

பழகியிருந்தேன் எனச் செகாவ் குறிப்பிடுகிறார். எழுத்துலகில் புகழ்பெற துவங்கிய செகாவை இரவு விருந்தில் பெண்கள் கூட்டம் சுற்றிவளைத்துக் கொண்டுவிடும். அவரும் இளம்பெண்களுடன் விருப்பமாக உரையாடுவார் என நினைவுகூர்கிறார் இவான் புனின்.

ஒல்காவைத் திருமணம் செய்துகொள்வது என முடிவு செய்த போதும் தனது உடல்நிலை அதற்கு ஒத்துழைப்புத் தருவதாக உள்ளதா என அறிந்து கொள்ள முழுமையான மருத்துவப் பரிசோதனை ஒன்றை செகாவ் செய்து கொண்டார். அதில் அவரது நுரையீரல் மிகவும் பாதிக்கப்பட்டிருக்கிறது என அறிவித்தார்கள்.

அதற்குச் சிகிட்சை மேற்கொள்ள குமிஸ் என்ற பராம்பரிய மருந்தை இரண்டு மாத காலம் குடிக்க வேண்டும் என்றார்கள். இது குதிரை பாலில் தயாரிக்கப்படுவது. துருக்கிய மருத்துவப் பழக்கம். டால்ஸ்டாய் கூட ஆரோக்கியத்திற்காக குமிஸ் குடித்திருப்பதாகத் தனது டயரியில் எழுதியிருக்கிறார்.

மருத்துவச் சிகிட்சைகள் எடுத்துக்கொண்ட செகாவ் ஒல்காவை ரகசியமாகத் திருமணம் கொண்டார். அவர்கள் திருமணம் 1901ம் ஆண்டு மே 25 அன்று மாஸ்கோ தேவாலயத்தில் நடைபெற்றது. அதில் நான்கே நான்கு சாட்சிகள். செகாவ் குடும்பத்திலிருந்து எவரும் அழைக்கப்படவில்லை. தனது திருமணம் நடைபெற்றுவிட்டது என ஒரு தந்தி மட்டும் வீட்டிற்குக் கொடுத்திருந்தார் செகாவ்.

திருமணம் முடிந்தபிறகு நண்பர்களுக்கு ஒரு விருந்து தர ஏற்பாடு செய்திருந்தார். ஆனால், அந்த விருந்தில் கலந்து கொள்ளாமல் செகாவும் ஒல்காவும் இரவே ரயில் பயணத்தை மேற்கொண்டார்கள்.

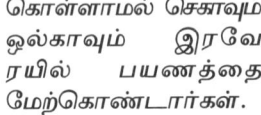

கார்க்கியைச் சந்தித்து தனது திருமண நிகழ்வை பகிர்ந்து கொண்ட செகாவ் அங்கிருந்து தான் சிகிட்சை பெற்ற சானிடோரியத்திற்கு வந்து சேர்ந்தார். இரண்டு மாத காலம் அங்கேயே தங்கி முறையான சிகிட்சை பெற்ற பிறகு வீடு திரும்பினார். ஒல்காவை மாஷா ஏற்றுக் கொள்ள வில்லை.

தாயையும் சகோதரியையும் செகாவ் சமாதானப்படுத்தினார். ஒன்றரை மாத காலம் ஒல்கா யால்டாவிலிருந்தாள். அந்த நாட்கள் மறக்கமுடியாதவை. ஒவ்வொரு நாளும் காலையில் குளித்து முடித்து அலங்காரமாக உடை அணிந்துகொண்டு ஒல்கா செகாவின் அறைக்கு வந்து சேர்வார்.

அவளைச் சேர்த்து அணைத்து முத்தமிட்டபடியே செகாவ் வாழ்க்கையின் நறுமணம் இனிதாக இருக்கிறது எனக் கேலி செய்வார். மாலையில் அவர்கள் ஒன்றாக நடைப்பயிற்சி செல்வார்கள். இரவில் அவளுக்காகச் செகாவ் கதை படித்துக் காட்டுவதும் உண்டு. இருவரும் சேர்ந்து இசை கேட்பார்கள். பின்பு, ஒல்கா தனது நாடக ஒத்திகையின் காரணமாக மாஸ்கோவிற்குப் புறப்பட்டுச் சென்றார்.

அதன் பிந்திய ஆண்டுகளில் சில மாதம் ஒல்கா யால்டாவிலும் சில மாதம் மாஸ்கோவிலுமாக வசிக்கத் துவங்கினார். ஒருமுறை அவர்கள் ஸ்தனிஸ்லாவ்ஸ்கியின் பண்ணை வீட்டில் ஓய்வு எடுக்கச் சென்றார்கள்.

கர்ப்பசிதைவு காரணமாக ஒல்காவிற்கு அறுவை சிகிட்சை அளிக்கப்பட்டது. அந்த நாட்களில் ஒல்காவை ஒரு தாதியை போல அக்கறையுடன் செகாவ் கவனித்துக் கொண்டார். யால்டாவிலிருந்த செகாவை காண்பதற்காக வந்த இவான் புனினும் ஒல்காவைத் தங்களுக்குப் பிடிக்கவில்லை எனச் செகாவின் தாயும் தங்கையும் புலம்பினார்கள். தனது மனைவியின் நாடகத்தைக் காண்பதற்காகவே செகாவ் அடிக்கடி மாஸ்கோ போய்வந்தார். யால்டாவிலும் அவளது நாடகங்கள் நிகழ்த்தப்பட ஏற்பாடு செய்தார் செகாவ். அவரது உடல்நலம் மோசமாகி 1904ம் ஆண்டுப் பெர்லினில் உள்ள பேடன் வீலர் பிளாக் பாரஸ்ட் ஸ்பாவில் செகாவ் அனுமதிக்கப் பட்டார். அங்கே செகாவின் இறுதி நிமிஷம் வரை ஒல்கா கூடவே

யிருந்தார். செகாவின் மரணத்திற்குப் பிறகும் ஒல்கா நடிப்பதை நிறுத்தவில்லை. அத்துடன் அவரது நூல்களின் செம்பதிப்புகள் வருவதற்கும் உறுதுணையாக இருந்தார்.

...

ஒருமுறை கார்க்கி, செகாவைக் காண்பதற்காக யால்டா சென்றிருந்தார். கார்க்கி சந்திக்கச் சென்ற சமயம் செகாவ் நோயுற்றிருந்தார். ஆனால், கார்க்கியை கண்டதும் உற்சாகமாகி தன்னுடைய பண்ணை வீட்டை சுற்றிக் காட்டினார். வீட்டின் பின்புறத்தில் அவரே மரங்களை வைத்துப் பராமரித்துக் கொண்டிருந்தார். காலி இடம் நிறைய இருந்தது.

இந்த காலி இடத்தில் என்ன செய்யப் போகிறீர்கள் என்று கார்க்கி கேட்டதும் செகாவ் உற்சாகமாகிச் சொன்னார். இந்த இடத்தில் ஒரு கல்வி நிலையம் அமைக்க விரும்புகிறேன். அங்கே ரஷ்யா முழுவதும் உள்ள ஆசிரியர்களை அழைத்து வந்து, தங்க வைத்து அவர்களுக்குக் கல்வி குறித்த ஆழ்ந்த புரிதலையும் முக்கியத்துவத்தையும் எடுத்துச் சொல்ல ஆசைப்படுகிறேன்.

இன்றுள்ள ஆசிரியர்களை ஒரு நோய் பற்றியிருக்கிறது. அது கல்வி குறித்த அலட்சியம். அது களைந்து எறியப்பட வேண்டிய நோய். ஆகவே, ஆசிரியர்கள் இங்கே தங்கிக்கொண்டு நிறையப் படிக்க வேண்டும்.

விவாதிக்க வேண்டும். அத்துடன் இசை, ஓவியம், பாடல், இலக்கியம் என்று தனித்திறமைகளை வளர்த்துக் கொள்ள வேண்டும். அருகில் உள்ள நிலத்தில் விவசாயம் செய்து நேரடி அனுபவம் பெற்றுக்கொள்ள வேண்டும்.

ஒருவன் ஆசிரியராகப் பணியாற்றுவது என்றால் சகல விஷயங்களிலும் நேரடியான அனுபவம் உள்ளவன். அது குறித்து ஆழ்ந்துசிந்திப்பவன் என்றுதான் பொருள். ஆகவே, ஆசிரியர்கள் தங்களைத் தொடர்ந்து மேம்படுத்திக் கொள்ளவேண்டும். அதற்கெனத் தனியான முகாம்கள் அமைக்கப்படுவது அவசியம்.

ஒவ்வொரு ஆசிரியரும் தன்னை ஒரு கலைஞனாகவே மதிக்க வேண்டும். எப்படி ஒரு பாடகன் தன்னுடைய பாடும் திறனைத் தினமும் வளர்த்துக் கொள்வானோ அப்படி கற்று தருவதை நுட்பமாக வளர்த்து எடுக்க வேண்டும். அதுபோலவே பொதுமக்களிடம் ஆசிரியர்கள் மீது எப்போதுமே ஓர் இளக்காரம். கேலியே உள்ளது. அது மாற வேண்டும். மக்கள் ஆசிரியர்களை மதிக்க வேண்டும்.

ஓர் ஊருக்குள் வரும் கான்ஸ்டபிளுக்குக் கிடைக்கும் மரியாதை ஆசிரியருக்குக் கிடைப்பதில்லை. போலீஸ்காரன் குற்றவாளிகளைப் பிடிக்க வருகிறான். அவனை நாம் வரவேற்று மரியாதை செய்கிறோம். ஆசிரியர் நம் குழந்தைகளின் எதிர்காலத்தை வளர்த்து எடுக்க முயற்சிக்கிறார். அவரை நாம் மதிப்பதேயில்லை.

அது மாற வேண்டும். முதலில் ஆசிரியர்கள் மதிக்கப்பட வேண்டும். குறிப்பாக ஆசிரியர்களுக்கு எதிராக எவரும் கை நீட்டிப் பேசவோ, பரிகாசம் செய்யவோ கூடாது. தன்னுடைய பணி இடத்தில் ஆசிரியர் சக ஆசிரியர்களுடன் இணக்கமாகப் பழக வேண்டும். எப்படிக் காவல் நிலையத்தைக் கண்டவுடன் எவ்வளவு பெரிய ரௌடியும் அடங்கி ஒடுங்கி அமைதியாகப் போகிறானோ அப்படிப் பள்ளியை கண்டதும் அது அறிவு நிலையம் என்று மதித்து நடக்க வேண்டும்.

எஸ்.ராமகிருஷ்ணன்

ஒரு கிராமப் பள்ளியில் பணிபுரியும் ஆசிரியர் அந்தக் கிராமத்தின் வளர்ச்சி தன் கையில் ஒப்படைக்கப் பட்டிருக்கிறது என்ற பொறுப்புணர்ச்சி கொள்ளவேண்டும். மாறாக வகுப்பறை மட்டுமே தனது உலகம் என்று ஒதுங்கி கொள்ளக் கூடாது. அதுபோலவே படிக்காத கிராமத்து மக்களை ஆசிரியர்கள் ஒருபோதும் குறைவாக மதிக்கக் கூடாது. கேலி செய்யவோ. படிக்காதவர் என்று சுட்டி காட்டி பேதமாக நடத்தவோ கூடாது.

ஆசிரியர்களின் பணி என்பது ஒருவகையில் போர் வீரனை விடவும் சவால் நிறைந்தது. ஆகவே, அவர்களின் அன்றாடத் தேவைகள். குறிப்பாகக் குடும்பத்திற்கான அடிப்படைத் தேவைகளை. அரசு முழுமையாக ஏற்றுக் கொள்ள வேண்டும். பணம் சம்பாதிப்பதற்காக மட்டுமே வேலை செய்கிறோம் என்று ஆசிரியர் உணரும்போது தான் கல்வி நலிவடையத் துவங்குகிறது. அது மாற்றப்பட வேண்டும்.

பள்ளியில் சேர்ந்து படிக்க இயலாத குழந்தைகளுக்குப் பள்ளிக்கு வெளியில் கற்றுத் தருவதற்கு ஆசிரியர்கள் முன்வர வேண்டும். அலங்காரமான ஆடைகளை அணிந்து பகட்டுத் தனமாக ஆசியர்கள் நடந்து கொள்ளக்கூடாது. முறையான வெளிச்சம், நல்ல குடிநீர், காற்றோட்டம் உள்ள வகுப்பறை. அடிப்படையான புத்தகங்கள் ஒவ்வொரு பள்ளிக்கும் அவசியம். ஆசிரியர்கள் நல்ல உடல் ஆரோக்கியத்துடன் இருக்க வேண்டும். விளையாட்டில் ஆர்வம் கொண்டிருக்க வேண்டும்.

கிராம பள்ளி ஆசிரியர்களை நகரப் பள்ளியில் பணியாற்றும் ஆசிரியர்கள் வந்து பார்வையிடுவது கிடையாது. இது மாற்றப்பட வேண்டும். கிராமத்து ஆசிரியர் நகரத்திற்கும் மாநகரில் உள்ள ஆசிரியர் சிறிய கிராமப் பள்ளிக்கும் வருகை தந்து கற்றுத்தரும் முறைகளைப் பகிர்ந்துகொள்ள வேண்டும் என்று மாபெரும் கனவுத் திட்டங்களை அடுக்கிக்கொண்டே போனார் செகாவ்.

இதை எல்லாம் கேட்ட கார்க்கி இவை எல்லாம் எப்படிச் சாத்தியமாகும் என்பது போலச் சிரிக்கச் செகாவ் அதைப் புரிந்து கொண்டு இவை எல்லாம் என்னுடைய கனவுகள், வெறும் கனவுகள். இவை நடந்தால் அன்றி ரஷ்யா முன்னேற முடியாது. முறையான ஆசிரியர்கள் இல்லாத சமூகம் மேம்படவே முடியாது. ஒருவேளை என்காலத்திற்குள் இதில் சில மாற்றங்களாவது நடந்தால் சந்தோஷப்படுவேன். இல்லாவிட்டால் ஏங்கி ஏங்கியே சாக வேண்டியது தான்.

வழியில் தென்படும் ஆசிரியர்களைக் காணும்போது, தான் மிகுந்த வெட்கப்படுகிறேன். காரணம் அவர்களில் எவரும் உரிய முறையில் பேசவோ, எழுதவோ அறிந்திருக்கவில்லை. ஆசிரியர் என்ற தோற்றத்திற்குக் கூட அவர்கள் முக்கியம் தருவதில்லை. அதை விடவும் மக்களின் மேம்பாடு குறித்து ஒருபோதும் சிந்திப்பதேயில்லை.

தன்னைச் சுற்றிய மனிதர்களின் மீது அக்கறை கொள்ளாதவன் எப்படி ஆசிரியராகப் பணியாற்ற முடியும். ரஷ்யா மிகவும் பின்தங்கி போயிருக்கிறது. இங்கே கல்விக்கு அதிகம் முக்கியத்துவம் கிடைக்கவே யில்லை. பிரெஞ்சு தேசம் உலகம் முழுவதும் பெயர் பெற்றிருப்பதற்குக் காரணம் அங்குள்ள கல்வி முறையும், அதனால் உருவான கலாச்சாரச் சூழலும் தான். அதை நாம் பெற்றாக வேண்டும். இல்லாவிட்டால் அடித்தளம் இல்லாத கட்டடம் போல இந்தச் சமூகம் நொறுங்கி விழுந்துவிடும் என்று சொல்லிவிட்டு, செகாவ் இப்படி நானாகப் புலம்பிக் கொண்டிருக்கிறேன். இதை யார் எடுத்துக் கொள்ளப் போகிறார்கள். வாருங்கள் தேநீர் அருந்தலாம் என்று சொல்லி கார்க்கியை தன்னோடு அழைத்துக் கொண்டு சென்றார் செகாவ்.

கல்வி குறித்த செகாவின் ஆதங்கம் அவரது சகோதரி பள்ளியைத் துவங்கியபோது சற்றுத் தணிந்தது. தன்னால் முடிந்த பொருளுதவிகளை அதற்காகத் திரட்டி தந்தார் செகாவ்.

செகாவின் தோழர்கள்

செகாவின் விருப்பத்திற்குரிய நண்பர்களாக இருந்தவர்கள் மூவர். அதில் முதலாம் நபர் இவான் புனின், மற்றவர் மாக்சிம் கார்க்கி. மூன்றாவது எழுத்தாளர் குப்ரின். இவர்கள் செகாவ் வீட்டில் அடிக்கடி ஒன்றுகூடி சந்திப்பதும், இலக்கிய விவாதம் செய்வதும், மாஸ்கோ நாடக அரங்குகளுக்கும், விருந்துகளுக்கும் போய் வருவதும், கதை வாசித்தல், சொற்பொழிவு நடத்துவது என ஒன்றாகவே செயல்பட்டார்கள்.

செகாவ் தான் இவர்களின் வழிகாட்டி. மூவருமே டால்ஸ்டாயை தங்களின் ஆசானாகக் கொண்டவர்கள். ஆகவே, அவர்களின் பெரும்பான்மை உரையாடல்கள் டால்ஸ்டாயின் கருத்துகளைப் பற்றியதாகவே அமைந்திருந்தது.

இவான் புனின் ரஷ்யாவிலிருந்து முதன்முறையாக இலக்கியத்திற்கான நோபல் பரிசு பெற்றவர். இவரது ஒன்றிரண்டு கதைகள் தமிழில் மொழிபெயர்ப்புச் செய்யப்பட்டிருக்கின்றன. அரசியல் காரணங்களுக்காக அவர் ரஷ்யாவை விட்டு வெளியேறி, பாரீஸில் வாழ்ந்த காரணத்தால் அவரது படைப்புகளை ரஷ்யா அரசு முன்னெடுக்கவில்லை. தன் வாழ்வில் செகாவின் நண்பராக இருந்தது பெரிய பாக்கியம். அந்த நாட்கள் இனிமையானவை. ஒருபோதும் மறக்கமுடியாதவை எனத் தன் வாழ்க்கை வரலாற்றில் புனின் எழுதியிருக்கிறார்.

செகாவிற்குத் தனது சமகால எழுத்தாளர்கள், இளம் படைப்பாளிகள், மூத்த படைப்பாளிகள் என அனைவருடன் நெருக்கமான உறவு இருந்தது.

மாஸ்கோ நாடக அரங்கினை மக்கள் நாடக அரங்கமாகப் பெயர் மாற்ற வேண்டும் என ஒருமுறை கார்க்கி சொன்னபோது மக்கள் அரங்கு எனப் பெயரை மாற்றிவிட்டால் மட்டும் அது மக்களுக்கான கலை அரங்காக மாறிவிடுமா? நாம் அடித்தட்டு மனிதர்களைப் பற்றி நிறைய எழுத வேண்டும். அவர்களின் கஷ்டங்களை, துயரங்களை உள்ளபடியே விவரித்து எழுத வேண்டும். அப்படி எழுதத் தூண்டும்படி நம்மைச் சுற்றி எத்தனையோ சம்பவங்கள் நடக்கின்றன. வாழ்க்கையைச் சித்திரம் தீட்டுவது தான் எழுத்து. வாழ்வின் சிக்கல்களுக்குத் தீர்வு சொல்வதில்லை என மறுத்துச் சண்டையிட்டார் செகாவ்.

யதார்த்த எழுத்தை செகாவ் கொன்றுவருகிறார். அவரது கதாப்பாத்திரங்கள் வாழ்வின் வெறுமையை மட்டுமே பேசுகின்றன. வெளிப்படையாகக் காமத்தையும் காதல் தோல்வியையும் பிரிந்த குடும்பங்களையும் செகாவ் எழுதுகிறார். அவருக்குத் தேசப்பற்றில்லை என கார்க்கியும் அவர் மீது நேரடியாகக் குற்றம் சாட்டியிருக்கிறார்.

இந்த விவாதங்கள் யாவும் இலக்கியம் சார்ந்த அபிப்ராயங்கள் மட்டுமே. அவர்களின் நட்பு உறுதியாகவே இருந்தது. மாற்றுக் கருத்துகள் கொண்டிருந்தபோதும் அவர்கள் ஒன்றாகச் சாப்பிடப்போவதும், விடிய விடியக் குடிப்பதும் இயல்பாக நடந்தேறியது.

விருந்தின்போது செகாவ் நடந்துகொள்ளும் முறையைப் பார்த்தால் வேடிக்கையாக இருக்கும். அவராக இளம்பெண்களைத் தேடி போய் வம்பு பேசுவதும், சிறார்களை நம்ப வைக்கப் பொய் கதைகள் சொல்வதும், முதியவர்களுடன் இணைந்து உட்கார்ந்து கொண்டு

பழங்கதைகள் கேட்பதுமாக ஆளே உருமாறிவிடுவார். அவருக்கு விலங்குகள்மீது மிகுந்த ஈடுபாடு உண்டு. ஒவ்வொரு விருந்திலும் ஏதாவது ஒரு நாயைப் பற்றிச் சுவாரஸ்யமான கதை ஒன்றை செகாவ் சொல்வது வழக்கம்.

செகாவ் வீட்டில் ஒரு நாரை இருந்தது. அது எப்போதும் தோட்டத்தில் சுற்றிக் கொண்டிருக்கும். செகாவின் வேலைக்காரனுடன் அந்நாரை நட்பாகப் பழகியது. ஆகவே, வேலைக்காரன் எங்கே சென்றாலும் அந்த நாரை கூடவே செல்லும். நாரையும் வேலைக்காரனும் எப்படி நடந்து போவார்கள் என விருந்தில் செகாவ் நடித்துக் காட்டும்போது மிகவும் வேடிக்கையாக இருக்கும் என்கிறார் இவான் புனின்.

ஒரு கோமாளியைப் போல இவான் சிரிக்கச் சிரிக்கப் பேசுகிறான். ஆனால், அவன் மனதில் துயரம் ததும்பிக் கொண்டிருக்கிறது. தனது வேதனைகளை மறைத்துக்கொண்டு வேடிக்கை காட்டுகிறான். என்னைப் போலவே அவனும் தனிமையில் உழல்கிறவன். துயரமான மனிதன் என செகாவ், இவான் புனின் பற்றி நாட்குறிப்பில் எழுதியிருக்கிறார்.

செகாவின் மறைவிற்குப் பிறகு, அவரது நூல்களை முறையாகப் பதிப்பிப்பதற்கும், அவரது வாழ்க்கை வரலாற்றை எழுதுவதற்கும் புனின் தான் பெரிதும் உதவி செய்தார். செகாவின் வாழ்க்கை வரலாற்றை "About Chekhov: The Unfinished Symphony" என்ற பெயரில் ஒரு புத்தகமாக எழுதியிருக்கிறார். அப்படி ஒரு நூலை எழுதும்படி, செகாவின் சகோதரி மரியா கேட்டுக் கொண்டார். அதற்காகப் புனின் அந்நூலை எழுதத் துவங்கினார். பத்தாண்டுகளுக்கு மேலாக எழுத

முயன்றும் முழுமையாக அவரால் எழுத முடிக்க முடியவில்லை. காரணம் செகாவின் நினைவுகள் கண்ணீர் வரவழைக்கின்றன. அவற்றை நிதானமாக எழுதும் மனநிலை வாய்க்கவேயில்லை எனப் புனின் குறிப்பிடுவது முக்கியமானது.

மத்திய ரஷ்யாவில் உள்ள வோரோநிச் பிரதேசத்தில் புகழ்பெற்ற புனின் குடும்பத்தில் அலெக்ஸி நிகோலோவிச்சின் மகனாகப் பிறந்தவர் இவான் புனின். அவர்களது குடும்பம் கவிதையிலும். கலைகளிலும் மிகுந்த ஈடுபாடு கொண்டது. இவர்களின் பூர்வீகம் போலந்து என்றாலும் பலதலைமுறைகளுக்கு முன்பாகவே ரஷ்யாவிற்குக் குடிபெயர்ந்தவர்கள் என்பதால் பண்ணை உரிமையாளர்களாகப் பெருமையுடன் வாழ்ந்தார்கள்.

பத்தொன்பதாம் நூற்றாண்டின் புகழ்பெற்ற ரஷ்ய கவிஞர்களான அன்னா புனினா மற்றும் வசிலீ ஜுகோவ்ஸ்கி இருவரும் இந்தக் குடும்பத்தைச் சார்ந்தவர்களே. ஆகவே, இவான் புனின் குடும்பம் கல்வியில் தேர்ந்திருந்தது. வீட்டிலே கல்வி கற்கத் துவங்கிய இவான் தன் பதின்வயதுகளிலே கவிதைகள் எழுதத் துவங்கினார். அவரது கவிதைகள் பிரசுரம் காணத் துவங்கியதும், தொடர்ந்து இலக்கியத்தில் தீவிரமாக இயங்க விரும்பினார். இதற்காக 1895ம் ஆண்டு மாஸ்கோவிற்கு வந்து சேர்ந்தார்.

அங்கே தான் முதன்முறையாகச் செகாவைச் சந்தித்தார். அப்போது செகாவிற்கு வயது 35. தன்னை விடப் பத்து வயது மூத்த செகாவை ஒரு சகோதரனைப் போலவே நினைத்துப் பழகினார். செகாவிற்கும் முதற்சந்திப்பிலே இவான் புனினைப் பிடித்துப் போய்விட்டது. அவர் இவானின் கவிதைகளைப் புகழ்ந்து பேசியதோடு தொடர்ந்து எழுதும்படி உற்சாகப்படுத்தினார்.

இவானை செகாவோடு நெருக்கமாக்கியது எது என்ற கேள்விக்கு இவான் புனின் அளித்த பதில், லியோ டால்ஸ்டாய் என்பதாகும். ரஷ்ய இலக்கியத்தின் கடவுளாக டால்ஸ்டாயை கருதினார் செகாவ். அதே போலவே இவான் புனினும் டால்ஸ்டாய் மீது மிகுந்த அபிமானம் கொண்டிருந்தார். ரஷ்ய இலக்கியத்தின் விடிவெள்ளி டால்ஸ்டாய் என இவான் புகழ்ந்து பேசியது செகாவிற்குப் பிடித்திருந்தது. முதற்சந்திப்பிலே இவரும் நீண்ட நேரம் டால்ஸ்டாய் பற்றிப் பேசினார்கள். இவான் புனின் தான் ஒரு டால்ஸ்டாய்வாதி என்றும் அவரது வாழ்க்கை வழிமுறைகளைப் பின்பற்றுகிறவன் என்றும் சொன்னது செகாவிற்கு அவர் மீது கூடுதல் அன்பை உருவாக்கியது. இவான் புனின் செகாவ் குறித்த நினைவுகளைப் பகிர்ந்து கொள்ளும்போது ஒரு சம்பவத்தைச் சுட்டிக்காட்டுகிறார். 1895ன் இறுதியில் செகாவுடன் நெருங்கிப் பழக நேர்ந்தது. அப்போது ஒரு நாள் என்னிடம் செகாவ் கேட்டார்,

"நீ தினமும் எழுதுகிறாயா, நிறைய எழுதுகிறாயா?"

"உண்மையைச் சொல்வதாகயிருந்தால் நான் அதிகம் எழுதுவதில்லை" என்றேன்.

அதற்குச் செகாவ் வருத்தமான குரலில் சொன்னார்,

"அடப் பாவமே. உன்னுடைய கைகள் சும்மா இருக்கவே கூடாது. நீ எப்போதும் எழுதிக் கொண்டிருக்க வேண்டும். உன் வாழ்நாளெல்லாம் எழுதிக் கொண்டேயிருக்க வேண்டும்."

இது தான் செகாவின் இயல்பு. செகாவ் தன் வாழ்நாள் முழுவதும் எழுதி குவித்துக் கொண்டேயிருந்தார். இல்லாவிட்டால் 600க்கும் அதிகமான சிறுகதைகளை எழுதியிருக்க முடியுமா என்ன?

இது போலவே செகாவ் டால்ஸ்டாய் பற்றிச் சொன்ன ஒரு விஷயத்தையும் இவான் புனின் பதிவு செய்திருக்கிறார்.

நான் டால்ஸ்டாயை மிகவும் மதிக்கிறேன். அவர் நம்மைப் பொருட்படுத்துவதேயில்லை. அத்தனை ரஷ்ய எழுத்தாளர்களையும் ஏளனமாக நினைக்கிறார். இன்னும் சரியாகச் சொல்வதாகயிருந்தால் நம்மை எல்லாம் கத்துகுட்டிகளாகக் கருதுகிறார்.

சிலசமயம் அவர் மாப்பசான், குப்ரின் அல்லது என்னைப் புகழ்ந்து சொல்வது எதற்காகத் தெரியுமா! எங்களை எல்லாம் சிறுபையன்களைப் போல நினைக்கிறார். குழந்தைகள் பாராட்டிற்கு ஏங்கக் கூடியவர்கள். ஆகவே, எங்களைப் பாராட்டுவதாகக் கருதுகிறார். அது உண்மையும் கூட. அவரது படைப்புகளுடன் ஒப்பிட்டால் எங்கள் எழுத்து வெறும் குழந்தை விளையாட்டே.

ஆனால், ஷேக்ஸ்பியர் எங்களைப் போன்ற சிறுவனில்லை. அவர் ஒரு வளர்ந்த எழுத்தாளர். ஆகவே, அவரை டால்ஸ்டாய்க்குப் பிடிக்காமல் போய்விட்டது. இது தான் செகாவ். தனது ஆசான் எனக் கொண்டாடும் டால்ஸ்டாயை கூட அவரது எழுத்து கேலிக்கு உட்படுத்துகிறது. ஆனால், அந்தக் கேலி மரியாதையும் அன்பும் கலந்தது.

செகாவிற்கும் இவான் புனினிற்கும் நிறைய ஒற்றுமைகள் இருக்கின்றன. இவருமே புஷ்கின் விருது பெற்றவர்கள். இருவருமே எழுதத் துவங்கிய உடனே அங்கீகாரம் பெற்றவர்கள். இவரும் அதிகம் குடிப்பவர்கள். இருவரும் பயணம் செய்வதில் விருப்பம் கொண்டவர்கள். செகாவின் பாதிப்பு தன் எழுத்தில் நேரடியாக இல்லை எனப் புனின் மறுத்தபோது, அவரது கதைகளில் செகாவின் சாயல் தெரிவதை வாசகர்கள் எளிதாகக் கண்டு கொண்டார்கள்.

தன் எழுத்தை மிகவும் பாதித்தவர் குஸ்தாவ் பிளாபெர்ட் என்று இவான் புனின் கூறுகிறார். ஆனால், அவரது எழுத்தில் டால்ஸ்டாய்யும் செகாவும் வெளிப்படையாகத் தெரிகிறார்கள் எனக் கார்க்கி ஒருமுறை எழுதியிருக்கிறார். இவான் புனின் மாக்சிம் கார்க்கியோடு நெருங்கிப் பழகினார். தனது "Falling leaves" கவிதை தொகுதியை அவர் கார்க்கிக்கு தான் சமர்ப்பணம் செய்திருக்கிறார்.

செகாவோடு இவான் புனினுக்கு இருந்த நட்பு மூன்று நிலைகளைக் கொண்டது. ஆரம்பக் காலத்தில் ஒரு மூத்த சகோதரனைப் போல, செகாவை அவர் கருதிப் பழகினார். ஆகவே, அவரிடம் ஆலோசனைகள் கேட்டார். அவரது அறிவுரைகளைப் பின்பற்றினார். இரண்டாவது நிலையில் தனது மறுபாதி செகாவ் என்பதுபோல உரிமையோடு ஒன்றாகச் சுற்றியலைந்தார். இருவரும் கூடிக் குடித்தார்கள். நடனம், விருந்து, பெண்கள் என வாழ்வைக் கொண்டாடினார்கள். ஒரே வீட்டில் ஒரே அறையில் உட்கார்ந்து கதை எழுதினார்கள். செகாவின் குடும்பத்தோடு புனின் மிகவும் நெருக்கமாகப் பழகினார். செகாவின் அம்மா அவரைத் தனது இன்னொரு மகனைப் போலவே நடத்தினார். செகாவின் தங்கை மரியாவும் அவருடன் மிக உரிமையாகப் பழகினார்.

மூன்றாவது நிலையில், செகாவ் ரஷ்ய இலக்கியத்தின் மகத்தான படைப்பாளி. அவர் தேசிய சொத்து. அவரை உரிய முறையில் காப்பாற்ற வேண்டும். அவரது எழுத்தைப் பாதுகாத்து ஆவணப்படுத்தவும் வேண்டும் எனச் செகாவின் சீடனைப் போல உருமாறினார் இவான் புனின். இந்த உறவு செகாவின் மரணத்திற்குப் பிறகும் தொடர்ந்தது. செகாவின் அம்மாவிற்கும், சகோதரிக்கும் புனின் நிறைய கடிதங்கள் எழுதியிருக்கிறார். செகாவின் பெயரில் மியூசியம் அமைவதற்கான அத்தனை ஏற்பாடுகளையும் அவர் மேற்கொண்டார். செகாவ் தனது உயிலில் சொத்துகள்

முழுவதையும் தனது சகோதரி அனுபவித்துக் கொள்ள வேண்டும் என்று எழுதியிருந்தார். அதை நடைமுறைப்படுத்த புனின் பெரிதும் உதவி செய்தார். செகாவின் தங்கை தங்கள் குடும்பத்தில் ஒருவராகவே புனினை எப்போதும் கருதினார். செகாவினைப் போலவே இவானும் நோயாளியாக இருந்தார். செகாவிற்குச் சுவாசப் பிரச்சனை. இவானுக்கு நரம்புத்தளர்ச்சி. இருவருமே வெறுமையான வாழ்க்கையை நினைத்துப் புலம்பினார்கள். செகாவ் திருமணம் செய்து கொள்ளப்போவதாகக் கடிதம் எழுதியபோதுதான் மனைவியை விவாகரத்துச் செய்யப்போவதாகப் புனின் பதில் கடிதம் எழுதினார்.

இருவரும் தன்னை நவீன மனிதனாகக் கருதினார்கள். பழமையில் ஊறிப்போன ரஷ்யா எதற்கும் உதவாதது. ரஷ்யர்கள் சாப்பிடுவதும் குடிப்பதும் சோம்பேறிகளாகப் பகலில் உறங்குவதுமாக வீணாகக் காலம் கழிக்கிறார்கள். தெருநாய்கள் அடிபடும் போது தான் ஓலமிடும். அப்படித் தான் ரஷ்யர்களும் எனச் செகாவ் ஒரு குறிப்பில் எழுதியிருக்கிறார்.

இந்த வெறுமையான ரஷ்ய வாழ்க்கைக்கு மாற்றாக ஐரோப்பிய வாழ்க்கையை முன்வைத்தார் செகாவ். ரஷ்ய அறிவாளிகள் வெறும் மரவட்டைகள். நத்தைகளைப் போலத் தங்களுக்குள் சுருண்டு கொண்டவர்கள். எதற்கும் பயனற்றவர்கள் என இவான் புனினுக்கு எழுதிய கடிதம் ஒன்றில் செகாவ் குறிப்பிடுகிறார். வெனிஸ் நகரத்திற்குப் போயிருந்தபோது, அதுதான் தனது கனவு நகரம். வாழ்வின் சகல கொண்டாட்டமும் அங்கே ஒன்று கலந்துள்ளது. இங்கேயே வாழ்க்கையைக் கழித்துவிட விரும்புகிறேன் எனச் செகாவ் எழுதியிருக்கிறார்.

அதுபோலவே தனது பயணத்தில் இலங்கைக்குச் சென்றதை செகாவ் முக்கியமாகக் கருதினார். செகாவ் போலவே இவான் புனினும் இலங்கைக்குச் சென்று வந்திருக்கிறார். அவரும் இலங்கையைப் புகழ்ந்து எழுதியிருக்கிறார். முதல் உலகப் போருக்கு முன்பாக இலங்கை, எகிப்து, துருக்கி, பாலஸ்தீன தேசங்களுக்கு இவான் புனின் பயணம் செய்தார். ரஷ்யப் புரட்சிக்குப் பிறகு மாஸ்கோவிலிருந்து இடம் பெயர்ந்து ஓடேஸாவில் வசிக்கத் துவங்கினார் புனின்.

முட்டைக்கோஸ் சூப்பை விரும்பிக்குடிப்பது, தேவாலயத்தின் மணி ஓசையைக் கேட்டு ரசிப்பது, கல்லறைகளுக்குச் சென்று அழிந்து போன கல்லறை வாசகங்களைப் படித்துப் பார்ப்பது இருவருக்கும் பிடித்தமான விஷயங்கள். இருவரது எண்ணங்களும் விருப்பங்களும் பெரும்பாலும் ஒன்றாகவே இருந்தன. 1881ல் தஸ்தாயெவ்ஸ்கி இறந்து போனார். 1883ல் துர்கனேவ் மறைந்தார். டால்ஸ்டாயும் மதம் மற்றும் தத்துவ விஷயங்களில் அதிகம் ஈடுபாடு காட்டத்துவங்கியிருந்தார். ஆகவே, ரஷ்ய இலக்கியத்தின் இளம் தலைமுறை தாங்களே என செகாவும், கார்க்கியும், புனினும் குப்ரினும் உரத்து அறிவித்தார்கள்.

அந்த நாட்களில் ரஷ்யாவில் புகழ்பெற்றிருந்த ஓவியர்களுடன் இவான் புனினுக்கு நேரடியான பழக்கம் இருந்தது. செகாவும் ஐரோப்பிய ஓவியர்களை விட ரஷ்ய நிலக்காட்சி ஓவியர்கள் சிறப்பானவர்கள் எனப்பாராட்டினார்.

ஆகவே, இருவரும் ஓவியக் கண்காட்சிக்கு செல்வதும், ரஷ்ய ஓவியர்களைப் புகழ்ந்து கொண்டாடுவதையும் விரும்பி மேற்கொண்டார்கள். டால்ஸ்டாயை விரும்பிய அளவிற்குச் செகாவிற்கு தஸ்தாயெவ்ஸ்கியை பிடிக்கவில்லை. காரணம் அது உளவியல் சார்ந்த எழுத்து. தனக்குத் தானே பேசிக் கொண்டிருக்கிறார் தஸ்தாயெவ்ஸ்கி

எனக் குறிப்பிடுகிறார் செகாவ். கோகலையும், லெர்மன்தேவையும் அவர்கள் விரும்பிப் படித்தார்கள். கொண்டாடினார்கள். புஷ்கின் அவர்களின் ஆதர்ச நாயகனாக இருந்தார்.

டால்ஸ்டாயின் புத்துயிர்ப்பு நாவலைப் படித்துவிட்டு, இவானும் செகாவும் இரண்டு நாட்கள் மாறி மாறி விவாதம் செய்தார்கள். கலை ரீதியாக அது முழுமை அடையவில்லை என்றபோதும் அழுத்தமான கதாபாத்திரங்கள் உருவாக்கப்பட்டிருக்கின்றன. அற்புதமான எழுத்துநடை, விவரிப்புகள், ஒரே குறை டால்ஸ்டாய் தனக்குத் தெரியாத சிபிலிஸ்நோய் பற்றியும் பெண்களின் பாலுறவு வெறுப்பு பற்றியும் எழுதுகிறார். அவை அவரது அறியாமையை வெளிப்படுத்துகின்றன எனச் செகாவ் குறிப்பிட்டுள்ளார்.

இவான் துர்கனேவ் பற்றிய விவாதம் வந்தபோது, துர்கனேவின் கதைகளில் வரும் அத்தனை அழகிகளையும் ஒன்றாக வைத்தால் கூட டால்ஸ்டாயின் அன்னா கரீனினாவிற்கு ஈடு ஆக மாட்டார்கள் எனச் சொன்னார் செகாவ். ஒருமுறை செகாவின் காதலியான ஓல்கா வாழ்க்கை என்றால் என்னவென்று கேட்டார். அதற்குச் செகாவ் சொன்ன பதில், கேரட் என்றால் கேரட் தான். அது போலத் தான் வாழ்க்கை என்றால் வாழ்க்கை தான் எனக் கேலியாகப் பதில் சொன்னார்.

ஓல்காவை செகாவ் திருமணம் செய்துகொள்ள விரும்பியது இவான் புனினுக்குப் பிடிக்கவில்லை. காரணம் அவள் அழகான பெண்ணாக இருக்கிறாள். ஆனால், வெறும் கூடு. ஆன்மா இல்லாதவள். அழகான பொம்மையைப் போய் செகாவ் எதற்காகத் திருமணம் செய்து கொள்ள ஆசைப்படுகிறார். அந்தப் பெண் தனது அந்தஸ்தை உயர்த்திக் கொள்ள செகவை பயன்படுத்துகிறாள் என வெளிப்படையாகக் குற்றம் சாட்டினார். இதே மனநிலை தான் செகாவின் சகோதரி மரியாவிற்கும் இருந்தது.

தன் இளமைக்காலம் முழுவதையும் செகாவிற்காக சேவைசெய்து, நான் செலவழித்து விட்டேன். இப்போது எங்கிருந்தோ வந்த ஒரு நடிகை அவரை அடையப் பார்க்கிறாள். அவள் பகட்டானவள். மோசக்காரி என மரியா திட்டி கடிதம் ஒன்றை புனினுக்கு அனுப்பியதோடு, தானும் உடனே திருமணம் செய்து கொள்ள ஆசைப்படுவதாகச் சொல்லி ஒரு மாப்பிள்ளை பார்த்து தரும்படி கேட்டிருந்தாள்.

அதற்குப் பதில் எழுதிய இவான் ஓல்காவை ஏன் செகாவ் திருமணம் செய்ய ஆசைப்படுகிறார் என செகாவிற்கே தெரியாது. அவர் திருமணம் பற்றி விசித்திரமான கற்பனை கொண்டிருக்கிறார். அது தானே கலைந்து போய்விடும் என்று எழுதினார். செகாவின் நிழலைப்போல வாழ்நாள் முழுவதும் அவரைப் பின்தொடர்ந்தவர் இவான் புனின். அவரது விருப்பு வெறுப்புகளைத் தனதாக்கி

கொண்டார். செகாவின் மறைவு அவரை மீளா துயரில் ஆழ்த்தியது. ரஷ்யாவிலிருந்து அரசியல் காரணங்காக வெளியேறி பாரிஸில் இவான் புனின் குடியிருந்தார். அவரது வீட்டின் படிப்பறையில் செகாவின் சித்திரம் ஒன்று அவரது கையெழுத்துடன் வைக்கப்பட்டிருந்தது. அதன் முன்பாக அமர்ந்து தான் இவான் புனின் எப்போதும் எழுதுவார். செகாவைப் பற்றிய நினைவுகளைப் பல்வேறு தருணங்களில் இவான் புனின் பகிர்ந்து கொண்டிருக்கிறார். அதில் சுவாரஸ்யமான சம்பவங்கள். தகவல்கள் இடம்பெற்றுள்ளன.

எஸ்.ராமகிருஷ்ணன்

செகாவின் அறை எப்போதும் தூய்மையாக இருக்கும். ஒரு பெண்ணின் அறையைப் போல அலங்காரமாக வைத்திருப்பார். ஒவ்வொரு நாள் மாலையிலும் செகாவ் தனது அம்மாவோடும், சகோதரியுடனும் நீண்ட நடைப்பயணம் மேற்கொள்வது வழக்கம். அந்த நேரத்தில் அவர்களுடன் இடைவிடாமல் பேசிக் கொண்டே வருவார்.

செகாவ் ஒரு டாக்டர் கூடவே ஒரு நோயாளியும் கூட. ஆகவே ஒரு நோயாளிக்கு வைத்தியம் செய்துவிட்டு அடுத்த அரைமணி நேரத்தில் அவரே படுக்கையில் விழுந்து காசநோயின் அவஸ்தைக்கு உள்ளாகிவிடுவார். தனது நோயைப்பற்றி அவர் புலம்பியதே கிடையாது. வாயிலிருந்து ரத்தம் கொட்டிக் கொண்டிருக்கும் போதும் அவர் வேடிக்கையாக எதையாவது சொல்லிச் கொண்டிருப்பார்.

வீட்டின் ஜன்னலைத் திறந்து வைத்துக்கொண்டு சாய்ந்து நின்றபடியே இயற்கையை ரசிப்பது அவருக்குப் பிடித்தமானது. குறிப்பாகக் கிராமப்புற விவசாயிகளையும் அவர்களின் அன்றாட வேலைகளையும் உன்னிப்பாக அவதானித்தவர் செகாவ். திடீரென ஆவேசம் கொண்டவரை போலத் தனது எழுத்து மேஜைக்கு ஓடி எழுத ஆரம்பித்துவிடுவார். கதையை எழுதி முடித்தபிறகு தான் அந்த ஆவேசம் கட்டுப்படும்.

சில சமயம் தனது கதையில் வரும் கதாப்பாத்திரங்கள் பற்றி அம்மாவுடன் விவாதம் செய்வதுண்டு. நீதிபோதனைகளை வாந்தி எடுப்பதை இலக்கியம் எனத் தன்னால் ஒத்துக் கொள்ளமுடியாது. அறிவியல்பூர்வமான. உளவியல் ரீதியாக மனிதனை அணுக வேண்டும். அவனது மனமும் உடலும் அடையும் நெருக்கடியும் விடுதலை உணர்வும் சந்தோஷமும் ஏக்கமும் பிரிவும் பதிவு செய்யப்பட வேண்டும் எனச் செகாவ் கூறுவது வழக்கம்.

தனது பிறந்த நாளின் போது பரிசுகளை எதிர்பார்ப்பது அவரது வழக்கம். ஒருமுறை ஒல்கா அவரது பிறந்தநாளுக்காகப் புது டை. பர்ஸ் மற்றும் பியர் பாட்டில்களும் வாங்கி அனுப்பியிருந்தாள். அந்த டை மிகவும் நீளமாக இருந்தது. பர்ஸ் பைக்குள் வைக்க முடியாத அளவு அகலமாக இருந்தது. பியர் ஒரே கசப்பு. ஆகவே, அவற்றைத் தூக்கி எறிந்த செகாவ் ஆத்திரத்துடன் ஒல்காவை திட்டி கடிதம் எழுதினார். நல்லவேளையாகச் செகாவின் பெண்தோழி ஒருத்தி அழகான வெளிநாட்டு பேனா ஒன்றைப் பரிசாக அனுப்பியிருந்தாள். அந்தச் சந்தோஷம் செகாவை மிகவும் உற்சாகப்படுத்தியது.

தன் வாழ்நாள் முழுவதும் பெண் தோழிகளால் அரவணைக்கப்பட்ட ஒருவராகவே செகாவ் விளங்கினார். அவரது மரணச்செய்திக்கு முதல் இரங்கல் தெரிவித்தது கூட அவரது முதற்காதலியே. இத்தனைக் கொண்டாட்டம். சந்தோஷம் இருந்த போதும் அவருக்குள் ஆறாத வருத்தமும் கவலையும். நம்பிக்கையின்மையும் எப்போதும் இருந்தன.

தான் சந்தோஷத்தை தேடி முடிவில்லாமல் அலைவதாகவே செகாவ் எழுதியிருக்கிறார். இவான் புனினும் இதே மனநிலையில் தானிருந்தார்.

செகாவைப் போலவே இவான் புனினுக்கும் நிறையக் காதலிகள். அவரது காதல் கதையை மையமாகக் கொண்டு "His Wife's Diary" என்ற ரஷ்யப் படம் உருவாக்கப்பட்டுள்ளது.

செகாவின் எல்லாப் புகைப்படங்களிலும் அவர் கேமிராவை உற்றுநோக்கியபடியே தானிருக்கிறார். வலிமையான அந்தக் கண்கள் நம்மை ஊடுருவுகின்றன. அழகான உடைகளை விரும்பி அணிந்து கொள்ளக்கூடியவர் செகாவ். வீட்டிலிருந்த போதும் கூட அவர் கால்சாராய் மட்டும் அணியக் கூச்சப்பட்டார். ஆகவே, நீண்ட அங்கியை அதன்மீது அணிந்து கொள்வார். தன் காலத்தோடு தனது படைப்புகள் மறந்து போய்விடக்கூடும் என்ற கவலை செகாவிடமிருந்தது. அதிகபட்சம் பத்து ஆண்டுகளுக்குத் தன்னை

எஸ்.ராமகிருஷ்ணன்

வாசிப்பார்கள் என்றே அவர் நம்பினார். இதே எண்ணம் புனினுக்கும் இருந்தது. ஆனால், இன்று வரை இந்த இரண்டு ஆளுமைகளும் ரஷ்ய இலக்கியத்தின் சாதனையாளர்களாகக் கொண்டாடப்படுகிறார்கள் என்பதே காலம் காட்டும் உண்மை.

1933ல் புனினுக்கு நோபல் பரிசு அறிவிக்கப்பட்டது. அவர் ஸ்வீடன் சென்று, நோபல் பரிசு பெறுவதற்காக ஜெர்மனி வழியாகச் சென்ற போது, நாஜி ராணுவத்தால் கொடுமைப்படுத்தப்பட்டார். தன் வாழ்நாள் முழுவதும் நாஜி எதிர்ப்பாளராக இருந்த புனின் பாரீஸில் வாழ்ந்து இறந்து போனார். தன் வாழ்நாள் முழுவதும் செகாவின் புகழ்பாடுவதை வேலையாகச் செய்தவர் புனின். தனது நோபல் பரிசுக்குப் பிறகான நேர்காணலில் கூட அவர் இதைக்குறிப்பிடுகிறார். எனது படைப்புகளைப் பற்றி என்னிடம் கேட்கப்பட்ட கேள்விகளை விட செகாவைப் பற்றி என்னிடம் கேட்கப்பட்ட கேள்விகள் அதிகம். அது எனக்கு மிகவும் சந்தோஷம் தருகிறது. நான் என்றென்றும் செகாவின் தோழனாக இருக்கவே ஆசைப்படுகிறேன்.

இது இவான் புனின் ஆசை மட்டுமில்லை. செகாவின் ஒவ்வொரு வாசகரும் இதையே தான் உணர்கிறார்கள்.

செகாவின் கடைசி தினங்கள்

செகாவின் மரணம் 1904ல் நிகழ்ந்தது. ரஷ்யாவை அவரைப்போல நேசித்தவர் எவருமில்லை. ஆனால், செகாவின் மரணம் ரஷ்யாவில் நிகழவில்லை. ஜெர்மனியின் பேடன் வீலர் என்ற சுக வாசஸ்தலத்தில் அவர் இறந்து போனார். காசநோய் முற்றிய நிலையில் 1904ம் ஆண்டு ஜெர்மனிக்குச் சிகிட்சை செய்துகொள்வதற்காகச் செகாவ் புறப்பட்டார். அந்த யோசனையைச் சகோதரி மரியா ஏற்றுக்

எஸ்.ராமகிருஷ்ணன்

கொள்ளவில்லை. ஆனாலும் செகாவ் தனது மரணத்தைத் தேடி புறப்பட்டார். இந்தப் பயணத்தில் அவரோடு உடனிருந்தவர் மனைவி ஒல்கா. ஒல்காவைத் திருமணம் செய்துகொண்டதும், அதை ஒட்டி இருவருக்கும் இடையில் நடைபெற்ற கசப்பான சம்பவங்களும், ஒல்காவின் கர்ப்பசிதைவும் தான் செகாவை மரணத்தை நோக்கித் துரத்திய முக்கியச் சம்பவங்கள். திருமணத்திற்குப் பிறகும் நாடக நடிகையாக இருந்த ஒல்கா மாஸ்கோவில் தங்கியிருந்தார். செகாவ் அடிக்கடி அவரை வந்து சந்திப்பது சில நாட்கள் ஒன்றாகக் கூடி யிருப்பதுமாக வாழ்க்கையைத் தொடர்ந்தார்.

செகாவின் வீட்டில் உள்ளவர்களை ஒல்காவிற்குப் பிடிக்கவில்லை. குறிப்பாகச் செகாவின் அம்மாவை. சகோதரியை அவர் வெறுத்தார். தன்னை அவர்கள் கண்காணிக்கிறார்கள். தனது நடிப்பைக் குறை சொல்கிறார்கள். தன்னைப் பகட்டும் அலட்சியமும் கொண்டவள் என்று திட்டுகிறார்கள் என ஒல்கா செகாவிடம் குறைபட்டுக் கொண்டார். செகாவ் அவளைச் சமாதானப்படுத்தினார். ஆனால், ஒல்காவிற்கு செகாவோடு ஒன்றாக வாழ விருப்பம் குறைந்து கொண்டே வந்தது.

ஒரு நிலையில் மாஸ்கோவில் அவர் வசித்த வீட்டை காலிசெய்து விட்டு புதிய முகவரிக்கு இடம்மாறிப் போய்விட்டார். எந்த வீட்டில் ஒல்கா வசிக்கிறார் என்ற தகவலை கூடச் செகாவ் அறிந்து கொள்ள முடியவில்லை. அவர் அனுப்பிய கடிதங்கள் அவருக்கே திரும்பி வந்தன. ஆகவே, அவர் மாஸ்கோ நாடக அரங்க முகவரிக்குக் கடிதங்கள் எழுத ஆரம்பித்தார்.

ஒருநிலையில் அவளது முகவரியைக் கேட்டு ஒல்காவின் குடும்பத்தினருக்கு கூடச் செகாவ் கடிதங்கள் எழுதினார். அவர்களும் முகவரியைத் தெரிவிக்கவில்லை. தான் தற்கொலை செய்து கொள்ளப்போவதாக மிரட்டியே அந்த முகவரியை ஒல்காவிடமிருந்து செகாவ் பெற்றார். மாஸ்கோவில் உள்ள அவளது புதிய முகவரியை அறிந்து கொண்ட மறுநாள் அவளைத்தேடி செகாவ் புறப்பட்டார்.

ஒல்கா அப்போது புதிய நாடக ஒத்திகையில் இருந்த காரணத்தால் அவள் செகாவை வரவேற்கவில்லை. அவர்கள் இருவரும் பிரிந்துவிடுவார்கள் என்றே பலரும் நினைத்தார்கள். ஆனால், செகாவ் ஒல்காவின் உறவை துண்டித்துக் கொள்ளவிரும்பவில்லை. அவளது இஷ்டப்படியே நடந்துகொள்ள அனுமதித்தார். அந்தக் கசப்புணர்வு அவருக்குள் ஆழமாக மனவேதனையை உருவாக்கியது. இன்னொரு பக்கம் ஒல்காவின் குடும்பம் செகாவை ஏளனம் செய்து அவர் ஒரு உதவாக்கரையான மருத்துவர். குடிகாரர் என விமர்சனம் செய்தது. அதுவும் செகாவை காயப்படுத்தியது. மரியா இந்த மனநெருக்கடியை உணர்ந்து கொண்டவளைப் போல ஒல்காவை விட்டு சில காலம் விலகியிருக்கும்படியாகச் செகாவிற்குக் கடிதங்கள்

எழுதினாள். செகாவ் தனது ஆசை மனைவியின் விருப்பங்கள் எதையும் மறுக்கவில்லை. அவளுடன் நடன விருந்துகளிலும் நாடக ஒத்திகைகளிலும் ஒன்றாகக் கலந்து கொண்டார். செகாவின் பழைய காதலிகள் பற்றியும் அவர்கள் தற்போதும் செகாவோடு தொடர்பில் இருக்கிறார்கள் என்பதை ஒல்கா அறிந்த காரணத்தால் அவரை வெறுத்தாள்.

அதுதான் அவர்களின் பிரிவிற்காக மறைமுகக் காரணம் என்றும் கூறுகிறார்கள். அது உண்மை என்பதுபோல செகாவோடு ஒல்கா ஒரு நடன விருந்திற்குச் சென்றபோது அவரது பழைய காதலிகளில் ஒருத்தி செகாவை கட்டி அணைத்துக் கொண்டதுடன் அவரைத் தனது வீட்டிற்கு இரவு அழைத்துப் போவதாகப் பகிரங்கமாகத் தெரிவித்தாள்.

அது ஒல்காவிற்கு மனவேதனையை உருவாக்கியது. அவள் பாதி விருந்தில் வெளியேறிப் போனாள். இன்னொரு பக்கம் மரியா ஆன்ட்ரீவா என்ற நடிகை தன்னை விடப் பெயரும் புகழும் பெறுகிறாள் என்ற வேதனை ஒல்காவை வாட்டியது. ஆகவே, அவர் முழுமையாகச் செகாவைப் பிரிந்து நாடகத்தில் ஈடுபட முனைந்தார். தனது நண்பரும், தன்னைப் போலவே பண்ணை அடிமை குடும்பத்தில் பிறந்தவருமான சுவோரினுக்கு செகாவ் எழுதிய கடிதத்தில் இந்த நிகழ்வை பற்றிக் குறிப்பிடுகிறார். அதில் அவரது மனவெறுமை முழுவதும் பதிவு செய்யப்பட்டுள்ளது. இந்தச் செய்தி உண்மையில்லை. மாஸ்கோவிற்கு வந்து தன்னோடு தங்கிக் கொண்ட

செகாவினை ஒல்கா சிறப்பாகக் கவனித்துக் கொண்டார். குறிப்பாக அவருக்கு எளிதில் ஜீரணம் ஆகும் உணவுகளாகச் சமைத்துக் கொடுத்தாள். ஆனால், செகாவ் நாக்கிற்கு ருசியாகச் சாப்பிடவே ஆசைப்பட்டார். அவருக்குப் பல்வலி இருந்த காலமது. அதைச் செகாவ் பொருட்படுத்தவேயில்லை. இதை ஒல்கா சுட்டிக்காட்டி சொல்வது செகாவிற்குப் பிடிக்கவில்லை. ஆகவே, இருவருக்கும் இடையில் வாக்குவாதம் உருவானது. உண்மையில் ஒரு குழந்தையைப் போலச் செகாவை ஒல்கா கவனித்துக் கொண்டார். அதன் காரணமாக ஒல்காவோடு ஒன்றாக ஜெர்மன் செல்ல செகாவ் தயார் ஆனார் என்று நீல்மென் என்ற விமர்சகர் சொல்கிறார்.

செகாவை மரணம் துரத்திக் கொண்டேயிருந்தது. அவர் தனது கதைகளில் வரும் கதாப்பாத்திரத்தை போலவே மரணத்தையும் தனது விருப்பத்தின் பாதையில் நடத்தி அழைத்துக் கொண்டு சென்றார்.

*1897*ம் ஆண்டுச் சுவோரினும் செகாவும் ஹெர்மிடாஜ் என்ற புகழ் பெற்ற உணவகத்திற்குச் சாப்பிடச் சென்றார்கள். அங்கே திடீரெனச் செகாவ் ரத்த வாந்தி எடுக்க ஆரம்பித்தார். வாயிலிருந்து ரத்தம் கொப்பளித்து ஒழுகியது. ஆனால், செகாவ் அதைக்கண்டு பயப்படவில்லை. துணியால் வாயைத் துடைத்தபடி சுவோரினுடன் இயல்பாகப் பேசிக் கொண்டிருந்தார். அவருக்கு உடனடி மருத்துவச் சிகிட்சை அளிக்கப்பட்டது. அப்போது அவரது நுரையீரல்களைப் பரிசோதனை செய்த மருத்துவப் பல்கலைக் கழகத் தலைமை மருத்துவர் காசநோய் முற்றிய நிலையில் அவரது நுரையீரல்கள் பாதிக்கப்பட்டுள்ளதாகத் தெரிவித்தார்.

செகாவே ஒரு மருத்துவர் என்பதால் அவர் அந்த எக்ஸ்ரே படங்களை ஆராய்ந்துவிட்டு தனது மரணம் நெருங்கிக் கொண்டிருக்கிறது என்பதை உணர்ந்து கொண்டார். ஆனால், அதற்காக அவர் புலம்பி அழவோ, வேதனைப்படவேயில்லை. இயல்பாக, தைரியமாக எப்போதும்போல வாழ்க்கையை எதிர் கொள்ள ஆரம்பித்தார்.

செகாவ் சிகிட்சைக்காக ஜெர்மன் புறப்படுகிறார் என அறிந்த நண்பர்கள் அவருக்கு ஒரு விருந்து தருவதற்காகக் கிளப் ஒன்றுக்கு அழைத்தார்கள். தனது மரணத்தை அவர்கள் தனியே கொண்டாடும் படியாகக் கடிதம் ஒன்றை அனுப்பிவிட்டு அந்த நிகழ்வை செகாவ் புறக்கணித்தார்.

ஒல்காவின் மருத்துவர் தூபே செகாவை பரிசோதனை செய்துவிட்டு அவர் சுகவாசஸ்தலம் ஒன்றில் ஓய்வு எடுக்க வேண்டும் என்ற ஆலோசனையை முன்வைத்தார் அத்துடன் செகாவின் உணவுபட்டியலை முழுமையாக மாற்றினார் தூபே. அது செகாவிற்குப் பிடிக்கவில்லை. இருபது ஆண்டுகளுக்கும் மேலாக இதே நோயுடன் போராடிக் கொண்டிருக்கிறேன். என்னை உங்கள்

வைத்தியம் காப்பாற்றிவிட முடியாது என வெளிப்படையாகத் தனது கருத்தை செகாவ் தெரிவித்தார். ஆனால், ஒல்கா தனது மருத்துவரின் ஆலோசனையை முழுமையாக நம்பினாள். அதைக் கடைப்பிடிக்கும்படி செகாவை வற்புறுத்தினார். மரியா மற்றும் செகாவின் குடும்பம் தனது ஆலோசனைகளை ஏற்ப மறுப்பதால் அவர்களை ஒல்கா விலக்கி வைத்தார். இது மரியாவிற்கு ஆத்திரத்தை உருவாக்கியது..

தனது பதிப்பாளரிடம் அவசரமான மருத்துவ உதவிக்காக 4500 ரூபிள் தேவை எனக் கேட்டுவாங்கினார் செகாவ். கைகால்வலியும், வயிற்றுப்போக்கும் அந்த நாட்களில் அவரை முடக்கியது. அப்போதும் மாஸ்கோவை விட்டுக் கிளம்பப் போகிறோம் என அறிந்த செகாவ் கடைசியாக ஒருமுறை சாரட் ஒன்றில் மாஸ்கோவை சுற்றி பார்க்க விரும்பிப் புறப்பட்டார். பதின்வயதுகளில் இருந்து பார்த்து பழகிய மாஸ்கோ நகரை, அதன் மனிதர்களைக் கடைசியாக ஒருமுறை பார்த்தார் செகாவ்.

ஒல்காவிடம் மார்பின் மற்றும் அவரச தேவைக்கான மருந்துகளை அளித்தார் டாக்டர் தூபே. 1904ம் ஆண்டு ஒல்காவும் அவரும் ஜெர்மனியில் உள்ள பேடன்வீலர் நகருக்குப் புறப்பட்டார்கள். அது சுக ஊற்றுகள் அதிகமுள்ள இடம். அங்கே தூய்மையான காற்றும் அமைதியான இயற்கைச் சூழலும் இருந்தன. ஆகவே, ரஷ்யர்கள் ஓய்வு எடுக்க விரும்பிச் சென்றார்கள். செகாவ் தனது மரணத்தை சந்திக்கப் பேடன்வீலர் நகருக்குச் சென்றார். அது வோஜ் என்ற சிறிய மலையின் அடிவாரத்தில் அமைந்திருந்தது. அருகில் பேசில் என்ற சற்றே பெரிய நகரமிருந்தது.

மருத்துவர் கார்ல் எவால்ட் அவரைப் பரிசோதனை செய்துவிட்டு எதுவும் சொல்லாமல் விடைபெற்றுப் போனார். டாக்டர் ஸ்வோரர் அவரைப் பரிசோதனை செய்து முழுமையான ஓய்வும் தொடர் சிகிட்சையும் அவசியம் என்று சொல்லி சுவாச சீர்பாட்டிற்காக அடிக்கடி தேநீர் அருந்தும்படி சிபாரிசு செய்தார்.

பேடன்வீலரிலிருந்து செகாவ் எழுதிய கடிதம் ஒன்றில் இங்கே அற்புதமான காபி கிடைக்கிறது. ஆனால், தன்னைக் காபி குடிக்க அனுமதிக்கவில்லை. நல்ல உணவு கிடைக்கிறது. ஆனால், சுவையான தேநீர் கிடைப்பதில்லை என்று எழுதியிருக்கிறார்.

செகாவும், ஒல்காவும், பேடன் வீலருக்கு வந்து சேர்ந்தவுடன் ரோமர்பாடன் ஹோட்டலில் அறை எடுத்துத் தங்கினார்கள். தொடர் இருமல் காரணமாக மற்ற அறைவாசிகளுக்குச் சிரமம் ஏற்படுகிறது என அறிந்த செகாவ் தனது இடத்தை மாற்றினார். ப்ரீடெரிக்கா என்ற வில்லா ஒன்றிற்கு அவர்கள் இடம் மாறினார்கள். பின்பு அங்கிருந்து வசதியான நகரின் மையத்திலிருந்த சோமர் என்ற ஹோட்டல் ஒன்றுக்கு இடம் மாறினார்கள். அறை எண் 21ல் செகாவ் தங்க வைக்கப்பட்டார். நிறையத் தலையணைகளை மலை போலப் போட்டுக் கொண்டு அதில் செகாவ் படுத்துக்கிடந்தார். அடிக்கடி அவரது வேதனையைப் போக்க மார்பின் செலுத்தப்பட்டது. அன்றாடம் செகாவ் கடிதங்கள் எழுதுவதும் அதைத் தபாலில் கொண்டு சேர்ப்பதையும் வழக்கமாக வைத்திருந்தார். வயிற்றுப் பிரச்சனையும் சுவாசக் கோளாறும் அவரை மிகுந்த கஷ்டத்திற்கு உள்ளாக்கியது.. பகலில் செகாவை அறையில் விட்டுவிட்டு தனது பற்களைச் சீரமைப்பு செய்வதற்காக ஒல்கா அருகிலுள்ள பேசல் நகருக்குப் போய் வந்தார். அந்த நேரங்களில் தனியே மூச்சிறைக்க உணவறைக்கு நடந்து போய்ச் செகாவ் சாப்பிட்டு திரும்பி வந்தார்.

கோடைக்காலம் என்றாலும் பேடன்வீலரில் சுகமான காற்று வீசியது. அதை முழுமையாக அனுபவித்த செகாவ் இத்தாலியில் உள்ள கோமோ என்ற ஏரிக்குப் போய்வர ஆசைப்பட்டார். ஆனால், உடலில் வலுவில்லை என்பதால் அந்தப் பயணம் சாத்தியப்படவில்லை.

டாக்டர் ஸ்வோரரர் மனைவி ஒரு ரஷ்யப்பெண். ஆகவே, ஸ்வோரரர் செகாவை பற்றி அறிந்திருந்தார். அத்துடன் அவர் டாக்டர் தூபே மற்றும் ஓல்காவின் நண்பர். ஆகவே சிறப்பாகக் கவனித்துக் கொண்டார். அவர்களுக்கு உதவி செய்ய ஓல்காவின் உறவுக்கார இளைஞன் கோலியா உடனிருந்தான். பகலில் வழக்கமான வேடிக்கைப் பேச்சுகளும் அரட்டையுமாகப் பொழுதைப் போக்கினார் செகாவ். ஆனால், இரவில் அவரால் நிம்மதியாக உறங்க முடியவில்லை. சில நாட்கள் அவர் உறக்கத்தில் புலம்பினார். வீரிட்டு கத்தி அழுதார். ஜப்பானியர்கள் பற்றியும் கடல்மாலுமிகள் பற்றியும் தனக்குத் தானே புலம்பிக் கொண்டிருந்தார். ஜூலை முதல் தேதியன்று தான் எழுத விரும்பிய சிறுகதை ஒன்றை பற்றிச் சொல்லி செகாவ் ஓல்காவைச் சிரிக்க வைத்துக் கொண்டிருந்தார். திடீரென அவரது உடல்நிலை மோசமானது. உடனே ஓல்கா ஐஸ்கட்டிகளை எடுத்து செகாவின் மீது வைத்தார். "எதற்கு என் காலியான வயிற்றின் மீது ஐஸ்கட்டிகளை வைக்கிறாய்" எனக் கேட்டார் செகாவ் அதன்பிறகு அவருக்கு நினைவு தவறிவிட்டது. உடனே பக்கத்து அறையில் இருந்த இரண்டு ரஷ்ய இளைஞர்களை அழைத்து மருத்துவரை அழைத்துவரச் சொன்னார் ஓல்கா. உடனடியாக டாக்டர் ஸ்வோரரர்

எஸ்.ராமகிருஷ்ணன் 103

வரவழைக்கப்பட்டார். அவர் செகாவை பரிசோதனை செயதுவிட்டு ஆக்சிஜன் செலுத்தப்பட வேண்டும் எனச் சிலிண்டர் கொண்டுவர ஏற்பாடு செய்தார். அதை மறுத்த செகாவ் ஆக்சிஜன் வருவதற்குள் தான் இறந்து போய்விடுவேன். அது தேவையில்லை என்றார். இறுதியாக அவருக்கு ஏதாவது தேவையான என மருத்துவர் கேட்டதும் செகாவ் தான் ஷாம்பெயின் குடிக்க விரும்புவதாகச் சொன்னார். டாக்டர் உடனடியாக ஷாம்பெயின் கொண்டுவரும்படி, ஏற்பாடு செய்தார். மூன்று குவளைகளுடன் மோயட் ஷாம்ப்பெயின் கொண்டுவரப்பட்டது. அதை ஒல்கா, டாக்டர், செகாவ் மூவரும் ஆளுக்கு ஒரு கோப்பையில் ஊற்றிப் பகிர்ந்துகொண்டார்கள். தனது மிச்சமிருந்த சக்தியைத் திரட்டி செகாவ், “நான் ஷாம்பெய்ன் குடித்து நீண்ட நாட்கள் ஆகிவிட்டன” என்றபடியே மதுக்குவளையை வாயினருகே கொண்டுபோய்க் குடித்தார். பின் கண்களை மூடி மூச்சிழுத்தார். கொஞ்ச நேரத்தில் அவர் “ich sterbe” என்றார். அச்சொல்லிற்கு ‘நான் செத்துக் கொண்டிருக்கிறேன்’ என்ற அர்த்தம். அதுதான் செகாவின் கடைசிச் சொற்கள். அடுத்த சில நிமிடங்களில் செகாவ் இறந்து போனார். ஜூலை 2ம் தேதியன்று தனது நாற்பத்து நான்காவது வயதில் அவரது வாழ்க்கை முடிந்து போனது.

மருத்துவர் அவர் உடலைப் பரிசோதனை செய்துவிட்டு மரணத்தை உறுதி செய்தார். அன்றிரவு முழுவதும் இறந்துபோன செகாவின் உடலோடு தனிமையில் இருந்தார் ஒல்கா. மறுநாள் சவ அலங்காரம் செய்பவரை வரவழைத்து செகாவை அலங்காரம் செய்தார் ஒல்கா. இந்த இறுதி நாளைப்பற்றித் தான் ‘ரேமண்ட் கார்வர் எரெண்ட்’ என்ற சிறுகதையை எழுதியிருக்கிறார். இக்கதையை செங்கதிர் ‘செய்தி சொல்லும் வேலை’ என்ற பெயரில் மொழியாக்கம் செய்திருக்கிறார். அவரது இந்தப் பிரபஞ்சத்தின் பெயர் கதை தொகுப்பில் இச்சிறுகதை உள்ளது. செகாவின் மரணச்செய்தி உடனடியாக ரஷ்யாவிற்குத் தெரிவிக்கப்பட்டது. ரஷ்ய நாளிதழ்கள் அதை முகப்புச் செய்தியாக வெளியிட்டன. செகாவ் மறைந்த செய்தி மாஸ்கோவில் ஆழ்ந்த துக்கத்தை ஏற்படுத்தியிருந்தது. அவரது உடல் மாஸ்கோவிற்குக் கொண்டுவர ஏற்பாடு செய்யப்பட்டது. செகாவ் இறந்த தகவல் கேட்டு முதல் இரங்கல் செய்தியை அனுப்பியவர் அவரது காதலி துனியா எப்ரோஸ். இதற்கு யால்டாவில் மரணச்செய்தி பரவி தேவாலயத்தில் அவருக்கான இரங்கல் செய்தி வாசிக்கப்பட்டது.

மக்கள் செகாவ் வீட்டின் முன்பு திரளமாகக் கூடினார்கள். செகாவின் உடலை ஜெர்மனியில் அடக்கம் செய்யவே ஒல்கா விரும்பினார். ஆனால், செகாவின் குடும்பமும் உறவினர்களும் நண்பர்களும் அனுப்பிய தந்தியின் காரணமாகவே அவரது உடல் ரஷ்யாவிற்குக் கொண்டுவரப்பட்டது என்று ஒரு தகவலை சுவோரின் பகிர்ந்து கொண்டிருக்கிறார். ரஷ்ய தூதரகம் எடுத்துக் கொண்டு முயற்சியின் காரணமாக ரயிலில் செக்ாவ் உடல் கொண்டுவர ஏற்பாடு

நடந்தேறியது. இறந்த உடலை கொண்டுவருவதற்காகக் குளிர்சாதன வசதி கொண்ட ரயில்பெட்டி தேவைப்பட்டது. ரயிலில் மீன்களும் சிப்பிகளும் கொண்டு செல்வதற்கான குளிர்சாதனப்பெட்டியில் அவரது உடல் ஏற்றப்பட்டது. அதே ரயிலில் ஒல்காவும் பயணம் செய்தார். அவரது ரயில் வரும்வழியில் உள்ள நகரங்களில் அன்டன் செகாவுக்கு இறுதி அஞ்சலி செலுத்திட மக்கள் குவிந்திருந்தனர். செகாவின் பதிப்பாளர் சுவோரின் ரயிலில் வரும் செகாவின் உடலுக்கு அஞ்சலி செலுத்த ரயில் நிலையத்திற்கு ஓடி வந்தார். அவரால் துக்கத்தைக் கட்டுப்படுத்த முடியவில்லை. ரயில்பெட்டி முன்பாக மண்டியிட்டு அழுதார்.

செகாவின் சகோதரி மரியாவிற்கும் அவரது குடும்பத்தினருக்கும் மரணச்செய்தி தெரிவிக்கப்பட்டிருந்தது. அவர்கள் மாஸ்கோ வருவதற்காகப் பயணம் செய்துகொண்டிருந்தார்கள். அப்போது ஜப்பானுடன் ரஷ்யா போரிட்டுக் கொண்டிருந்த காலம். அப்போரில் ஜெனரல் கெல்லர் என்பவர் கொல்லப்பட்டு, அவரது சடலமும் அதே ரயிலில் வந்தது. ராணுவத்தினர் ஜெனரலின் சவப் பெட்டியைச் சுமந்துகொணடு ராணுவ கீதங்களை இசைத்தபடி சென்றனர். எழுத்தாளர் செகாவிற்குத் தான் ராணுவ மரியாதை செலுத்தப்படுகிறது என நினைத்து பலர் அதன்பின்னே செல்ல ஆரம்பித்தார்கள். இறந்துபோன செகாவின் உடல் வந்து சேர்ந்த நிகழ்வு அவரது சிறுகதை போலவே பகடியும் அபத்தமும் இணைந்த ஒன்றாக நிகழ்ந்தேறியது. செகாவின் உடலை கடற்சிப்பிகளும் மீன்களும் கொண்டு வரப்படும் குளிர் சாதனப்பெட்டியில் கொண்டுவந்தார்கள் என்பதை அறிந்த மாக்சிம் கார்க்கி மிகுந்த கோபமடைந்தார்.

“இந்த மகத்தான மனிதரையா மீன் பெட்டியில் கொண்டு வந்தார்கள்? இதைக் கேட்கையில் எனது இதயம் நொறுங்கிப்போய்விட்டது. கதறிக் கதறி அழுது, என்னைச் சவுக்கால் அடித்துக் கொள்ள வேண்டும்

போலிருக்கிறது. ஒரு அழுக்குக் கூடையில் எடுத்து வந்தது பற்றிச் செகாவுக்கு ஒன்றும் குறைந்துவிடப்போவதில்லை. ஆனால் நமக்கு? நமது ரஷ்ய சமுதாயத்திற்கு? என்னால் இந்த அவமானத்தைத் தாங்கிக் கொள்ள முடியவில்லையே" என்று கதறினார்.

ஜூலை 9ம் தேதி மாஸ்கோவில் செகாவின் இறுதி ஊர்வலம் புறப்பட்டது. நோவோடெவிஸ் கல்லறைத் தோட்டத்தை நோக்கி நான்குமைல் தூரப்பயணம். இந்த ஊர்வலத்தில் நாலாயிரத்துக்கும் அதிகமானவர்கள் கலந்து கொண்டார்கள். கல்லறைத் தோட்டத்தில் ஒல்காவை கண்ட சிலர் கேலி செய்தார்கள். பலர் அங்கேயே நின்றபடி வம்பு பேச்சுகளில் ஈடுபட்டார்கள். செகாவ்வின் இறுதிச்சடங்குகள் நடைபெற்று முடிந்தவுடன் அனைவரும் யால்டா கிளம்பிச் சென்றார்கள். தனது உயிலில் எல்லா சொத்துகளையும் செகாவ் அவரது சகோதரி மரியாவிற்கே எழுதி வைத்திருந்தார். அதற்கு ஒல்கா சம்மதம் தெரிவித்து ஏற்றுக் கொண்டார். இதன் காரணமாக மரியாவிற்கு ஆண்டிற்கு எண்பதாயிரம் ரூபிள் பணம் கிடைக்கும் நிலை உருவானது. அவர் மிகப்பெரிய பணக்காரியாக மாறினார். செகாவின் மரணத்திற்காக நாற்பது நாட்கள் துக்கம் அனுசரிக்கப்பட்டது. அதன் முடிவில் மாஸ்கோ தேவாலயத்தில் விசேச பிரார்த்தனை நடைபெற்றது. அடுத்த இரண்டு மாதங்களில் ஒல்கா மறுபடியும் நாடகத்தில் நடிக்கத் துவங்கினார். தனது சகோதரருக்காகவே திருமணம் செய்து கொள்ளாமல் வாழ்ந்த மரியா ஆசிரியர் பணியை விலக்கி செகாவின் வீட்டினை ஒரு மியூசியமாக உருமாற்றப் பாடுபட்டார். தனது 93 வயது வரை வாழ்ந்த மரியா செகாவின் நினைவுகளைக் காப்பாற்றிப் பாதுகாத்து வந்ததோடு அவரது புத்தகங்களை முறையாகப் பதிப்பித்து வெளியிட்டார். 90வயது வரை தனிமையில் நாடகமே உலகம் எனச் செகாவின் நினைவுகளுடன் வாழ்ந்து மறைந்தார் ஒல்கா.

செகாவ் இறந்து பதிமூன்று ஆண்டுகளுக்குப் பிறகு 1917ல் ரஷ்யப்புரட்சி ஏற்பட்டு புதிய சோவியத் யூனியன் உருவானது. இதன்பிறகு செகாவிற்கு உரிய மரியாதை செய்ய விரும்பிய அரசு அவரது உடலை ராணுவ மரியாதைகளுடன் மறு அடக்கம் செய்தது. மாஸ்கோ ஆர்ட் தியேட்டர் உறுப்பினர்களுக்காகத் தனியே ஒதுக்கப்பட்ட இடத்தில் இந்த நிகழ்வு நடந்தேறியது. இதில் ஆயிரக்கணக்கான மக்கள் கலந்து கொண்டனர். இந்நிகழ்ச்சிக்கு ஒல்கா நிப்பரும் வந்திருந்தார். இதையொட்டி நடைபெற்ற விழாவில் ஒல்கா நடித்த செர்ரிப் பழத்தோட்டம் நாடகம் நடைபெற்றது.

செகாவின் கதையுலகம்

செகாவின் சிறந்த சிறுகதைகளில் அவரது பால்யத்தின் வேதனை படிந்த கதை வான்கா. ஒன்பது வயது சிறுவன் இவானின் துயரத்தையும் ஏக்கத்தையும் தாத்தாவிற்கு எழுதப்பட்ட கடிதம் மூலம் விவரிக்கிறது இக்கதை. தனது 26ஆம் வயதில் இக்கதையைச் செகாவ் எழுதியிருக்கிறார்.

புதைமிதி தயாரிக்கும் (Shoemaker) அல்யாஹினிடம் வேலைப் பழகுவதற்காக விடப்படுகிறான் வான்கா. அங்கே அவன் பசியால் துடிக்கிறான் சக ஊழியர்களால் மோசமாக நடத்தப்படுகிறான். திருடச்சொல்லி வற்புறுத்தபடுகிறான். முதலாளி அவனை அடித்து உதைக்கிறான். இந்த வேதனையிலிருந்து எப்படியாவது தப்பித்தால் போதும் என் வான்கா துடிக்கிறான். ஆகவே, தன்னை உடனே அங்கிருந்து கூட்டிச் செல்லுமாறு தன் தாத்தாவுக்குக் கடிதம் எழுதுகிறான்.

இக்கதையின் அழகு கிறிஸ்துமஸை கதையின் பின்புலமாக வைத்தது. மீட்பரின் வருகையை உலகமே கொண்டாடும் நிலையில் ஒரு சிறுவன் மீட்சியில்லாமல் தவிக்கிறான். தனிமையில் வேதனையில் தாத்தாவிற்குக் கடிதம் எழுதுகிறான். வான்காவின் நினைவில் உள்ள கிறிஸ்துமஸ் சந்தோஷத்தின் குறியீடாக அடையாளப் படுத்தபடுகிறது. அதேநேரம் சிறார்களை வேலைக்கு வைத்து அடித்துச் சித்ரவதை செய்யும் முதலாளியும் தன் குடும்பத்துடன் கிறிஸ்துமஸ் கொண்டாட தேவாலயத்திற்குக் கிளம்பிப் போகிறான் என்ற முரணையும் செகாவ் சுட்டிக்காட்டுகிறார்.

தாத்தா கன்ஸ்தனிதீன் மக்காரிச்சின் சித்திரம் ஓவியம் போலத் துல்லியமாகத் தீட்டப்பட்டிருக்கிறது. செகாவின் தாத்தா இகோரின் சாயல் கொண்ட கதாபாத்திரமிது. காவல் பணிபுரியும் கன்ஸ்தனிதீன் எப்போதும் நாயுடன் உலவக்கூடியவர். அவரது இரண்டு நாய்களில் விலாங்கு எனப்படும் நாய் மிகவும் பணிவானதுபோல நடிக்கக் கூடியது. கதையில் வரும் தாத்தா அதிகக் குளிராக இருந்தால் தன்னைத் தானே கட்டிப்பிடித்துக் கொள்கிறார்.

பணிப்பெண்களைக் கேலி செய்து கிள்ளி வைத்துச் சிரிக்கிறார். அத்துடன் மூக்குப்பொடி போடும் பழக்கம் உள்ள அவர் தனது நாய்களுக்குக் கூட மூக்குப்பொடி போட்டுவிடுகிறார். கஸ்தான்கா என்ற நாய் மூக்குப்பொடி போட்டவுடனே சப்தம் செய்கிறது. ஆனால், விலாங்கு பணிவுடன் தும்முவதில்லை என்பதில் உள்ள கேலி அற்புதமானது. காரணம் இந்த நாயின் பணிவு வெறும் வெளிவேஷம். அது கோழிக் குஞ்சுகளைத் திருடி காலில் வெட்டுப்பட்ட நாய். அதை மறைக்கவே இப்படிப் பணிவாக நடந்து கொள்கிறது. இது தான் செகாவின் டச்.

எனக்கு அப்பாவும் இல்லை அம்மாவும் இல்லை; உன்னைத் தவிர யாருமே இல்லை என்பதை வான்கா தாத்தாவிற்கு மூன்று மாதங்களுக்கு முன்பு அம்மா இறந்து போனதை நினைவூட்டுகிறான். அத்துடன் நான் வளர்ந்து பெரியவனானால் உன்னைக் கருத்துடன் கவனித்துக் கொள்வேன் என உறுதி கூறுகிறான். உனக்காகப் பிரார்த்தனை செய்வேன் என அவன் மன்றாடுவது மீட்சிக்கான ஏக்கத்திலிருந்தே.

கரிய இரவென்றாலும் கிராமத்தின் வெண்ணிறக் கூரைகளும். புகைபோக்கிகளிலிருந்து எழும் புகையும். உறைபனிக் கவசமிட்டு வெள்ளிபோல் பளபளத்த மரங்களும், வெண்பனிப் பெருக்குகளும் தொட்டத் தெளிவாய்க் கண்ணுக்குத் தெரிந்தன எனப் பனிக்கால இரவின் காட்சியும் விண்மீன்களின் ஒளியும் வெண்பனி மூடிய கிராமமும் கவித்துவமாக விவரிக்கப்பட்டுள்ளன.

நடந்தே மாஸ்கோவிலிருந்து வந்துவிட நினைக்கிறேன். ஆனால், என்னிடம் பூட்சுகள் இல்லை. ஊரில் ஆடு மேய்த்தால் கூடப் பரவாயில்லை. உனக்காக நான் மூக்குப்பொடி இடித்துத் தருவேன். உதவிகள் செய்வேன் எனச் சிறுவன் அடுக்கிக் கொண்டே போவது அவனது துயரத்தின் தீராக்குரலாகவே ஒலிக்கிறது.

வான்கா மட்டுமில்லை. மற்ற பணியாளர்களும் போதுமான உணவின்றித் தவிக்கிறார்கள் என்பதையே வெள்ளரிக்காய்களைத் திருடி வரச்சொல்லிக் கட்டாயப்படுத்துவதன் மூலம் தெரிந்து கொள்ள முடிகிறது. "எந்நேரமும் என்னை அடிக்கிறார்கள், துன்பம் தாளாமல் எந்நேரமும் அழுதபடி இருக்கிறேன். எப்போதும் நான் பசியாய் இருக்கிறேன். தயவு செய்து வந்து அழைத்துச் சென்று விடு தாத்தா" என்று கெஞ்சி எழுதுகிறான்.

கடிதத்தை எழுதிமுடித்து, கன்ஸ்தந்தீன், மக்காடிச் கிராமம் என முடிக்கிறான். ஊர்ப் பெயரும் முழு முகவரியும் அவனிடம் இல்லை. தனது தாத்தாவின் பெயரைப் போட்டால் போதும் கடிதம் தானே போய்ச் சேர்ந்துவிடும் என அப்பாவியாக நம்புகிறான்.

எஸ்.ராமகிருஷ்ணன்

இந்த நம்பிக்கையோடு அவசரமாக அருகில் இருக்கும் தபால் பெட்டியில் கடிதத்தைச் சேர்ப்பிக்கிறான். தன்னை நிச்சயம் தாத்தா இங்கிருந்து அழைத்துச் சென்றுவிடுவார் என்ற நம்பிக்கை அவனுக்குள் உருவாகிறது. தான் எழுதிய கடிதத்தைத் தாத்தா சமையல்காரிக்குப் படித்துக் காண்பிப்பது போலவும் அப்போது விலாங்கு நாய் கணப்பு அடுப்பின் முன்னால் வாலை குழைத்துக் கொண்டு மேலும் கீழுமாக நடப்பது போலவும் அவன் மனதில் கனவு தோன்றுகிறது.

வான்கா நம்பிக்கையோடு உறங்குகிறான். ஆனால், கதையை வாசிக்கும் வாசகன் மனதில் இக்கடிதம் ஒருபோதும் போய்ச் சேராதே என்ற பதைபதைப்பு உருவாகிறது. படிப்பவரைக் கண்ணீர் சிந்த வைக்க எந்த முயற்சியும் செகாவ் மேற்கொள்ளவில்லை. ஆனால், கதையின் முடிவில் மனது பாரம் கொண்டுவிடுகிறது. அதுவே கலையின் வெற்றி.

சிறுவன் வான்காவிற்குள் செகாவின் பால்யகாலம் புதையுண்டிருப்பதே இக்கதையின் வெற்றிக்கான முக்கியக் காரணம். வான்காவின் தனிமையும் செகாவின் தனிமையும் ஒன்று தான். வான்காவிற்கு மீட்சிக்கான வழி தெரிகிறது. ஆனால், சிறுவன் செகாவிற்கு மீட்சிக்காக வழி தெரியவில்லை. ஒருவேளை தன்னைத் தாயும் தகப்பனும் இப்படியே கைவிட்டு விடுவார்களோ எனப் பயந்து கொண்டிருந்தான். அம்மா அப்பாவிற்கு வான்காவைப் போலவே கடிதங்கள் எழுதியிருக்கிறார் செகாவ். ஒரே வித்தியாசம் செகாவ் எழுதிய கடிதங்கள் சரியான முகவரியோடு அவரது தந்தையைப் போய் அடைந்தன. ஆனால், அவர் பதில் அளிக்கவேயில்லை. அம்மா தான் அவனை நினைத்து வருந்தி பதில் எழுதினாள்.

கதையில் வரும் பூட்ஸ் தயாரிப்பு நிறுவனத்தின் எஜமான் பணியாளர்களை அடித்து உதைக்கிறான். அவன் மனைவி அவனை விட மோசம். அவள் வான்காவை மீனை சுத்தம் செய்யச் சொல்கிறாள். வாலில் இருந்து சுத்தம் செய்யத் துவங்கிவிட்டான் என அதே மீனைப் பிடுங்கி தலையில் வைத்துத் தேய்க்கிறாள். இந்தச் சம்பவம் செகாவின் வாழ்க்கையில் நிஜமாக நடந்தது. சமையற்காரி ஓர்கா அவரை இப்படி நடத்தியிருக்கிறாள்.

இதுபோலவே பயிற்சியாளர்கள் மதுவிடுதிக்குப் போய் வோட்கா வாங்கி வரச்சொல்லி கட்டாயப்படுத்துவதும் அவரது பள்ளி நாட்களில் நடைபெற்ற ஒன்றே. தனது வாழ்க்கையில் நடைபெற்ற சம்பவங்களில் இருந்து கதையை உருவாக்கிய போதும் மெலோடிராமா போல அதீத உணர்ச்சிகளைச் செகாவ் உருவாக்குவதில்லை. அடங்கிய தொனியிலே கதை சொல்லப்படுகிறது. "கிறிஸ்துமஸ் எல்லோருக்கும் சந்தோஷமான நாளில்லை. எங்கோ ஒரு மூலையில் யாரோ துயரம் தீராத ஒரு மனிதன் கடந்த காலத்தின் சந்தோஷ நினைவுகளில்

மூழ்கியபடியே எல்லா நாளும் போல இதுவும் ஒரு நாளே எனக் கடந்து போய்க் கொண்டிருப்பான்"

கதையின் ஊடாக மாஸ்கோ நகர வாழ்க்கை சுட்டிக்காட்டப்படுகிறது.

"இங்கே வேட்டையாடப்பட்ட விலங்குகளை எங்கே யார் வேட்டையாடினார்கள் எனச் சொல்ல மறுக்கிறார்கள். குதிரைகளுக்குத் தரும் முக்கியத்துவம் ஆடுகளுக்கு இல்லை. விலை உயர்ந்த துப்பாக்கிகள் கிடைக்கின்றன. விதவிதமான மீன்தூண்டில்கள் முட்களுடன் விற்கபடுகின்றன. ஆனால், எல்லாமும் அதிகப் பணம் கொடுத்து வாங்க வேண்டியிருக்கிறது."

தன்னை அழித்துக் கொண்டும் ஒளிரும் மெழுகுவர்த்திப் போன்றவர்களே வான்கா. இன்னொரு வகையில் மெழுகுவர்த்தி அடியில் கடிதம் எழுதுவது பிரார்த்தனையின் வெளிப்பாடு. எங்கே மெழுகுவர்த்தி ஏற்றி வைக்கப்பட்டு பிரார்த்திக்கப் படுகிறதோ. அதைத் தேவன் செவிமடுப்பார். வேதனையைத் தீர்த்து வைப்பார் என்ற நம்பிக்கையிருக்கிறது. ஒருவகையில் இக்கடிதம் கடவுளுக்கு எழுதப்பட்ட கடிதமே. 'அந்தோன் சேகவ் சிறுகதைகளும் குறுநாவல்களும்' என்ற நூலில் 'வான்கா' என்னும் கதை இடம்பெற்றுள்ளது. தமிழில் இக்கதையை ரா.கிருஷ்ணையா மொழிபெயர்த்துள்ளார். சிறுவனின் வேதனைகளைப் பல்வேறு காட்சிகளாக விவரித்து உணர்ச்சிகளைத் தூண்டி நாடகமாக்குவதை விடவும் சிறுவனின் மனநிலையினைத் துல்லியமாக வெளிப்படுத்துவதே செகாவின் பாணி. அதுவே

சிறுகதைக்குச் செகாவ் கற்று தரும் பாடம். இக்கதையில் வரும் விலாங்கு நாய் சமகால மனிதர்களின் குறியீடு. தன்னை மறைந்து கொண்டு போலியான பணிவுடன் வாழ்வது. அவமானங்களை அடைந்தபோதும் விரும்பியதை திரும்பத் திரும்பச் செய்வது, எதையாவது அண்டி எப்படியாவது வாழ்க்கையை ஓட்டிவிட முயற்சிப்பது ஆகியவை இந்த நாயின் வழியே சுட்டிக்காட்டப்படுகிறது. கதையின் முடிவில் இந்த நாய் கணப்பு அடுப்பின் அருகில் இதம் அடைகிறது. ஆனால், வான்கா குளிரில் கனவுகளுடன் உறங்கிக் கொண்டிருக்கிறான். சந்தோஷமான நினைவுகள் மட்டுமே நம்மை வாழ வைத்துக் கொண்டிருக்கின்றன என்பதையே இக்கதையிலும் செகாவ் சுட்டிக்காட்டுகிறார்

"The Death of a Government Clerk" என்ற செகாவின் கதை, 'தும்மல்' என்ற பெயரிலும், எழுத்தரின் மரணம் என்ற பெயரிலும் இரண்டு மாறுபட்ட மொழிபெயர்ப்புகளில் வாசிக்கக் கிடைக்கின்றன. அந்தக் கால அரசு ஊழியரின் பரிதாப மனநிலையை இதை விட எள்ளலாக யாராலும் சொல்லிவிட முடியாது.

எதிர்பாராத ஒரு தும்மல் எப்படி ஒருவனை ஆட்டிப்படைக்கிறது என்பதை இவான் திமீத்ரிவிச் கதாப்பாத்திரம் வழியே அழகாகச் சித்தரித்துள்ளார் செகாவ். அரசு ஊழியரான எழுத்தர் இவான் திமீத்ரிவிச் செர்வியாக்கவ் நாடகம் ஒன்றை பார்த்துக் கொண்டிருந்தபோது திடீரென அவருக்குத் தும்மல் வந்துவிடுகிறது.

யாரும் எங்கேயும் தும்மலாம் தானே என்ற உரிமையை நினைத்துக் கொண்டு, கைக்குட்டையை எடுத்து மூக்கைத் துடைத்துக் கொள்கிறார். பிறகு தமது தும்மலால் யாருக்கும் தொந்தரவு ஏற்பட்டிருக்குமோ என்று. சந்தேகம் ஏற்பட்டு திரும்பிப் பார்த்து திகைத்துப் போகிறார். காரணம் அவர் முன்வரிசையில் இருந்த கிழவர் கையுறையால் முகத்தைத் துடைத்துக் கொள்வது அவர் கண்ணில் படுகிறது. அந்தக் கிழவர் அவரது உயர் அலுவலர்.

அவரிடம் மன்னிப்பு கேட்க முடிவுசெய்து குனிந்து அய்யா தெரியாமல் தும்மி விட்டேன் மன்னியுங்கள் என்கிறார் செர்வியாக்கவ். அவரும் பரவாயில்லை எனச் சொல்கிறார். அதைக் கோபமாகச் சொல்வதாக நினைத்துக் கொண்ட செர்வியாக்கவ் மறுபடியும் நான் வேண்டும் எனத் தும்மவில்லை அய்யா மன்னிக்கவும் என்கிறார். இது என்ன தேவையில்லாத தொந்தரவு. நாடகம் பார்க்கவிடாமல் இடையூறு செய்கிறானே என நினைத்த உயரதிகாரி முறைத்தபடியே அப்போதே அதை மறந்துவிட்டே.ன ஏன் என்னைத் தொந்தரவு செய்கிறாய் எனக்கேட்கிறார்.

உயரதிகாரியின் இந்த மிரட்டும் குரல் செர்வியாக்கவ்வை பயமுறுத்துகிறது. உயரதிகாரியின் கோபம் என்ன செய்யும் என அவருக்குத் தெரியும். பயந்துபோய் வீட்டிற்குத் திரும்பியதும்

112 செகாவ் வாழ்கிறார்

செர்வியாக்கவ் தமது தரக் குறைவான நடத்தை பற்றி மனைவி யிடம் புலம்புகிறான். பயந்துபோய் அவளும் நாளை அவரிடம் நடந்ததைச் சொல்லி மன்னிப்புக் கேட்டுவிடுங்கள் என்கிறார்.

மறுநாளன்று அலுவலகத்தில் உயரதிகாரியைச் சந்தித்து, நேற்று எதிர்பாராமல் தும்மியதிற்கு வருந்துகிறேன் என்றார். உயரதிகாரியோ அவர் தன்னைக் கேலி செய்வதாக நினைத்துக் கொண்டு ஆத்திரத்துடன் வெளியே துரத்திவிடுகிறார். இது செர்வியாக்கவினை மேலும் வேதனைப்படுத்துகிறது. நினைத்து நினைத்து வருந்துகிறார். மறுநாள் மறுபடியும் உயரதிகாரியிடம் மன்னிப்பு கேட்க போகிறார். அதிகாரி வெளியே போ நிற்காதே என விரட்டியதும் மனம் உடைந்து போய்த் தெருவில் இறங்கி நடக்க ஆரம்பிக்கிறார். மனவேதனையுடன் வீட்டிற்கு வந்து புலம்பியபடியே சோபாவில் படுத்து இறந்து போய்விடுகிறார்.

எளிய வேடிக்கை கதை போல வெளித்தோற்றம் இருந்தாலும் இது குமாஸ்தா மனப்போக்கினை விமர்சனம் செய்யும் முக்கியமான கதையாகும். கற்பனையான பயத்தில் தான் நாம் வாழ்ந்து கொண்டிருக்கிறோம். இது நம் வாழ்க்கையை நாமே நரகமாக்கிக் கொள்வதாகும்.

உயரதிகாரிகளைச் சந்தோஷப்படுத்த வேண்டியது ஊழியர்களின் கடமை என்ற அந்தக் கால ரஷ்ய அரசாங்கத்தின் நிலையும் கதையில் வெளிப்படுகிறது. இந்தக் கதையைச் சிருஷ்டி நாடக குழுவினர் கோவில்பட்டியில் நிஜ நாடகமாக நிகழ்த்தி யிருக்கிறார்கள். இக்கதை குறும்படமாகவும் எடுக்கப்பட்டிருக்கிறது. இன்று அரசு

ஊழியர்கள் இதுபோன்ற மனநிலையில் இல்லை. ஆனால், கற்பனையான பயம் என்பது எப்போதும் இருக்கவே செய்கிறது. 'ஓர் அரசாங்கக் குமாஸ்தாவின் மரணம்' சிறுகதையை வாசிக்கும் போது புதுமைப்பித்தன் கிண்டலும் கேலியும் நினைவில் வந்து போகின்றன.

•••

செகாவின் சிறுகதைகளில் உள்ள தனித்துவமே கதை துவங்கிய சில வரிகளிலே படிப்பவரை முழுமையாக உள் இழுத்துக் கொண்டுவிடும் என்பது தான். 'பழிதீர்ப்பவன்' (The Avengers) என்றொரு சிறுகதை. கள்ளக்காதலனுடன் மனைவியைக் கையும் களவுமாகப் பிடித்த ஒருவன் தன் மனைவியின் கள்ளக்காதலனை கொல்வதற்காகத் துப்பாக்கி வாங்குவதற்காகக் கடைக்குப் போகிறான். கள்ளக் காதலனைக் கொன்றுவிட்டு மனைவியையும் சுட்டுக் கொல்ல வேண்டும் என்பது அவனது திட்டம். என்ன துப்பாக்கி வாங்குவது எனத்தெரியவில்லை. ஆகவே, கடைக்காரன் காட்டும் ஒவ்வொரு துப்பாக்கியாக எடுத்துப் பார்க்கிறான். கடைக்காரன் ஒரு வாயாடி.

"ஒவ்வொருத்தரும் எதுக்கு துப்பாக்கி வாங்குறாங்குன்னு நாங்க விசாரிக்க ஆரம்பிச்சா கடையை மூட வேண்டியது தான்" என்றபடியே அவன் தன்னிடம் துப்பாக்கி வாங்க வந்தவர்களின் இயல்புகளை விவரிக்கத் துவங்குகிறான்.

அதில், ஒரு படை அதிகாரி தன் மனைவியின் கள்ளக் காதலனை கொல்ல துப்பாக்கி வாங்கிச் சென்று சுடுகிறான். அந்தக் குண்டு அவனைத் துளைத்து அருகிலிருந்த வெண்கல விளக்கை ஊடுருவி பியானோ மேல் பட்டுத் திரும்பி அவரது மனைவியின் மீது படுகிறது. உடனே அதிகாரி கைது செய்யப்படுகிறார்.

அவருக்குத் தண்டனை கிடைப்பது உறுதி. ஆனால், நீதிமன்றம் கள்ளக் காதலன் மேல்தான் அனுதாபப் படும். ஏன் என்றால் நீதிபதிகள், வக்கீல்கள், ஜூரிகள் எல்லாம் அடுத்தவன் மனைவியோடதான் வாழ்ந்துகிட்டு இருக்கிறார்கள்.

அவர்கள் கணிப்பின்படி இந்த ரஷ்யாவில் ஒரு கணவன் குறைந்தான். எல்லாக் கணவன்மார்களையும் ஷகலின் தீவுக்கு நாடு கடத்தி விட்டால் மக்கள் ரொம்ப சந்தோசப் படுவார்கள். அய்யா.. அடுத்தவன் மனைவியை விரும்புறது அடுத்தவன் சிகரெட்டைப் புகைப்பதைப் போலவும், அடுத்தவன் புத்தகத்தைப் படிப்பதைப் போலவும் ரொம்பச் சாதாரணம் ஆகிருச்சு.

ஒவ்வொரு வருசமும் எங்க துப்பாக்கி வியாபாரம் குறைஞ்சிட்டு வருது. அதனால எல்லா மனைவிமார்களும் நல்லவங்க ஆகிட்டாங்கன்னு அர்த்தமில்லை. கணவன்மார்கள் தங்களது நிலைமையை விட்டுக் கொடுத்திட்டாங்க. அப்புறம் தண்டனைக்குப்

பயந்துகிட்டாங்கன்னு தான் சொல்லணும். கடை ஊழியன் சுற்றுமுற்றும் பார்த்துவிட்டுக் கிசிகிசுத்த குரலில் சொன்னான். "அய்யா இதெல்லாம் யார் தப்புன்னு சொல்றீங்க? அரசாங்கத்தோடது!"

இந்த உரையாடலைக் கேட்டதும் தன் மனைவியைக் கொன்று தான் ஏன் தீவாந்திர தண்டனையை அனுபவிக்க வேண்டும். மனைவியை அவளது கள்ளக் காதலனை இருவரையும் கொல்லக்கூடாது. ஆனால், அவர்களை வேறுவிதமாகத் தண்டிக்க வேண்டும் எனக் கணவன் முடிவு செய்கிறான். பறவை வலை ஒன்றை விலைபேசி வாங்க முற்படுவதோடு கதை முடிகிறது. ஆனால், இது இன்னொரு கதையின் துவக்கம் போலிருக்கிறது. பெரிதும் மனவோட்டமாகச் செல்லும் இக்கதை கணவனின் நியாயங்களை எடுத்துச் சொல்லியபடியே நீள்கிறது.

திடீரெனத் தண்டனை உருவாக்கிய பயம் கணவனை ஒடுக்கத் துவங்கி மனமாற்றத்தினை ஏற்படுத்துகிறது. இப்படித் தான் சாமான்ய மனிதர்கள் நடந்து கொள்கிறார்கள் என்கிறார் செகாவ். இக்கதையில் அடுத்த என்ன நடைபெறப்போகிறது என்ற பதைபதைப்பு கதை முழுவதும் அழகாகப் பின்னப்பட்டிருக்கிறது.

•••

ஆன்டன் செகாவின் 'கூஸ்பெர்ரிஸ்' மறக்க முடியாத சிறுகதை. இக்கதையைச் சொல்பவன் இவான். தனது தம்பி நிகோலாயின் கதையைச் சொல்கிறான்.

இவானும் அவனது சகோதரனும் ஏழ்மையில் ஒரு பண்ணையில் வசிக்கிறார்கள். நிகோலாயிக்கு ஒரே கனவு எப்படியாவது தான் ஒரு பண்ணை வாங்கி முதலாளி ஆகிவிட வேண்டும் என்பது. ஆனால், ஒரு குமாஸ்தாவாக வாழ்க்கையைத் துவங்குகிறான். பணம் சேர்க்க எண்ணி ஒழுங்காகச் சாப்பிடாமல் காசை மிச்சம் பிடிக்கிறான். கிழிந்த ஆடைகளை உடுத்திக் கொள்கிறான். எப்படிப் பணம் கிடைத்தாலும் சேமித்துக் கொள்கிறான். அவனது கனவில் ஒரு பண்ணை வீடும், அதில் அழகான குளமும், அங்கே நீந்தும் வாத்துகளும், கூஸ்பெர்ரி பழங்கள் தொங்கும் தோட்டமும் ஒளிர்ந்து கொண்டிருந்தன.

இந்தக் கனவை அடைவதற்காகவே நிகோலாய் ஒரு பணக்கார விதவை பெண்ணை மணந்து கொண்டான். அவளை வதைத்து பட்டினி போட்டுச் சாகும்படி செய்தான். முடிவில் அவளது சொத்து முழுவதும் அவனுக்குச் சொந்தமானது. முந்நூறு ஏக்கர் பண்ணையை வாங்கினான். அதில் கூஸ்பெர்ரி தோட்டம் ஒன்றை அவனே உண்டாக்கினான்.

சில ஆண்டுகளுக்குப் பிறகு நிகோலாயைப் பார்க்க இவான் செல்கிறான். கிழடு தட்டி கொழுத்து பன்றி போல ஆகிப்போன நிகோலாயைக் காண்கிறான். தான் மிகச் சந்தோஷமாக இருப்பதாக நிகோலாய்ச் சொல்கிறான். அந்தப் பகுதி மக்கள் நிகோலாயை பணக்கார பிரபு எனக் கொண்டாடுகிறார்கள். தன் விரல் அசைந்தால் உத்தரவு நிறைவேற்றப்படும் என நிகோலாய் பெருமை அடித்தான். அன்று கூஸ்பெரி பழங்களைச் சமையற்காரி பரிமாறினாள். அது புளிப்பாக இருந்த போதும் நிகோலாய் ரசித்துச் சாப்பிட்டுவிட்டு நல்ல ருசி எனப் பொய் சொல்கிறான். நிகோலாய் தனது வேலையாட்களை மிக மோசமாக நடத்துவதை இவான் காண்கிறான். தனது சிறுவயதில் எதைக் கொடுமையான செயல் என நிகோலாய் நினைத்தானோ அதை இப்போது தானே செய்ய ஆரம்பித்துள்ளதற்குக் காரணம் அவனது பணக்கார வாழ்க்கை என இவான் உணர்கிறான்.

அந்த நிலையைக் கண்டு இவான் மனம் வெதும்பிப் புலம்புகிறான். உங்களால் முடிந்தால் ஏழைகளுக்கு நல்லது செய்யுங்கள். பெரிதாகச் செய்யுங்கள் எனப் பிதற்றுகிறான். அக்கதையில் ஏழைகளின் மௌனம் தான் பணக்காரர்களைச் சந்தோஷமாக வாழ வைக்கிறது எனச் செகாவ் குறிப்பிடுகிறார். ஐந்து பக்க கதை. ஆனால், அதன் ஊடாக மனித மனத்தின் விசித்திரத்தைப் படம் பிடித்துக் காட்டுகிறார். கூஸ்பெரி பழங்களைப் போல ஆரம்பத்தில் இனிப்பாகவும் பின்பு புளிப்பு துவர்ப்பாகவும் மாறிவிடுகிறது வாழ்க்கை என்கிறார் செகாவ். இறப்பதற்கு ஆறு வருடங்களுக்கு முன்னர் இக் கதையைச் செகாவ் எழுதியிருக்கிறார். அவரது மிகச்சிறந்த சிறுகதையில் இதுவும் ஒன்று.

•••

An Hour with Chekhov என்ற பெயரில் ரஷ்ய தொலைக்காட்சி செகாவின் முக்கியக் கதைகளைப் படமாக்கியது. Herr Yakov Protazanov அந்தத் தொடரை இயக்கினார். அதில் ‘Chameleon’ என்ற அவரது புகழ்பெற்ற கதை மிகவும் ரசிக்கப்பட்டது. இக்கதை ‘பச்சோந்தி’ என்ற பெயரில் தமிழிலும் மொழியாக்கம் செய்யப்பட்டுள்ளது.

பச்சோந்தி என்ற செகாவ் கதையை ஒருபோதும் மறக்கமுடியாதது. எளிமையான, கூர்மையான சமூக விமர்சனமுள்ள கதை. இதுபோல ஒன்றை கு.அழகரிசாமி கூட எழுதியிருக்கிறார். எல்லா ஊரிலும்

தெருநாயைப் பற்றி எழுத்தாளர்கள் கவலைப்படத்தான் செய்கிறார்கள். போலித்தனமான மனிதர்களை விட அது மேலானது தானே!

தெருவழியே போகும்போது, ஒரு மனிதனை, நாய் ஒன்று கடித்து விடுகிறது. கடிபட்டவன் வலிதாங்க முடியாமல் கதறி புகார் செய்கையில், அதை விசாரிக்க வரும் போலீஸ்காரனின் இயல்பை இக்கதை சித்தரிக்கிறது. கடித்தது தெரு நாய் என்றதும் அதைப் பிடித்துக் கூண்டில் அடைத்தாக வேண்டும்; உரிமையாளன் யாரென்று கண்டறிந்து தண்டித்தே தீர வேண்டுமென்று கூப்பாடு போடுகிற போலீஸ்காரன்.

அது ஒருவேளை ஜெனரலின் அல்லது அவரது சகோதரரின் நாயாக இருக்கக் கூடும் என்று கூட்டத்திலிருந்து யாரோ சொன்னதுமே, கடிபட்ட மனிதன்தான் தப்பு செய்திருக்க வேண்டும்; உயர்குலத்து அதிகாரி வீட்டு நாய் அப்படியெல்லாம் தெருவில் போகிறவனைக் கடிக்காது என்று மாறிப் பேசுகிற பச்சோந்தித் தனத்தைக் கதையில் செகாவ் கேலி செய்கிறார்.

இதில் அவர் விமர்சித்திருப்பது அன்றைய ரஷ்ய அரசின் அதிகாரத்தை. ஆனால், இன்றைக்கும் இதுபோலச் சம்பவங்கள் நடக்கத்தானே செய்கிறது அதிகாரத்தைக் கண்டித்து யார், எந்த மொழியில் எழுதியிருந்தாலும் அவரை நாம் கொண்டாடத்தானே வேண்டும்.

'லாட்டரி' என்றொரு செகாவ்வின் சிறுகதையிருக்கிறது. அதில் வரும் இவான் டிமிட்ரிச் தன் மனைவி வாங்கிய லாட்டரி சீட்டு முடிவு வெளியாகி உள்ள பேப்பரை எடுத்துக் கொண்டு தனது எண்ணிற்குப் பரிசு விழுந்திருக்கிறதா எனத் தேடுவதே கதையின் சாரம். ஆனால், இக்கதையின் வழியாகப் பரிசு விழுந்துவிட்டால் என்ன நடக்கும் என்ற கற்பனையை விவரிக்கிறார் செகாவ். அதில் தான் அவரது கலை நேர்த்தி வெளிப்படுகிறது.

டிமிட்ரிச் செய்தித்தாளைக் கையில் பிடித்தபடி அறையின் ஊடாக நடக்கிறான். மெல்ல தனக்குப் பரிசு விழுந்துவிட்டால் என்னவெல்லாம் நடக்கும் என நினைத்துப் பார்க்க ஆரம்பிக்கிறான். பரிசு மட்டும் விழுந்துவிட்டால் தனது வாழ்க்கையே புதிதாக மாறிவிடும். விரும்பியபடி வெளிநாட்டிற்குப் போக வேண்டும். ஆசை தீர அனுபவிக்க வேண்டும். ஆனால், மனைவியை அழைத்துக் கொண்டு போனால் எதையும் அனுபவிக்கமுடியாது.

ஆகவே, தனியாகத்தான் போகவேண்டும். ஒருவேளை வெளிநாட்டில் ஏதாவது அழகான இளம்பெண் கிடைத்தால் அவளுடன் சல்லாபம் செய்ய வேண்டும். இதற்குப் பதிலாக மனைவியை அழைத்துக் கொண்டு போனால் அவள் வழி முழுவதும் வாய் ஓயாமல் பேசிக் கொண்டே வருவாள். நிறைய புத்திசொல்லி

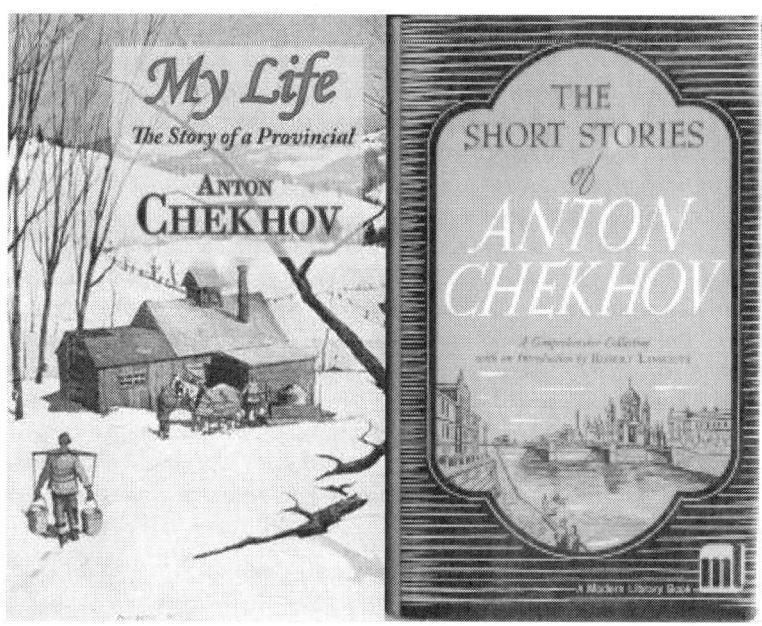

அலுக்கச் செய்துவிடுவாள் என யோசித்தபடியே மனைவி தன்னோடு வெளிநாட்டுப் பயணத்தில் உடன் வருவதாக நினைத்துப் பார்க்கிறான்.

கற்பனை செய்து பார்க்க முடியவில்லை. பெண்டாட்டியை எதற்கும் லாயக்கில்லாத கிழவியாக மாறிவிட்டாள். அவளை நெருங்கிப் போனால் கிட்டச் சமையல் நெடி அடிக்கிறது. ஆனால், நான் இளமையாக இருக்கிறேன்! வாழ்க்கை என்னை அழைக்கிறது எனப் பகல் கனவு காண்கிறான். முடிவில் அவனுக்குப் பரிசு விழவில்லை. அடுத்தக் கணம் மனைவி மீது கோபம் திரும்புகிறது. வீட்டை ஏன் குப்பையாக வைத்திருக்கிறாய். இப்படி இருந்தால் வீடு உருப்படுமா எனக் கண்டபடி திட்டுவதோடு கதை முடிகிறது.

கற்பனையான வாழ்க்கையின் முதல்படி அவனுக்காக வாழும் பெண்ணைத் துரத்திவிடுவது தான். சுகம் காண நினைக்கும் மனிதன் தன்னோடு வாழும் பெண்ணை அடித்து விரட்டவே ஆசைப்படுகிறான் எனச் சுட்டிக்காட்டுகிறார் செகாவ். வேடிக்கை கதை போலத் தோன்றினாலும் அது சுட்டிக்காட்டும் நிஜம் முக்கியமானதே.

...

செகாவின் சிறுகதை ஒன்றில் வான்யா என்ற ஆறுவயது சிறுவன் தன் வீட்டில் பூனை ஒன்று குட்டி போட்டிருப்பதைக் காண்கிறான். சந்தோஷமாக அதை நினா என்ற நான்குவயது

சிறுமியோடு பகிர்ந்து கொள்கிறான். அவர்கள் பூனைக் குட்டியை வேடிக்கை பார்க்கிறார்கள். திடீரென அந்தச் சிறுவனுக்கு அந்தப் பூனைக் குட்டிகளுக்கு அப்பா யார் என்ற சந்தேகம் உருவாகிறது. யாருக்கும் அதைப்பற்றித் தெரியவில்லை. வான்யா வீட்டிற்கு அவனது மாமாவும் உறவினர்களும் விருந்திற்கு வருகை தருகிறார்கள். மாமா நீரோ என்ற நாய் ஒன்றை உடன் அழைத்துக்கொண்டு வருகிறார். அப்பா இல்லாத பூனைக்குட்டிகளுக்கு நீரோவை அப்பாவாக்கி விடலாம் என வான்யா முடிவு செய்கிறான். ஆனால், அதற்குள் அந்த நீரோ பூனைக்குட்டிகளைக் கடித்துக் கொன்று விட்டது என வேலைக்காரன் சொல்கிறான். இந்தத் துயரம் சிறார்களை வாட்டுகிறது. பெரியவர்கள் இதைக் கண்டுகொள்ளவேயில்லை. அன்றிரவு தனது தவறான செயலுக்காக நீரோ என்ற நாய் ஏன் தண்டிக்கப்படவில்லை. ஒரு பாவமும் செய்யாத பூனைக்குட்டிகள் ஏன் துடிக்கத் துடிக்க இறந்து போயின என நினைத்து அந்தச் சிறார்கள் வருந்துகிறார்கள். பெரியவர்கள் உலகம் சிறார்களின் உலகைக் கண்டுகொள்வதேயில்லை. சிறார்களின் உணர்ச்சிகளைப் புரிந்து கொள்ளுங்கள் எனச் சுட்டிக்காட்டுகிறார் செகாவ்.

அவரது கடைசி கதையான 'மணமகள்' கதையில் வரும் நாதியா, வாழ்க்கை அலுப்பூட்டுவதாக இருப்பதாக நினைக்கிறாள். அதற்கு ஏற்றார் போல வெண்ணிற மூடுபனி எங்கும் படர்ந்திருக்கிறது. அந்தப் பனிமூட்டம் அவளது ஆன்மாவை முக்காடு இடுவது போலவே உணர்கிறாள். ஆனால், அதன் பிற்பாடு பொழுது புலர்கிறது. அதில் வசந்தகாலச் சூரியனின் வரவால் பனி அகன்று விடுகிறது. எங்கும் பறவைகளின் ஒலி. இது இயற்கையில் ஏற்படும் மாற்றம் மட்டுமில்லை. அவளது அகத்திலும் இதே மாற்றம் உருவாகிறது.

குறிக்கோளற்ற வாழ்க்கையிலிருந்து விடுபட வேண்டும் என அவள் உறுதியாக முடிவு எடுக்கிறாள். வாழ்வின் மீதான சலிப்பை உணரும் அதே கதாப்பாத்திரம் தான் இன்னொரு தருணத்தில் வாழ்வின் மீதான ஈர்ப்பையும் உருவாகிறது. இது தான் மனித இயல்பு. அதையே தனது கலையின் அடிப்படையாகவும் செகாவ் சுட்டிக்காட்டுகிறார். செகாவ் எதையும் பலத்த குரலில் பிரகடனம் செய்ய முற்படுவதில்லை. மாறாக வாசகருக்கு நெருக்கமான குரலில் அதைக் காதருகே சொல்வது போலவே விவரிக்கிறார்.

'இயோனிச்' என்றொரு சிறுகதை அது ஒரு டாக்டரைப் பற்றியது. அந்த நகரிலுள்ள வசதியா தூர்க்கின் குடும்பத்துடன் அவருக்கு நட்புறவு ஏற்படுகிறது. அவர்கள் கலைகளில் மிகுந்த ஈடுபாடு காட்டுபவர்கள்.

அந்த வீட்டிலுள்ள இளம்பெண் காத்யாவை அவர் காதலிக்கத் துவங்குகிறார். கலையின் மீதான நாட்டம் அதற்கு முக்கியக் காரணமாக இருக்கிறது. ஆனால், மெல்ல அந்த ஆர்வம் வடிந்துபோய் பணம்

சம்பாதிக்க வேண்டும் என்ற ஒற்றை ஆசை மட்டுமே அவருக்குள் ஆழமாகப் பதிந்து போய்விடுகிறது. இளம் டாக்டர் சலிப்பூட்டும் மனிதராக உருமாறிப்போகிறார். ஊதிப்பருத்துப் போய்ச் சிடுசிடுப்புக் கொண்டவராகிப் போகிறார். இயோனிச் ஆன்மாவை அழித்துக் கொண்டு சுகவாழ்வு வாழும் சராசரியாக மாறிப்போவது வாழ்வின் அவலம் என்கிறார் செகாவ். அன்றாட வாழ்வில் சிக்கி உழலும் சின்னஞ்சிறு மனிதர்கள் தான் அவரது கதாப்பாத்திரங்கள். அவர்களில் பெரும்பான்மையினர் பரம சாது. அடிமை மனப்பாங்கு கொண்டவர்கள். துயரத்தில் வாழ்ந்து கொண்டிருப்பவர்கள். அவர்களின் வாழ்க்கை அனுபவங்களை, ஏக்கங்களை, ஏமாற்றங்களை செகாவ் எழுத்தில் பதிவு செய்திருக்கிறார்.

ரஷ்யாவில் எழுத்தாளர்களின் எண்ணிக்கையை அதிகமாக்க வேண்டும் என்பது அவரது ஆசை. நார்வேயில் இருநூற்று இருபத்தாறு பேருக்கு ஓர் எழுத்தாளர் வீதம் இருக்கிறார்கள். ஆனால், ரஷ்யாவில் பத்து லட்சத்துக்கு ஒருவர் தானிருக்கிறார் எனச் செகாவ் குறைபட்டுக் கொண்டதாகக் கார்க்கி கூறுகிறார்.

செகாவ் தான் எழுத நினைத்துள்ள கதைகளைப் பற்றி நண்பர்களுடன் விவாதிப்பார். அப்போது அவரது முகத்தில் ஏற்படும் சந்தோஷம் அலாதியானது. அவரது சிரிப்பு ஓசையற்றது. கவர்ச்சி வாய்ந்தது. முழுமனதோடு சிரிக்கக்கூடியவர் செகாவ். இதைப் பற்றி கார்க்கி தனது நினைவலைகளில் விவரிக்கிறார்.

ஒரு பள்ளிக்கூட ஆசிரியராகப் பணியாற்றும் இளம்பெண்ணைப் பற்றி ஒரு கதை எழுதப்போகிறேன். அவள் நாத்திகம் பேசுகிறவள். டார்வினை நம்புகிறவள். மூடநம்பிக்கைகளை எதிர்க்க வேண்டும் என்பதில் தீவிரமான நம்பிக்கை கொண்டவள்.

ஆனால், அவள் தனது காதல் விருப்பம் நிறைவேற வேண்டும் என்பதற்காக மாய எலும்பு வேண்டும் எனக் கறுப்புப்பூனை ஒன்றைக்

கொதிக்கும் நீரில் மூழ்கடித்துக் கொல்லப்போகிறாள். காதலைச் சாத்தியப்படுத்த அவளுக்கு அந்த மாய எலும்பு தேவைப்படுகிறது. ஒரு பக்கம் அறிவியலை நம்பும் அதே மனம் தான் இன்னொரு பக்கம் பூனையின் எலும்பைக் கொண்டு காதலை அடைந்து விடவும் முயற்சிக்கிறது. இந்த முரணை, விசித்திர மனத்தாவுதலை செகாவ் தனது கதைகளில் அடையாளம் காட்டுகிறார். செகாவின் சிறுகதைகள் ரஷ்யாவில் மட்டுமில்லை. உலகம் முழுவதும் கொண்டாடப்படுகின்றன. ஈரானின் முக்கிய இயக்குநரான ஜாபர் பனாகி தன்னைச் செகாவின் ரசிகன் என்றே எப்போதும் கூறுகிறார். ஜாபர் பனாகி சமரசமற்ற ஈரானிய திரைப்பட இயக்குநர். தீவிரமான மாற்று சினிமாவை உருவாக்கிய காரணத்திற்காக ஈரானில் வீட்டுச்சிறையில் அடைக்கப் பட்டிருக்கிறார். மதவாத அரசை எதிர்க்கிறார் என்று அவருக்கு 6 ஆண்டுச் சிறைத் தண்டனையையும். 20 ஆண்டு காலத் திரைப்படம் இயக்குவதற்கான தடையும் விதிக்கப்பட்டிருக்கிறது.

நீதிமன்ற அறிவிப்பின்போது அவர் வீட்டுச்சிறையில் அடைக்கப் பட்டிருந்தார். உலகமே புதுவருடக் கொண்டாட்டத்தில் மூழ்கிக் கிடக்கும்போது எடுக்கப்படமுடியாத தனது திரைக்கதையுடன் தனிமையில், சிறையை எதிர்நோக்கிக் காத்திருக்கும் பனாகியின் நாட்களே 'This is Not a Film' என்ற ஆவணப்படமாக உருவாக்கப் பட்டுள்ளது.

அவர் எடுக்கவிரும்பிய படம், செகாவின் 'From the Diary of a Young Girl' என்ற ஒரு பக்க சிறுகதையை அடிப்படையாகக் கொண்டது. அதை ஈரானிய சூழலுக்கு ஏற்ப உருமாற்றித் திரைக்கதையை எழுதியிருக்கிறார் பனாகி.

தீவிரமான மதநம்பிக்கைகள் கொண்ட குடும்பத்திலிருந்து வந்த இளம் பெண்ணொருத்தி. பல்கலைக்கழகத்தில் சேர்ந்து கலைத் துறையில் பட்டம் படிக்க ஆசைப்படுகிறாள். வீட்டிற்குத் தெரியாமல் அதற்கான நுழைவுத் தேர்வையும் எழுதுகிறாள். அவள் நுழைவுத் தேர்வில் தேர்வு பெற்றுள்ள விஷயம் பேப்பரில் வந்துள்ளதைக் கண்ட அவளது பெற்றோர், படிப்பதற்கு அனுமதி மறுத்து அவளை மொட்டை அடித்து ஒரு அறையில் போட்டு பூட்டிவிடுகிறார்கள்.

குறித்த நேரத்தில் அவள் பல்கலைக் கழகத்திற்குச் சென்று சேராவிட்டால் படிக்க முடியாமல் போய்விடும். அதனால் எப்படியாவது வீட்டிலிருந்து தப்பிப் போக வேண்டும். பூட்டிய அறைக்குள் கிடந்த அவள் எப்படித் தப்ப முயன்றாள். என்ன ஆனாள் என்பதே கதை.

இக்கதை ஈரானிய பண்பாட்டினை விமர்சிப்பதாகக் கருதிய அரசு இதை எடுக்கவிடாமல் தடை செய்து அவரை வீட்டுச்சிறையில் அடைத்தது. ஒரு கலைஞனை அரசால் ஒடுக்கிவிடமுடியாது என்பதற்கு உதாரணம் போலத் தன் வீட்டிற்குள்ளாகவே இந்த ஆவணப்

படத்தைப் பனாகி உருவாக்கியிருக்கிறார். கதையில் வரும் பெண்ணின் அறை எப்படியிருக்கும் எனத் தனது வீட்டுக் கம்பளத்தில் ஒரு மாதிரியை செலோடேப் ஒட்டிக் காட்டி விளக்குகிறார். அந்தக் கதாப்பாத்திரத்தில் நடிக்கத் தான் தேர்வு செய்துள்ள பெண்ணின் புகைப்படத்தைத் தனது செல்போனில் காட்டுகிறார்.

எந்தக் கோணத்தில் எப்படிப் படமாக்க நினைத்தேன். அதற்கான காரணம் எவை என்று விரிவாக விளக்குகிறார்.

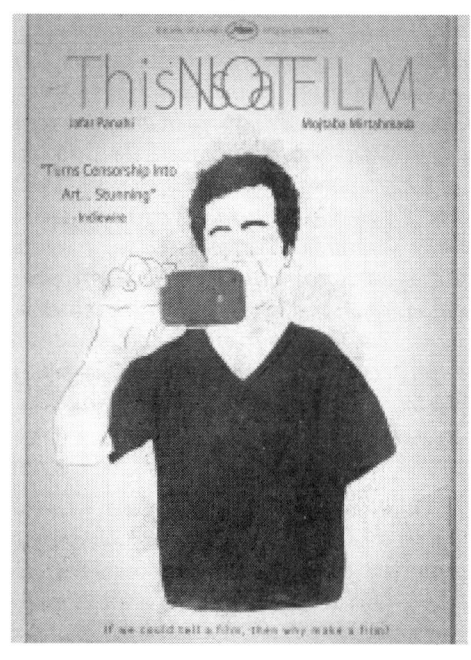

கேமிரா அவரைப் பின்தொடர்கிறது. படத்திற்குள் படம் என இரண்டு திரைப்படங் களை நாம் காண்பது போலிருக்கிறது.

படம் முழுவதும் செல்போன் ஒரு கேமிராவாகவும், புரொ ஜெக்டர் போலவும் இரட்டை நிலையில் பயன்படுத்தப்படுகிறது. செல்போன் கேமிராவிலே பல காட்சிகள் படமாக்கப் பட்டிருக்கின்றன. தனக்கும் உலகிற்குமான தடையற்ற தொடர்பு சாதனமாகச் செல்போனைக் கருதுகிறார் பனாகி. கேமிரா மேனுக்குக் காட்சியை விளக்க விளக்க தான் விரும்பிய படத்தை எடுக்க முடியாமல் இது என்ன வாழ்க்கை என்ற அபத்தம் அவரைத் தாக்குகிறது. வேதனையும் கோபமுமாக அவர் தனது அறைக்குப் போகிறார். தனது மனதிற்குள் என்றோ எடுத்து முடித்த ஒரு படத்தைப் பிலிமில் பதிவுசெய்ய ஒரு கலைஞன் எவ்வளவு போராட வேண்டியுள்ளது என்பதற்கு இந்தக் காட்சி சிறந்த உதாரணம்.

எதற்காகத் திரைக்கதை இவ்வளவு துல்லியமாக, நிறைய விவரணைகளுடன் எழுதப்பட வேண்டும் என்பதற்கு அவரது திரைப் படங்களைக் கொண்டே விளக்கிக் காட்டுகிறார். காட்சி கோணங்கள் எப்படிக் கதாப்பாத்திரங்களின் மனநிலையை வெளிப்படுத்துகின்றன என்பதை அந்த உரையாடல் அழகாக விளக்கிக் காட்டுகிறது. அவரது பேச்சின் ஊடாக ஓணான் வீடெங்கும் அலைந்து கொண்டே யிருக்கிறது. அதன் இருப்பு பார்வையாளர்களுக்கு உள்ளார்ந்த ஒரு

தாக்கத்தை உருவாக்குகிறது. மனைவியும் பிள்ளைகளும் புத்தாண்டு பரிசு தர உறவினர்களைத் தேடிப்போயிருக்கிறார்கள். வெளியே சாலைகளில் கடுமையான போக்குவரத்து நெரிசல். ஒரு பக்கம் தொலைக்காட்சியில் ஜப்பானில் ஏற்பட்ட சுனாமி காட்சிகள் ஓடிக் கொண்டிருக்கின்றன. கேமிரா தான் அவரது ஒரே துணை. அடுத்து என்ன எடுப்பது என்ற திட்டமிடல் இல்லாமலே அவர்கள் காட்சிகளைப் படமாக்குகிறார்கள். பனாகியின் எதிர்வீட்டுப் பெண் தான் வெளியே போவதால் தனது நாய்குட்டியைக் கொஞ்ச நேரம் பார்த்துக் கொள்ளும்படியாகச் சொல்கிறாள். ஒரு நாய் குட்டி அவரது வீட்டிற்குள் வருகிறது. அது ஓணானைக் கண்டு சப்தமாகக் குரைக்க ஆரம்பிக்கிறது. ஈகி என்ற அந்த ஓணான் ஓடி ஒளிகிறது. இதைக் கண்டு பனாகி அந்த நாய்க்குட்டியை எதிர்வீட்டுப் பெண்ணிடம் திரும்ப ஒப்படைக்கிறார். புறச்சூழலால் ஒரு மனிதன் எந்த அளவு நெருக்கடிகளைச் சந்திக்கிறான் என்பதன் அடையாளம் போலவே இந்தக் காட்சி படத்தில் இடம்பெற்றுள்ளது.

படமாக்கலின் நடுவில் தேநீரை சுடவைத்துக் குடித்துக் கொள்கிறார். தொலைப்பேசியில் பேசுகிறார். பதற்றமும் தடுமாற்றமும் கொண்ட அவரது முகம் பார்வையாளனுக்கு வலி தருவதாகவே உள்ளது. நேரமாகிவிட்டது எனக் கிளம்புகிறார் மிர்தாமச்ப். கேமிராவைத் தனது செல்போனில் படமாக்குகிறார் பனாகி. ஒரு விளையாட்டைப் போல மாறி மாறி படமாக்கிக் கொள்கிறார்கள். யாரும் வராதபோது நாவிதர்கள் பரஸ்பரம் முடிவெட்டிக் கொள்வதைப் போன்ற செயலிது எனச் சொல்லி சிரிக்கிறார் பனாகி.

தனது கேமிராவைத் அப்படியே வைத்துவிட்டுக் கிளம்புகிறார் மிர்தாமச்ப். அவரை வழி அனுப்ப வந்த பனாகி தனது செல்போன் கேமிராவில் அவர் வெளியே செல்வதைப் படமாக்குகிறார். உள்ளே கேமிரா ஓடிக் கொண்டுதானிருக்கிறது. நீங்கள் விரும்பியதை அதன் முன்பு போய்ப் பேசுங்கள் என்கிறார் மிர்தாமச்ப்.

எளிய அன்பு தான் மனத்திறப்பிற்கான சாவி என்பதே இதன் பொருள். இந்தக் காட்சியில் வரும் அழகி செகாவின் The Beauties சிறுகதையில் வரும் ஆர்மீனிய இளம்பெண் தானோ எனத் தோன்றுகிறது. அந்தக் கதையில் ஒரு சிறுவன் தனது தாத்தாவோடு ஸ்டெப்பிப் புல்வெளியைக் கடந்து போகிறான்.

வழியில் இரவு தங்குவதற்காகத் தாத்தாவின் நண்பர் வீட்டிற்குப் போகிறார்கள். அவர் ஒரு ஆர்மீனியன். அவரது பேரழகு மிக்க மகளைக் கண்ட தாத்தா வாழ்த்துகிறார். அப்படி ஒரு அழகியை அந்தச் சிறுவன் அதன் முன்பு கண்டதேயில்லை. வியந்து போகிறான். அந்த அழகியின் முகம் மனதில் பதிந்து போகிறது. பல ஆண்டுகளுக்குப் பிறகு, அதே இளைஞன் ரயில் நிலையத்தில் ஒரு இளம்பெண்ணைச் சந்திக்கிறான். அவளது அழகு தான்

சிறுவயதில் கண்ட ஆர்மீனியப் பெண்ணை நினைவுபடுத்துகிறது. இருவரும் ஒரே ஆளில்லை. ஆனால், இருவரும் நிகரற்ற அழகிகள். ஒருவரின் அழகு இன்னொருவரை நினைவுபடுத்தும் அரியத் தருணம் இக்கதையில் இடம் பெற்றுள்ளது. அதில் வரும் ஆர்மீனியப் பெண் கைவிளக்கு ஏந்தி வரும் காட்சியைத் தான் நூரி தனது படத்தில் பயன்படுத்தியிருக்கிறார் எனத் தோன்றுகிறது.

'சொற்பொழிவாளர்' என்ற சிறுகதையில் கிரில் இவனோவிச் பாபிலோனவ் என்கிற கல்லூரி உதவிப் பேராசிரியர் இறந்து போகிறார். அவரது இறுதி ஊர்வலம் தேவாலயத்தில் இருந்து கல்லறை நோக்கிக் கிளம்பும் நேரம் கல்லறையில் சொற்பொழிவு ஆற்றுவதற்காகக் கிரிகோரி பெட்ரோவிச் ஐபோய்க்கின் என்பவனைப் பேராசிரியரின் நண்பன் அழைத்து வருகிறான். ஐபோய்கின் எந்தவிதமான முன்தாயரிப்பும் இல்லாமல் கல்யாண வீடாக இருந்தாலும், இழவு வீடாக இருந்தாலும் மணிக்கணக்கில் பேசக்கூடியவன். குழாயில் இருந்து தண்ணீர் கொட்டுவது போல ஏராளமான வார்த்தைகள் அவனிடம் இருந்து வழியும். அவனிடம் உணவு விடுதியில் மொய்க்கும் ஈக்களைக் காட்டிலும் அதிகப்படியான வார்த்தைகள் இருந்தன. பலமுறை அவனது பேச்சை நிறுத்த போலீசை வரவழைக்க வேண்டியதாகிவிடும் என்பதே அவனது தனிச்சிறப்பு.

பேராசிரியர் மரணத்திற்குக் கல்லறையில் சொற்பொழிவு செய்ய ஐபோய்கின் ஒத்துக் கொள்கிறான். இதற்கான ஒப்பனைச் செய்து கொண்டு வேகமாகக் கல்லறைக்குப் போகிறான். அங்கே சடங்கு முடிந்தவுடன் அவனது சொற்பொழிவு ஆரம்பமாகிறது.

இறந்து போன ஆளை பற்றிப் பேசுவதற்குப் பதிலாக உயிரோடு உள்ள இன்னொரு ஆளை அவர் செத்துவிட்டதாக நினைத்துக் கொண்டு மாய்ந்து மாய்ந்து பேசுகிறான் ஐபோய்க்கின்.

இதனால் கூட்டம் சலசலக்க துவங்கியது. யாரைப்பற்றிப் பேசுகிறான் எனப் புரியாமல் அதிருப்தி குரல் கொடுக்க ஆரம்பித்தார்கள்.

அப்போது தான் ஐபோய்க்கினுக்குத் தான் தவறான ஆளைப்பற்றிப் பேசுவது தெரிந்தது. ஆனாலும் அதைச் சமாளிக்க வேண்டிய பேச்சை மாற்றினான். ஒருவழியாகத் தோளை குலுக்கிக் கொண்டு பொய்யான வருத்தத்துடன் தனது உரையை முடித்தான் ஐபோய்க்கின். நிகழ்ச்சி முடிந்து திரும்பும்போது பலரும் ஒரு ஆளை உயிரோடு கொன்று புதைத்துவிட்டான் ஐபோய்கின் எனக் கேலி செய்து சிரித்தபடியே கடந்து போனார்கள். அத்துடன் இறந்து போய்விட்டதாகத் தவறாகச் சொல்லப்பட்ட மனிதர் தான் ஒன்றும் அவன் சொன்னதுபோல நம்பிக்கையான மனிதன் இல்லை எனத் தனது அதிருப்தியையும் தெரியப்படுத்திக் கொள்கிறார்.

மேடைப்பேச்சினை இதை விடக் கேலியாக யாரும் எழுதிவிட முடியாது. இக்கதையை வாசிக்கும் போது திருமண வீடுகளில் நமது அரசியல்வாதிகள் செய்யும் கேலிக்கூத்துகள் நினைவில் வந்து போனது.

'ஒரு கெட்ட கனவு' என்ற ஆன்டன் செகாவ் கதையில் குனின் என்ற முப்பது வயது இளைஞன் பாதிரியார் யாக்கோவ் ஸ்மிர்னோவைச் சந்திக்கிறான். அழுக்கடைந்த தோற்றத்தில் இருந்த அவரை அருவருப்பான இழிபிறவி என மனதிற்குள்ளாகத் திட்டுகிறான். குள்ளமான சரீரத்தையும், வியர்வை வழிந்து கொண்டிருந்த சிவந்த முகத்தையும் கொண்டிருந்த அவரைக் குனினுக்குப் பிடிக்கவில்லை.

பாதிரியார் யாக்கோவ்விடம், ஸிங்கோவோவில் ஆரம்பிக்கும் தேவாலயத்தின் கீழுள்ள பள்ளிக்கூடத்தின் பொறுப்பை நான் ஏற்றுக் கொள்ள விரும்புவதாகக் கூறுகிறான். பள்ளி ஆரம்பிக்கக் குறைந்தபட்சம் இருநூறு ரூபிளாவது தேவைப்படும். அது உடனடியாகச் சாத்தியமில்லை என்கிறார் பாதிரி. தேநீரும் பிஸ்கட்டும் அவருக்குக் கொண்டுவந்து தரப்படுகிறது. அதில் சில பிஸ்கட்டுகளை அவர் ரகசியமாகப் பாக்கெட்டிற்குள் போட்டுக் கொள்வதைக் குனின் கவனிக்கிறான். ஒரு பாதிரியார் இப்படி அற்பமாக நடந்து கொள்ளக்கூடாது என நினைக்கிறான். அடுத்த ஞாயிற்றுக்கிழமை ஸிங்கோவோவிற்குப் புறப்பட்டுச் செல்கிறான் குனின். அங்கே மிகப்பழமையான தேவாலயம் சிதிலமடைந்த நிலையில் இருந்தது. தேவாலயத்தில் ஆட்கள் குறைவாகவே இருந்தார்கள். அதுவும், வயதானவர்களும் குழந்தைகளும் மட்டுமே. மற்ற இளைஞர்கள் எங்குப் போனார்கள்? என யோசித்தபோது புரிந்தது அவர்கள் யாருமே வயதானவர்கள் அல்ல. இளைஞர்கள்தான் வறுமை அவர்களை முதுகோலத்திற்கு மாற்றியிருக்கிறது என அறிய வந்த போது வியப்பாக இருந்தது. தேவாலயம் முறையாகப் பராமரிக்கவோ,

செயல்படவேயில்லை. பாதிரியார் ஓர் உதவாக்கரை ஆள். அவரைப் பார்க்கும்போது மது அருந்தக் கூடியவர் என்று தோன்றுகிறது என்பது போலப் பிஷப்பிற்கு ஒரு கடிதம் எழுதுகிறான். மறுநாள் அவனைத்தேடி அதே பாதிரியார் வருகிறார். அவன் வீட்டில் இல்லை எனச் சொல்லி விரட்டி அடிக்கிறான். அடுத்தநாளும் அவர் வந்து காத்துக் கொண்டிருக்கிறார். முடிவில் அவரது ஒழுங்கீனம் பற்றி நேரடியாக அவரிடம் பேச முடிவுசெய்து தனது குற்றச்சாட்டுகளை அடுக்குகிறான் குனின். அதைக் கேட்ட பாதிரி தான் தேவாலயத்தில் செய்வது சேவை என்றாலும் தனக்கும் குடும்பம் இருக்கிறது. பசிக்கிறது. தனது வறுமையைப் பற்றி யாரும் கண்டுகொள்வதே யில்லை எனத் தனது கஷ்ட ஜீவனத்தின் கதையை விரிவாகச் சொல்லி ஏதாவது ஒரு வேலை இருந்தால் தரும்படி கேட்கிறார்.

வறுமை ஒரு பாதிரியின் குடும்பத்தை எந்த நிலைக்குத் தள்ளிவிடும் என்பதைச் செகாவ் அற்புதமாகச் சித்தரித்துள்ளார். பாதிரியார் நெருக்கடிக்குள்ளும் விவசாயிகளிடம் யாசகம் கேட்க மறுக்கிறார். காரணம் அவர்களே ஏழைகள். அவர்களிடம் தான் கையேந்தி நிற்பது நியாயமில்லை என்கிறார். பாதிரியார் யாக்கோவ்வின் உண்மைக் கதையை அறிந்த குனின் அவருக்கு உதவ முன்வருவதோடு தனது ஆடம்பர வாழ்வை நினைத்து குற்றவுணர்ச்சியும் அடைகிறான்.

செக்காவின் புகழ்பெற்ற கதை 'துக்கம்' இதில் தனது ஒரே மகனைப் பறிகொடுத்த குதிரை வண்டிக்காரன். யாரும் தன் துக்கத்தைக் காது கொடுத்துக் கேட்காத நிலையில் தனது குதிரை யிடம் சொல்லி ஆறுதல் அடைகிறான். இறப்பின் வேதனையைக் கூடப் பகிர்ந்து கொள்ள யாருமற்று போய்விட்ட துயரநிலையைச்

செகாவ் அழுத்தமாகப் பதிவு செய்கிறார். 'ஒரு மகிழ்ச்சியான மனிதன்' சிறுகதையில் நண்பர்களான இவானும், பியோதரும் தற்செயலாக ரயிலில் சந்தித்துக் கொள்கிறார்கள். இவான் புதிதாகத் திருமணம் செய்து கொண்டவன். ஆகவே, உற்சாகமான மகிழ்ச்சியில் இருக்கிறான். நண்பனிடம் திருமணம் ஏற்படுத்திய சந்தோஷத்தை வெளிப் படுத்துகிறான். அவர்கள் கட்டிக் கொள்கிறார்கள். அப்போது தான் பெட்டி மாறி வேறு ரயிலில் ஏறிவிட்டது தெரிகிறது. இவானின் மனைவி வேறு ஒரு ரயிலில் தனியே அவனை எதிர்பார்த்தபடி போய்க் கொண்டிருக்கிறாள்.

மனைவிக்குத் தந்தி கொடுப்பதற்கான பணம் கூட இவானிடம் இல்லை. அவனது சந்தோஷ மனநிலையைக் கண்ட பயணிகள் அவனுக்கு உதவுகிறார்கள். மகிழ்ச்சியைப் பரவ விடுவதன் வழியே ஒருவன் அதிகச் சந்தோஷம் அடைகிறான் என செகாவ் இக்கதையில் சுட்டிக்காட்டுகிறார்.

'நெல்லிக்காய்' கதையில் நாற்பது வயதான அலேஹின் எனும் கிராமத்து விவசாயி. அவரது பண்ணை வீட்டில் இவான், பார்க்கின் எனும் இருவர் வந்து தங்குகிறார்கள். இவான் ஒரு கால்நடை மருத்துவன். லட்சியக்கனவுகள் கொண்டவன். பெலகியா என்ற வேலைக்காரியின் அழகில் இவானும் பார்க்கினும் மயங்குகிறார்கள். உணவருந்திய பிறகு அலேஹினிடம் இவான் தன் தம்பி நிக்கோலேயின் கதையைச் சொல்கிறான். கடன் காரணமாக அவர்கள் குடும்பச் சொத்தை இழக்கிறார்கள். நிக்கோலே வேலை தேடிப்போய் அரசு அதிகாரியாக நகரத்தில் வசிக்கிறான். ஆனால், அவன் மனம் முழுக்கப் பண்ணை வாங்கி அங்கு ஏரியோ வயலோ பார்க்க வீடு கட்டி, அங்கு ஒரு நெல்லிக்காய் மரம் வைக்க வேண்டும். சொந்த நிலத்தில் விளைந்த காய்கறிகளைத் தின்ன வேண்டும். வெட்டவெளியில் படுத்து உறங்க வேண்டும் என்ற கனவு மட்டுமேயிருக்கிறது.

இதற்காகத் தேடித்தேடி பணம் சேர்க்கிறான். நாற்பது வயதில் ஒரு வயதான விதவையைத் திருமணம் செய்கிறான். அவள் இறந்த பின் அவன் முந்நூற்று ஐம்பது ஏக்கர் நிலம் ஒன்றை வாங்கி அங்கே விருப்பப்படி பண்ணை அமைத்து வீடு கட்டி நெல்லிச் செடிகள் நட்டு வளர்க்கிறான். இப்போது நிக்கோலேய்க்கு வயதாகி விட்டது. அவனது இயல்பு உருமாறிவிடுகிறது.

நிகோலய்யின் மாற்றம் இவானைத் திகைக்க வைக்கிறது. ஒருநாள் நிகோலாய் பண்ணைக்குச் செல்லும் இவான் அங்கே தனது சகோதரன் தனது தோட்டத்தில் முதன்முறை விளைந்த கசப்பான நெல்லிக்காய்களை வெறியோடு தின்பதை காண்கிறான். புளிப்பான அந்தக் கனிகளை அவன் வேண்டும் என்றே இனிக்கிறது எனப் பொய் சொல்லிச் சமாளிக்கிறான். ஒரு மனிதன் தன்னையே தானே ஏமாற்றிக் கொள்வதே அவலத்தின் உச்சநிலை என்கிறார்

செகாவ். பெரும்பான்மை மனிதர்களுக்குத் தங்களுக்கு என்ன தேவை என்றே தெரியவில்லை. பணம் சேர்த்து எதையோ வாங்கி அதை அனுபவிக்க முடியாமல் தடுமாறுகிறார்கள். இக்கதையைக் கேட்ட பெர்கின் மனம் விழித்துக் கொள்கிறது. அதையே கதையின் கடைசி வரி இரவு முழுவதும் மழை ஜன்னல் கதவுகளில் மோதிக் கொண்டிருந்தது எனக் குறிப்பாகச் சுட்டிக்காட்டுகிறது.

'கூட்டில் அடைந்த மனிதர்' கதையில் எதார்த்த வாழ்க்கையை விட்டு முற்றிலும் உருமாறி வாழும் கிரேக்க மொழி பேராசிரியரான பேலிக்கவ்வை கேலி செய்கிறார் செகாவ். பேலிக்கவிற்குக் கடந்த காலம் மட்டுமே பிடித்திருக்கிறது. அவர் நிகழ்கால மனிதர்களை வெறுக்கிறார்.

'பள்ளத்து முடுக்கில்' என்ற சிறுகதை அதிகார வர்க்கத்தின் போலித்தனத்தை வெளிச்சமிட்டுக் காட்டுகிறது. அதைச் சகித்துக் கொண்டு போகும் பொதுமக்களின் மனநிலையையும் கேள்விக்கு உட்படுத்துகிறது.

'தத்துக்கிளி' கதையைக் காதல் என்றே வகைப்படுத்துகிறார்கள். இக்கதையில் வரும் ஓல்கா இசை நடனம் ஓவியம் எனக் கலைகளின் மீது தீவிர ஆர்வம் கொண்டவள். அவளது தவறான நட்பு கணவனை இழந்து நிற்கும் நிலைக்கு எப்படிக் கொண்டு சேர்க்கிறது என்பதை கதையில் விவரிக்கிறார். இக்கதை திரைப்படமாகவும் வெளியாகியுள்ளது.

'முத்தம்' செகாவின் அற்புதமான கதைகளில் ஒன்று. ராணுவ வீரர்களைக் கொண்ட ரெஜிமெண்ட் சிறிய கிராமம் ஒன்றில் முகாமிடுகிறது. அங்கே ஒரு தேநீர் விருந்து நடைபெறுகிறது. அதில் கலந்து கொள்ளப் போகிறான் காப்டன் ரயபோவிச்.

அவன் மிகவும் குள்ளமானவன். அதனாலே தாழ்வு

மனப்பான்மை கொண்டிருந்தான். அவன் தன்னுடைய வாழ்நாளில் அவன் ஒரு முறை கூட அழகான பெண்களுடன் நடனமாடியதில்லை. இதை நினைத்துப் பலநாட்கள் வருந்தியிருக்கிறான். விருந்துக்குச் சென்ற இடத்தில் இதே தாழ்வு மனப்பான்மையுடன் ஒதுங்கி அவன் ஓர் இருட்டறைக்குப் போகிறான். அங்கே திடீரென உள்ளே வரும் இளம்பெண் அவனை வேறு ஒருவனாக நினைத்துக் கொண்டு கட்டி அணைத்து முத்தமிடுகிறாள். அதில் கிறங்கிப் போய்விடுகிறான் ரயபோவிச். அந்தப் பெண் உண்மை அறிந்து அவசரமாக வெளியேறி விடுகிறாள். அவனுக்குக் கைகள் நடுங்க ஆரம்பிக்கின்றன.

ஆனால், மனதிற்குள் சந்தோஷமாக உள்ளது. அதைக் கொண்டாட வேண்டும் என நினைக்கிறான். அந்தப் பெண்ணை மறுபடியும் நடன அரங்கில் பார்க்கிறான். அவளே தான் என உறுதி செய்து கொள்கிறான். அந்த முத்தம் தனக்குக் கிடைத்த பரிசு என்றே நினைக்கிறான். ரயபோவிச்சால் அந்த முத்தத்தை மறக்க முடிவதில்லை. பின்பு, ஒரு நாள் தனது முத்தகதையை நண்பர்களிடம் சொல்கிறான். அதை உண்மை என யாரும் நம்பவேயில்லை. இன்னொரு முறை அதே ஊருக்கு அதே வீட்டினை ஒட்டிய ஆற்றங்கரைக்கு வருகிறான். இந்த முறையும் அதுபோல ஒரு சந்தோஷம் தனக்குக் கிடைக்கக்கூடும் என ஆசைப்படுகிறான். ஆனால், அப்படி எதுவும் நடப்பதில்லை. இது தனது முட்டாள்தனம் என அவன் உணர்ந்து கொள்கிறான்.

முத்தமிட்ட நிகழ்வை ஒரு கதையைப் போல விவரிக்க முற்படும் ரயபோவிச் தன்னால் அந்த அனுபவத்தைச் சொற்களால் விவரிக்க முடியாமல் தோற்றுப்போகிறான். இதில் என்ன இருக்கிறது எனச் சக அதிகாரிகள் சலித்துக் கொள்கிறார்கள். ஆனால், ரயபோவிச்சிற்கு அந்த முத்தம் ஓர் அங்கீகாரம். ஒரு நம்பிக்கை. அவனை உயிர்ப்பித்த முத்தமது. அவன் உண்மையில் அந்த இருட்டிற்கு நன்றி சொல்ல வேண்டியவனாக உணர்கிறான்.

எதிர்பாராதத் தருணத்தில் கிடைக்கும் முத்தம் மறக்கமுடியாத அனுபவமாக உருமாறிவிடுகிறது. இக்கதையின் மறுபக்கத்தை யோசிக்கும்போது இன்னொரு கதை ஒளிந்திருப்பதை உணர முடிகிறது. ரயபோவிச்சை முத்தமிட்ட பெண் யாரை நினைத்து அவனை முத்தமிட்டிருக்கிறாள். அவள் இந்தச் சம்பவத்தை நினைவில் வைத்திருப்பாளா! இல்லை கசப்பான அனுபவமாக மறந்து போயிருப்பாளா? அவளது உண்மை காதலன் யார்? அது நிறைவேறியதா? முன்பின் அறியாத இருவர் தங்களை மீறி முத்தமிட்டுக் கொள்ளும்போது ஏற்படும் அதிர்வை எப்படிப் புரிந்து கொள்வது எனக் கதைக்குள் கதையாக விரிகிறது.

செகாவ் மனவோட்டங்களை விவரிப்பதில் தேர்ந்தவர். ஆகவே தான் ரயபோவிச்னின் மனநிலையைத் துல்லியமாக விவரிக்கிறார். இக்கதையில் அவன் மறுமுறை அதே ஊருக்கு வந்து சேரும்போது

மீண்டும் அதே இன்பம் கிடைக்கக் கூடுமோ என்ற ஏக்கம் உருவாகிறது. ஆனால், யதார்த்தம் ஒருபோதும் அப்படி இருப்பதில்லை என ரயபோவிச் தன்னைச் சலித்துக் கொள்வதில் கதை முடிகிறது.

'டெலிபோன்' என்ற சிறுகதை அந்தக் காலத்தில் தொலைப்பேசி எப்படிப் பயன்படுத்தப்பட்டது. இணைப்பு கிடைத்து பேசுவது எவ்வளவு பெரிய விஷயம் என்பதைக் கேலியாக வெளிப் படுத்துகிறது. செகாவ் தனது ஆசானாகக் கருதும் டால்ஸ்டாயோடு அடிக்கடி தொலைப்பேசியில் பேசக்கூடியவர். அதைத் தனது நாட்குறிப்பிலும் பதிவு செய்திருக்கிறார்.

'மன எழுச்சி' என்ற கதையில் மாஷென்கா தான் வேலை செய்யும் வீட்டில் ஒரு புரூச் திருடுப்போய் விட்டதை அறிகிறாள். எஜமானி தன்னைச் சந்தேகம் கொள்வதைத் தாங்க முடியாமல் வீட்டினை விட்டு வெளியேறிப் போக முடிவு செய்கிறாள். அப்போது நிகோலாய் என்பவன், 'அதைத் திருடியது தானே' என அவளிடம் ஒத்துக்

எஸ்.ராமகிருஷ்ணன்

கொள்கிறான். ஆனாலும் தன்னைக் குற்றவாளியாக நினைத்த வீட்டில் வேலை செய்ய முடியாது என அவள் கிளம்பிவிடுகிறாள். 'திருமணம்' பற்றிச் செகாவ் நிறையக் கதைகள் எழுதியிருக்கிறார். திருமணத்திற்கு முன்பு என்ற சிறுகதையில் வரும் அம்மாவும் அப்பாவும் மகளுக்கு ஆளுக்கு ஒருவிதமாக ஆலோசனை சொல்கிறார்கள். இதில் அம்மா எந்த ஆணையும் நம்பாதே. அவர்கள் உன்னை ஏமாற்றி விடுவார்கள் என்கிறாள். தங்கள் சொந்த அபிப்ராயங்களால் மகளின் வாழ்க்கையைச் சீர்குலைக்கும் பெற்றோர்களைப் பற்றிய பகடியாக இக்கதை எழுதப் பட்டிருக்கிறது.

'மருந்துக் கடைக்காரனின் மனைவி' என்ற சிறுகதையில் வரும் பெண் தனிமையில் உழன்று கொண்டிருக்கிறாள். அவளுக்கு உகந்த பேச்சுத் துணை கிடைப்பதில்லை. அந்தத் தனிமை திடீரென அந்த நகருக்கு வந்துசேரும் ராணுவ மருத்துவர் மீதான ஈடுபாடாக உருமாறுகிறது.

'சந்தோஷம்' என்ற சிறுகதையில் தனது பெயர் பேப்பரில் வெளியாகி உள்ள விஷயம் மித்யாவை மி[illegible]த சந்தோஷம் அளிக்கிறது. தனது பெயரை அச்சில் காணும் சந்தோஷம் அடையும் பொதுமக்களின் மன இயல்பை இக்கதையில் செகாவ் சுட்டிக்காட்டுகிறார்.

'சிறந்த மாணவன்' என்ற சிறுகதையில் கிரேக்கமொழி பரிட்சை எழுதுவதற்காக ஒரு பையன் தயார் ஆகிறான். தான் எப்படியாவது பாஸ் ஆகிவிட வேண்டும் எனக் கடவுளை வேண்டிக் கொள்கிறான். பிச்சைக்காரனுக்கு இரண்டு கோபக் காசுகள் தானம் போடுகிறான். அந்தப் பையன் நிச்சயம் அதிக மதிப்பெண் பெற வேண்டும் என அவனது அம்மா ஆசைப்படுகிறாள். ஆனால், பரிட்சையில் அந்தப் பையன் தோற்றுப்போகிறான். இதற்குக் காரணமாக அம்மா பள்ளியை குறை சொல்கிறாள். முடிவில் தன்னால் ஆசை மகனை அடிக்க முடியாது என அவள் தெரிந்த ஒருவரை அழைத்து அவனை நாலு உதை உதைத்துத் திருத்தும்படி சொல்கிறாள். இன்றைய கல்விமுறையின் மீதான பகடியும் அம்மாக்கள் பிள்ளைகளின் படிப்பு மீது காட்டும் அக்கறையும் கேலி செய்யப்படுகிறது

'முடிதிருத்தகத்தில்' என்ற சிறுகதையில் வரும் மகர் அப்பா இல்லாதவன். கடின உழைப்பாளி. சலூனைச் சுத்தமாக வைத்துக் கொள்பவன். ஒருநாள் அவன் கடைக்கு முடிவெட்டிக்கொள்ள வருகிறான் இவானோவிச். அவர் இரக்கமற்ற மனிதர். அவருக்கு முடி வெட்டுகிறான். அப்போது அவனது காதலிக்குத் திருமணம் ஏற்பாடு ஆகிவிட்ட விஷயத்தைப் பற்றிக் கேள்விப்படுகிறான். அவனால் தனது வேலையைக் கவனமாகச் செய்யமுடியவில்லை. இவானோவிச்சை பாதியில் அனுப்பிவிடுகிறான். அதன் காரணமாக அவர் பணம் தர மறுத்துவிடுகிறார். செகாவின் 'குரோவ்' என்ற புகழ்பெற்ற கதையில் யால்ட்டா நகரில் சந்திக்கும் குரோவ் மற்றும் அன்னா

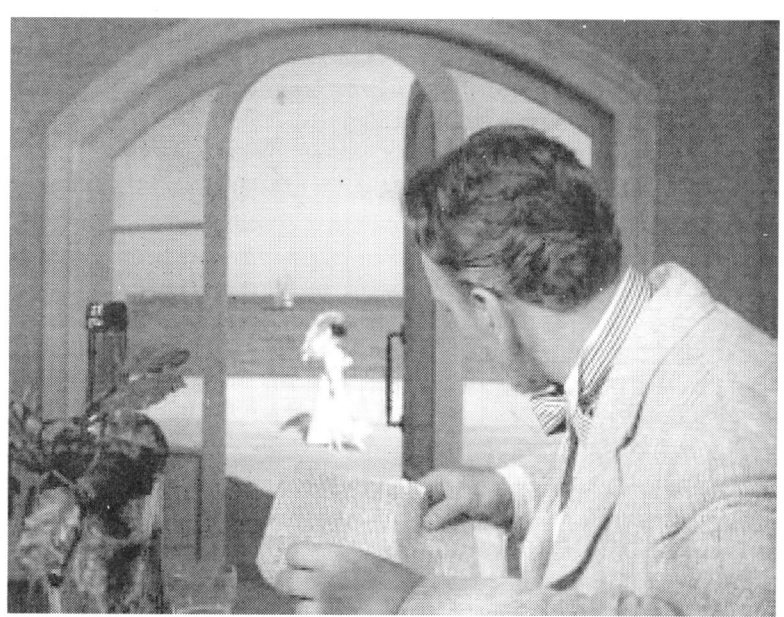

இருவருக்குமிடையே நட்பு ஏற்படுகிறது. இருவருமே அவரவர் குடும்ப வாழ்க்கையில் அதிருப்தி அடைந்தவர்கள். குரோவிற்கு தன்னுடைய மனைவியைப் பிடிக்கவில்லை. அன்னாவிற்கு தன் கணவன் மீதும் கசப்பும் அதிருப்தியும் உள்ளது. இந்த அம்சம் இருவரையும் இணைக்கிறது. இருவரும் தங்களைத் தானே ஏமாற்றிக் கொண்டு வாழ்ந்து வருகிறார்கள். அது ஒருநாள் சலித்துப் போகவே ஏதாவது ஏதாவது செய்யவேண்டும் என்று யோசிக்கிறார்கள். அவர்கள் இனி என்ன செய்யப்போகிறார்கள் என்பதை வாசகர்களின் ஊகத்திற்கே செகாவ் விட்டுவிடுகிறார். அதுவே இக்கதையின் சிறப்பம்சம்.

'குறும்புக்கார பையன்' என்ற சிறுகதையில் வரும் கோலியா ஒருநாள் ரகசியமாக ஒரு ஆணும் பெண்ணும் முத்தமிடுவதைக் கண்டுவிடுகிறான். அந்த விஷயத்தை மறைத்து வைக்க விரும்பிய காதலர்கள் அவனுக்கு நிறையப் பரிசு தருகிறார்கள். அவன் எங்கே தங்களைப் பற்றிச் சொல்லிவிடப் போகிறானோ எனப் பயந்து, அவர்களாகவே தங்கள் காதலை முடிவில் பகிரங்கபடுத்தி திருமணத்திற்கு ஒத்துக் கொள்ளச் செய்கிறார்கள். குறும்புக்காரச் சிறுவன் இதனால் ஏமாந்து போகிறான்.

'காதலைப்பற்றி' என்ற சிறுகதையில் இரண்டு காதலர்கள் இடம்பெறுகிறார்கள். ஒரு ஜோடி வீட்டு வேலைக்காரர்கள். மற்றொரு ஜோடி வீட்டு உரிமையாளருக்கும் அலுவலரின் மனைவியும். இதில் வேலைக்கார ஜோடி பகிரங்கமாகத் தாங்கள் விரும்பிய இன்பங்களை

அனுபவிக்கிறார்கள். சேர்ந்து குடிக்கிறார்கள். சண்டையிட்டுக் கொள்கிறார்கள். ஆனால், பணக்கார ஜோடி தனது காதலை மறைத்து ரகசியமாக வைத்துக் கொள்வதுடன், தனது ஆசையை மறைத்துக் கொண்டு நாகரீகமாக நடந்து கொள்கிறார்கள். எளியோரின் காதல் வெளிப்படையாக. அதன் சகல இன்ப துன்பங்களுடன் நடைபெறுகிறது என்பதைச் செகாவ் இக்கதையில் சுட்டிக்காட்டுகிறார்.

'ஓ..பப்ளிக்' என்றொரு சிறுகதை. இதில் ரயில் டிக்கெட் பரிசோதகராக உள்ள ஒரு பெரிய குடிகாரர். ஒருநாள் அவரது ரயிலில் ஓர் ஆளை டிக்கெட் கேட்டு விசாரணை செய்யும்போது, அவன் தான் ஒரு நோயாளி. மரணப் படுக்கையில் கிடப்பவன் எனப் பாசாங்கு செய்கிறான். அவனிடம் டிக்கெட் இல்லை என்பதை அறிந்து கொண்ட அவர் அவனை என்ன செய்வது எனப்புரியாமல் தான் இன்னொரு பெக் குடிக்கத் துவங்கிவிடுகிறார்.

'ஈவில் டூயர்' என்ற சிறுகதையில் ரயில்வே தண்டவாளத்தின் திருகாணிகளைத் திருடியதாக ஒரு மீனவனைப் போலீஸ் கைது செய்கிறார்கள். அவன் தனது தூண்டிலுக்கு இரும்பு வேண்டும் என்பதற்காகத் திருகாணிகளைத் திருடியதாகச் சொல்கிறான். நீதிமன்றம் அதை ஏற்க மறுத்து, தண்டனை கொடுத்துவிடுகிறது. இதில் என்ன தவறு இருக்கிறது. தான் அப்படி என்ன குற்றம் செய்துவிட்டோம் என அந்த மீனவனுக்குக் கடைசி வரை புரியவே யில்லை.

'போலிங்கா' என்ற கதையில் விற்பனைப் பிரிவில் வேலை செய்யும் ஒரு பெண்ணும் அவளது வாடிக்கையாளராக வந்தவனும் இரட்டைக்குரலில் பேசிக் கொள்கிறார்கள். ஒன்று அவர்கள் வியாபாரம் தொடர்பானது மற்றது அவர்களின் காதல் உறவு தொடர்பானது.

'லுக்கிங் கிளாஸ்' சிறுகதையில் கனவு முக்கிய அம்சமாக இடம் பெறுகிறது. நதாலியா தான் காணும் கனவு பலிக்கப்போவதாக நினைத்துப் பயப்படுகிறாள். கனவு ஏன் வருகிறது எனக் குழம்பிப் போகிறாள். அவளது கனவு பலித்துவிடுமா இல்லையா என்பது புதிராகவே இருக்கிறது.

'கணவன்' என்ற கதையில் தனது மனைவி நடன விருந்து ஒன்றில் ராணுவ அதிகாரியோடு இணக்கமாக நடனம் ஆடிக் கொண்டிருப்பதைக் கண்ட கணவன், பொறாமைப்பட்டு அவளை வலுக்கட்டாயமாக இழுத்துக் கொண்டு போகிறான். அவள் தனது உரிமை என்பதை அவன் நிலை நாட்டுவதைக் கதை சுட்டிக்காட்டுகிறது.

'வேட்டைக்காரன்' என்ற சிறுகதையில் நீண்டகாலத்தின் பிறகு வயல்வெளியில் வைத்து தனது பிரிந்து போன மனைவியைச்

சந்திக்கிறான் ஒருவேட்டைக்காரன் அவர்களின் பிரிவும் நினைவும் ஒன்று சேர்ந்த கதையாக விரிகிறது. 'அவெஞ்சர்' என்ற சிறுகதையில் தன் மனைவியின் கள்ளக்காதலை அறிந்த கணவன் அவளைக் கொல்ல துப்பாக்கி வாங்கப் போகிறான்.

போன இடத்தில் தான் அவளையோ, அவளது காதலனையோ கொலை செய்துவிட்டால் சிறைக்குப்போக நேரிடும். தன் மொத்த வாழ்வும் அழிந்து போய்விடும் என்பதை உணர்ந்து அவளைப் பழிவாங்க இனிமேல் எதையும் கண்டுகொள்ளக் கூடாது எனத் தான் ஒரு தூண்டில் வாங்கிக் கொண்டு வீடு திரும்புகிறான்.

யதார்த்த கதைகள் மட்டுமின்றிக் குற்றப் புலனாய்வு செய்யும் கதைகளையும் செகாவ் எழுதியிருக்கிறார். 'ஸ்வீடிச் மேட்ச்' என்ற சிறுகதை இதற்கு ஓர் உதாரணம். இக்கதையில் ஒரு போலீஸ் அதிகாரி கொலை செய்யப்படுகிறார்.

அவரது உடல் ஜன்னல் வழியே வெளியே கொண்டுபோகப் பட்டிருக்கிறது. கொலையைச் செய்தவர் யார் எனக் கதையின் முடிவில் நாம் அறிந்து கொள்கிறோம். அவரது பெரும்பான்மை சிறுகதைகள் மனதின் விசித்திரமான போக்குகளையே ஆராய்கிறது. எள்ளலும், கசப்புணர்வும், கவித்துவமான அணுகுமுறையும் கொண்ட கதைசொல்லல் முறை செகாவுடையது.

செகாவின் சிறுகதைகள் இசைக்கோர்வையைப் போன்றவை. அவை மாறுபட்ட உணர்வுகளை ஒன்று சேர்க்கின்றன. சில

வேளைகளில் அவை துவக்கநிலையில் உயர் எழுச்சி கொள்கின்றன. முடியும்போது சட்டென முடிந்துவிடுகின்றன. இன்னும் சில கதைகள் நிலக்காட்சி ஓவியம் போன்றவை. அதில் கதையின் மையமாக இருப்பது நிலவெளி தான். கதாப்பாத்திரங்கள் அந்த நிலவெளியின் தன்மையை எப்படி உள்வாங்கி வெளிப்படுத்துகிறார்கள் என்பதிலே கதை முடிந்து விடுகிறது.

பொதுவாகச் செகாவின் கதைகளின் ஆதாரப் புள்ளியாக இருப்பது ஓர் உள்ளார்ந்த நாடகம். அவர் குரலை உயர்த்துவதில்லை. கதை சொல்லி அடங்கிய குரலில் சலனமில்லாமல் நிகழ்வை விவரிக்கிறான். அது தான் செகாவின் கலை நுட்பம்.

கதாப்பாத்திரத்தின் புற செயலுக்கும், அக காரணங்களுக்கும் இடையில் நடைபெறும் நாடகமே அவரது தனித்துவம். அவர் மிக நுட்பமாக உடைகள், சுற்றுச்சூழல், உணவு வகைகளை விவரிக்கிறார். நாடகத்தில் நடப்பதுபோன்று சிறு சிறு கையசைவுகள் கூடக் கதையில் முக்கியமாக இடம் பெறுகின்றன. ஆண் பெண்ணுக்குமான ஈர்ப்புத் திருமணம் உறவு என்ற கட்டுப்பாட்டினால் தடை செய்யப்பட்டுவிட முடியாது என்ற விஷயம் பல கதைகளில் மறுபடி மறுபடி சொல்லப்படுகிறது.

சிறுகதைகளுக்கான ஆறு விதிகள் என்று செகாவ் தனது குறிப்பேட்டில் இந்தப் பட்டியலை தருகிறார்.

1) அரசியல் சமூகக் கருத்துகளைத் தேவையில்லாமல் வலிந்து பத்தி பத்தியாகக் கதையின் உள்ளே எழுதாதே.

2) கதாப்பாத்திரங்கள் தான் கதையின் மையம். அதன் மோதல் அல்லது முரண் அதிலிருந்து வெளிப்படும் நாடகம் அதைக் கவனமாக வளர்த்து எடுக்கவேண்டும்.

3) கதாப்பாத்திரங்கள் மற்றும் சூழல் விவரணைகள் மிக உண்மையாகவும் மை உணர்ச்சியை மேம்படுத்துவதாக இருக்க வேண்டும். தேவையற்ற மிகையலங்காரம் கூடவே கூடாது.

4) தனித்துவம் மற்றும் அசலான கதை சொல்லும் முறை அவசியம்.

5) வழக்கொழிந்த போன சொற்கள், உரையாடல்கள் தவிர்க்கப்பட வேண்டும்.

6) ஒரு சொல் கூட வீணடிக்கப்படாத அளவு கச்சிதமான வடிவம் மிக முக்கியம்.

ஒரு கதையைக் கச்சிதமாக எப்படி எடிட் செய்வது செகாவிடம் என்று கேட்டபோது, முதல் மூன்று பத்திகளைத் தூற எறிந்துவிடுங்கள். மறுபடி படித்துப் பாருங்கள். இப்போது கதை கச்சிதமாக இருப்பது போன்றிருக்கும். கதையை எப்படித் துவங்குவது என்பது தான் பலருக்கும் பிரச்சனை என்கிறார் செகாவ்.

ஒரு மனிதன் பயத்தில் வெளிறியபடி பிரம்பு நாற்காலியில் உட்கார்ந்திருந்தான் என்று எழுதினால் வாசகன் எளிமையாக உடனடியாக அதைப் புரிந்து கொண்டுவிடுவான்.

அதையே அதிக உயரமும் சற்று கழுத்து பருத்தும், தலை சரிவாகவும், முகத்தில் பரு கொண்டு, சிவப்பு நிற தாடி கொண்ட ஆறாடிக்கும் குறைவான மனிதன் ஒரு பக்கம் வளைந்திருந்த, நீல நிற வர்ணமடித்த, மிகப் பழமையான நாற்காலியின் உள்ளே பாதிச் சாய்ந்தும் பாதி வெளியேயும் கால்கள் பட இளவெயிலில் பயத்தோடு உட்கார்ந்திருந்தான் என்று எழுதினால் வாசகன் குழப்பமடைந்து விடுகிறான். வாசக மனது அந்தக் காட்சியிலிருந்து துண்டிக்கப் பட்டுவிடுகிறது. ஆகவே, விவரணைகளை எழுதும்போது அதைக்

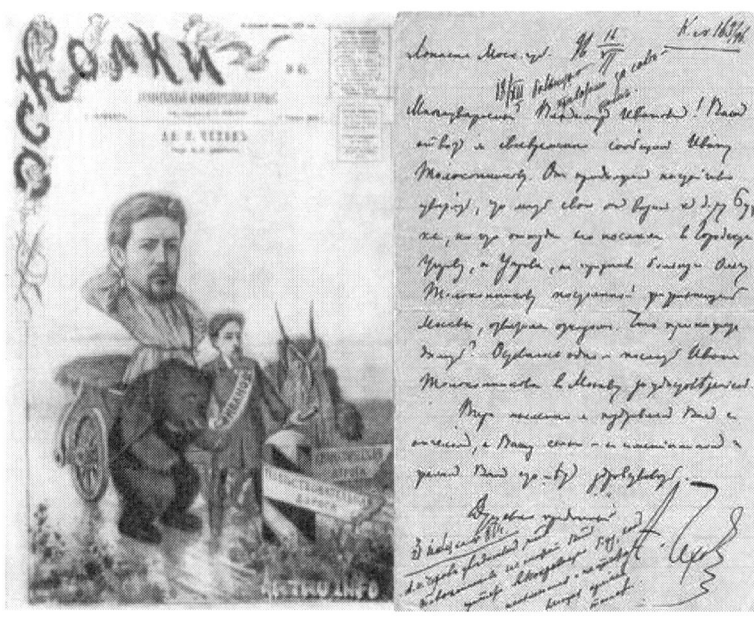

காட்சிப்படுத்தும் தன்மை மிக அவசியமானது எனவும் குறிப்பிடுகிறார்.

எது அவரது கதைகளின் ஆதாரப்புள்ளி என்று செகாவிடம் கேட்ட போது, மனித இயல்பை ஆராய்வது. எனப் பதில் சொன்னார். அவரது 'மனித இயல்பு' என்ற இரண்டு சொற்கள் எளிமையானவை போலத் தோற்றம் கொண்ட போதும், அவை முடிவில்லாத அர்த்தம் கொண்டவை. மனித மனம் கொள்ளும் விசித்திரமான பயம். சந்தோஷம். நாட்டம் தேடுதல் யாவும் ஒன்றிணைந்து தான் மனித இயல்பு. அவை சீட்டு விளையாட்டு போல உருமாறி ஒன்று சேர்கின்றன, கலைந்துவிடுகின்றன. மறுபடி காத்திருக்கின்றன. கதாப்பாத்திரங்களின் செயல்களை விடவும் அதன் மனநிலையைத் துல்லியமாக எழுத முடிந்தவனே சிறந்த எழுத்தாளன் ஆகிறான். அதுவே செகாவின் தனிச்சிறப்பும்.

எழுத்தாளன் தன் மனசாட்சியின் குரலுக்குச் செவி சாய்த்தபடியே தான் அறிந்த நிஜத்தை, வாழ்வின் அவதானிப்புகளை, எந்த அதிகார நெருக்கடிக்கும் பயமில்லாமல் நேர்மையாக வெளிப் படுத்துகின்றவன் என்று கூறும் செகாவ் உலகெங்கும் அவரது சிறுகதைகளுக்காகத் தொடர்ந்து மறுவாசிப்பிற்கு உள்ளாகிக் கொண்டாடப்பட்டு வருகிறார்.

கார்வரும் செகாவும்

செகாவ் பாணி சிறுகதையை அடுத்த நிலைக்கு எடுத்துச் சென்று புதிய பாய்ச்சலை நிகழ்த்தியவர் ரேமண்ட் கார்வர். (Raymond Carver) கச்சிதமான சிறுகதைகளுக்கு அடையாளமாகக் கார்வரின் சிறுகதைகளைச் சொல்லலாம். அமெரிக்கச் சிறுகதை ஆசிரியர்களில் கார்வரே முதன்மையானவர். செகாவ் பாணி சிறுகதைகளின் முக்கிய அம்சங்கள். குறைவான வார்த்தைகளில் கதை

சொல்வது, தனித்துவமான கதாப்பாத்திரங்களை உருவாக்குவது, துல்லியமாக உணர்ச்சிகளை வெளிப்படுத்துவது இந்த மூன்றுடன் கதையின் போக்கில் சட்டென நிகழும் ஒரு பரவசம், ஒரு திகைப்பு அல்லது ஒரு மகத்தான தரிசனம் அதன் காரணமாக வாசகன் அது வரை வாசித்து வந்த எளியக் கதையை ஆஹா.. அற்புதம் எனச் சொல்லவைக்கும் சூட்சுமம் கொண்டது செகாவின் எழுத்துமுறை.

தனது சிறுகதைகளைப் பற்றிச் செகாவ் குறிப்பிடும் கருத்துகள் முக்கியமானவை. "சலிப்பு தான் எனது கதைகளின் ஆதாரப்புள்ளி. மனிதர்கள் மிகவும் சலிப்படைந்து போயிருக்கிறார்கள். காதலில், குடும்ப உறவுகளில், அலுவலக வேலையில், பொது நிகழ்வுகளில், காமத்தில் எனச் சகலமும் சலிப்பு ஊட்டுகிறது. இவ்வளவு ஏன், மரணம் கூட அபத்தமான ஒன்றாகவே உள்ளது.

சலிப்பைப் போக்கிக்கொள்ள என்ன செய்வது என்று எவருக்கும் தெரியவில்லை. விருப்பமான காரியங்களை மறுமுறை செய்வது சலிப்புத் தருகிறது என்பதால் புதியதாக ஒன்றினை மேற்கொள்ள விரும்புகிறார்கள். ஆனால், அந்த ஒன்றை எப்படி அடைவது அல்லது நிறைவேற்றிக் கொள்வது எனத்தெரியவில்லை. தனது இயலாமையின் மீது சலித்துக் கொள்கிறார்கள். சலிப்புடனே தொடர்ந்து வாழ வேண்டியிருக்கிறதே என்பதற்காக வாழ்க்கையைச் சுவாரஸ்யப்படுத்திக் கொள்ள பகட்டாக, பொய்யாக, நடிக்கத் துவங்குகிறார்கள். அந்த நடிப்புத் தன்னைத் தானே ஏமாற்றிக் கொள்ளுதல் என உணரும்போது குற்றவுணர்வு அடைகிறார்கள். இப்படிச் சுய குழப்பத்தில் ஊறிப்போன மனிதர்களின் வாழ்க்கையைத் தான் எனது கதைகள் பேசுகின்றன. நம் காலத்தின் முக்கியப் பிரச்சனை மனித உறவுகளின் அவநம்பிக்கை, சிதைந்துபோன குடும்பம், குறிப்பாக ஆண் பெண் உறவில் ஏற்பட்டுள்ள சிக்கல்கள், அதிருப்தி, அறியாமை, மிகை கற்பனையான மதிப்பீடுகள், இவையே எனது கதைகளுக்கான கருப்பொருட்கள். ஒரு மருத்துவராக நான் பிணியாளர்களின் உடலைப் பரிசோதனை செய்து பார்க்கிறேன். எழுத்தாளராக அவர்களின் மனதைப் பரிசோதனை செய்கிறேன். பல சமயங்களில் எழுத்து மருந்தை விடவும் அதிகச் சக்தி உள்ளதாக இருக்கிறது.

நம் சமூகம் நோய்மையுற்றது. இங்கே வறுமையைவிடவும் அடையாளமின்மை, புறக்கணிப்பு அதிகச் சிக்கலான பிரச்சனையாகக் காணப்படுகிறது. பசியால் உந்தப்படும் மனிதன் உணவின் வழியே தன்னை ஆசுவாசப்படுத்திக் கொள்ள முடியும். ஆனால், புறக்கணிப்பை, அதில் உருவாகும் அவமானத்தை உணரும் மனிதன் எதிலும் ஆறுதல் பெற முடிவதேயில்லை. அவன் தன்னை ஒரு துரத்தப்படும் எலியைப் போலவே நினைக்கிறான். சாக்கடைக்குள் ஒளிந்து வாழக்கூட வாழ உலகம் தன்னை அனுமதிக்காது என்று தனக்குத் தானே புலம்பிக் கொள்கிறான். என்னுடைய கதைகள்

அவனது அடக்கப்பட்ட குரலைத் தான் பேசுகின்றன" என்கிறார் ஆன்டன் செகாவ். செகாவை தனது ஆசான் என்று கூறும் ரேமண்ட் கார்வர் செகாவின் இறுதிநாட்களைப் பற்றி 'எர்ரண்ட்' (Errand) என்றொரு அற்புதமான சிறுகதையை எழுதியிருக்கிறார். இக்கதையைத் தமிழில் ஜி. குப்புசாமி மொழியாக்கம் செய்திருக்கிறார். இக்கதை செகாவிற்குச் செய்யப்பட்ட காணிக்கை என்றே கூறுவேன். இதில் மரணப் படுக்கையில் உள்ள செகாவின் மனநிலை துல்லியமாகப் பதிவு செய்யப்பட்டுள்ளது.

செகாவிற்கும், கார்வருக்கும் எழுத்தில் நிறைய ஒற்றுமைகள் இருக்கின்றன. இருவரது வாழ்க்கையும் ஆச்சரியமான வகையில் ஒன்றுபோலவே இருக்கிறது. செகாவிடமிருந்து தான் சிறுகதைகளின் அத்தனை நுட்பங்களையும் தான் கற்றுக் கொண்டதாக கார்வர் ஒரு நேர்காணலில் கூறுகிறார். அது உண்மையே. கார்வரின் கதைகளை வாசிக்கும் ஒருவர் அதில் செகாவின் வாசனையை நன்றாக உணரமுடிகிறது.

செகாவின் கதைக்கருக்களில் இருந்து கிடைத்த உந்துதலே கார்வரைத் தொடர்ந்து எழுத வைத்திருக்கின்றன. செகாவின் பந்தயம் சிறுகதையையும், கார்வரின் கதீட்ரல் சிறுகதையையும் ஒருசேர வாசிக்கும் ஒருவன் இரண்டும் வேறுபட்ட கதைகள் என்று கருதக்கூடும். ஆனால், அடிநாதமாகச் செகாவின் பந்தயம் கதையின் பாதிப்பில் இருந்தே கதீட்ரல் கதையின் சொல்லும் முறையும் எதிர்மறையான கதைநகர்வும் உருவாக்கப்பட்டுள்ளதை கொஞ்சம் நுட்பமாக வாசித்தால் அறிந்து கொள்ள முடியும். உண்மையில் எல்லா எழுத்தாளர்களும் தங்களின் ஆசான்களின் பாதிப்புக் கொண்டவர்களே. அது ஆரோக்கியமான ஒன்றே. இசையில் குருவின் பாடும்முறை சீடனுக்குத் தன்னியல்பாக வந்து சேர்வதைப்

போன்றதே இதுவும். பந்தயம் கதை ஒருவனின் அனுமானத்தை மற்றவன் முறியடிப்பதில் கட்டப்பட்டிருக்கிறது. தனிமையை எதிர்கொள்ளும் விதமே கதையின் முக்கிய அம்சம். அதுவேதான் பிறிதொரு தளத்தில் கதீட்ரல் கதையில் வெளிப்படுகிறது. பார்வையற்ற ஒருவனைப் பற்றிய முன் அனுமானங்கள் கதையின் ஊடாகத் தகர்ந்து போகின்றன. முடிவில் இருவருமே ஒரே கதீட்ரலை உணரும் தருணம் கதையினை உயர்வெழுச்சி மிக்க ஒன்றாக மாற்றுகிறது. இதுவும் பந்தயம் கதையில் வரும் கதையின் முடிவின் மறுவார்ப்பே.

செகாவும், கார்வரும் சிறுகதை குறித்து ஒற்றை உண்மையை முன்வைக்கிறார்கள். அது என்னவென்றால், ஒரு கதையைப் பலமுறை திருத்தி எழுதுங்கள் என்பதே. தச்சன் மரச்சிற்பத்தைச் செதுக்குவதைப் போலப் பார்த்து பார்த்துக் கவனமாகச் செதுக்குங்கள். எல்லாக் கதைகளும் ஒரே முறையில் சரியாக எழுதப்பட்டுவிடாது. தொடர்ந்த ஈடுபாடும், திருத்தமும், மொழியின் மீதான கவனமும், எளிய அழுத்தமான கதை சொல்லும் முறையுமே கதையின் வெற்றிக்கான காரணங்கள் என்கிறார்கள். ரேமண்ட் கார்வர் தன்னைப் பற்றி இப்படித்தான் சொல்லிக் கொள்கிறார்.

"எனது அம்மா ஒரு நரம்பு நோயாளி. அப்பா பெருங்குடிகாரர். இதனால் இளமைக்காலத்தில் மிகவும் நெருக்கடியாக வாழ்க்கையை எதிர்கொண்டேன். அந்தக் கசப்புணர்வே என்னைப் பதினெட்டு வயதிற்குள் ஒரு பெண்ணைக் காதலித்துத் திருமணம் செய்துகொள்ளச் செய்தது. அவள் கர்ப்பமாகிவிட்டாள். அதனால் கல்யாணம் உடனே நடந்தது. அப்போது என் மனைவிக்கு வயது பதினேழு. கல்லூரியில் படிக்க ஆசைப்பட்ட பெண் அவள். அதற்காக லத்தீன் கூடப் படித்திருக்கிறாள். அவளை என் சுயநலத்தால் ஏமாற்றிவிட்டேன்.

இருபது வயதிற்குள் இரண்டு பிள்ளைகளின் தகப்பனாகிவிட்டேன். இளமைப்பருவம் என்பதை நான் அனுபவிக்கவேயில்லை. இந்த நெருக்கடி என் மனதை வெகுவாக அழுத்தியது. பிழைப்பதற்காகப் பல்வேறு சிறுவேலைகள் செய்து கொண்டு படித்தேன். என் மனைவியும் தொடர்ந்து கடினமாக வேலைகள் செய்தாள். இருவருமே படித்துப் பட்டம் பெற்றோம். தற்செயலாகவே கதைகள். கவிதைகள் எழுதத் துவங்கினேன். ஹெமிங்வேயும் செகாவும் தான் இதற்கான முக்கியக் காரணங்கள். ஒரு கதையை யோசித்து இரண்டு ஆண்டுகள் வரை தொடர்ந்து எழுதி ஒரு நாவலாக வெளியிடும் அளவிற்கு அன்று என்னிடம் வசதியில்லை. அவசரத்திற்காக எழுதவேண்டிய சூழ்நிலை இருந்தது. கேள்விப்பட்ட விஷயங்களை, என்னைப் பாதித்த சம்பவங்களை, ஏமாற்றங்களை எழுதத் துவங்கினேன். அதில் எனது சுயசரிதைத் தன்மை இருக்கவே செய்கிறது. ஆனால், மூன்று பங்கு கற்பனையும் ஒரு பங்கு நிஜமும் கலந்தவை எனது கதைகள். சுயசரிதைத்தனம் கொண்ட சம்பவங்களைக் கதையாக மாற்றுவது எளிதானதில்லை. அதற்கு எழுத்தாளன் மிகவும் திறமைசாலியாக

இருக்க வேண்டும். இல்லாவிட்டால் கதை பல்லை இளித்துவிடும். ஒரு நாவல் எழுதுமளவு வசதியான கால அவகாசம் கொண்டவனாக ஒருபோதும் நான் இருந்ததில்லை. என் அப்பாவைப் போலவே மிதமிஞ்சி குடிக்கத் துவங்கினேன். குடியிலே மூழ்கிக் கிடந்தேன். ஏமாற்றமிக்க வாழ்வே அதற்குக் காரணம். பின்பு அதில் இருந்து மீண்டு வந்து நாள் எல்லாம் எழுதத் துவங்கினேன். குடியின் வழியாக நான் நிறையக் கற்றுக் கொண்டேன். குடியால் என்னைப் பலரும் எவ்வளவு வெறுத்திருக்கிறார்கள் என்பதை நன்றாகப் புரிந்து கொண்டேன். வெற்றி அடையாத மனிதர்களைப் பற்றித் தான் நிறைய எழுதியிருக்கிறேன். அவர்கள் எனது சகாக்கள். எதை அடைவதற்காக வாழ்க்கையில் உயிரைக் கொடுக்கவும் தயாராக இருந்தோமோ அது ஓர் அற்ப விஷயம் என்று பின்னாளில் தோன்றுகிறதில்லையா. அந்த முரண் தான் எனது கதைகளை உருவாக்குகின்றன

இலக்கியம் அதைப் படைக்கின்ற எழுத்தாளனுக்கு அளிக்கின்ற உன்னதமான பரவசமும், வாசிப்பவனுக்குள் நுழைந்து நிரந்தரமாகத் தங்கிவிடப்போகிற இன்பமும் மட்டுமே எனக்குப் போதுமானதாக இருக்கிறது"

செகாவ் 44வயதில் இறந்து போனார். ரேமண்ட் கார்வர் 50வயதில். செகாவே உலகின் உன்னத கதைசொல்லி எனப்புகழும் கார்வருக்கு செகாவின் நாடகங்களைச் சுத்தமாகப் பிடிக்காது. இதே போன்ற ஓர் எண்ணத்தையே லியோ டால்ஸ்டாயும் கொண்டிருந்தார்.

நோயுற்று இருந்த காலத்தில் டால்ஸ்டாயைக் காண்பதற்காக செகாவ் சென்றிருந்தார். இருவரும் மணிக்கணக்கில் பேசிக் கொண்டிருந்தார்கள். செகாவ் விடைபெறும்போது அவரிடம் டால்ஸ்டாய், "நீ உன்னதமான சிறுகதை எழுத்தாளன். ஆனால்,

உனது நாடகங்களைச் சகிக்க முடியவில்லை. உனது நாடகங்களின் பிரச்சனை கதாப்பாத்திரங்கள் வெளியேறுவதற்கான வழியற்றுப் போயிருப்பதுதான். அது உனக்குப் புரியவேயில்லை" என்று சொல்லி செகாவை முத்தமிட்டு வாழ்த்தியிருக்கிறார்.

தனது ஞானத் தந்தையின் ஆசிபெற்ற செகாவ், "டால்ஸ்டாய்க்கு ஷேக்ஸ்பியரின் நாடகங்களையே பிடிக்காது. அந்த வகையில் தான் என்னையும் பிடிக்கவில்லை" என்று கூறிச் சந்தோசப்பட்டிருக்கிறார்.

'Minimalist' என்று செகாவைச் சிறப்பித்துக் கூறிய இலக்கிய விமர்சகர்கள், இன்று கார்வரை சிறுகதை உலகின் மினிமலிஸ்ட் என்கிறார்கள். ரேமண்ட் கார்வரின் சிறுகதைத் தொகுப்பு ஒன்று கூட இதுவரை தமிழில் வெளியாகவில்லை. ஆனால், கார்வரின் முக்கியச் சிறுகதைகளில் பல தமிழில் வெளியாகி உள்ளன. கவிஞர் சுகுமாரன், ஜி.குப்புசாமி, சிறில் அலெக்ஸ், எம் கோபாலகிருஷ்ணன், சங்கர நாராயணன் எனப் பலரும் மொழியாக்கம் செய்திருக்கிறார்கள்.

புதிதாகச் சிறுகதை எழுத விரும்புகிறவர்கள் கற்றுக்கொள்ளக் கார்வரிடமும் செகாவிடமும் நிறைய உள்ளன. இருவரையும் தொடர்ந்து தீவிரமாக வாசிப்பதே அதற்கான முதற்படி.

திரையில் ஒளிர்ந்த செகாவ்

ஜோவன்கா பாஹ் என்ற தெற்கு கலிபோர்னியாவை சேர்ந்த நாடக ஆசிரியர் எழுதிய செகாவ் அண்ட் மரியா நாடகத்தை மையமாகக் கொண்டு உருவாக்கப்பட்ட திரைப்படமே Chekhov and Maria. 2007ல் வெளியான இப்படத்தை இயக்கியவர் எரிக் டில். Ron Bottitta செகாவாக நடித்துள்ளார்.

காசநோய் பாதித்த செகாவ் தனது சகோதரி மரியாவோடு தங்கி செர்ரி தோட்டம் நாடகத்தை எழுத முற்பட்ட நாட்களே படத்தின் மைய நிகழ்வு. ஜோவன்கா பாஹ் செகாவைப் போலவே ஒரு மருத்துவர் மற்றும் நாடக ஆசிரியர். தனது இறுதி நாட்களில் இந்த நாடகத்தை எழுதியிருக்கிறார்.

செகாவ் ஒல்கா நிப்பரை திருமணம் செய்துகொண்டதைப் பற்றிக் கேள்விப்படும் மரியா ஆதங்கப்படுகிறாள். இதுகுறித்துச் செகாவிற்குக் கடிதம் எழுதுகிறாள். யால்டாவில் உள்ள வீட்டிற்குத் திரும்பி வரும் செகாவிற்கும் மரியாவிற்கும் நடைபெறும் உறவும் மனப்போராட்டமுமே படத்தின் கதை.

பள்ளி ஆசிரியரான மரியா. செகாவின் மரணத்தின்பிறகு, அவரது மியூசியத்தின் பொறுப்பாளராகச் செயல்பட்டு வந்தார். அவராலே செகாவின் நினைவு பொருட்கள் முறையாகப் பாதுகாக்கப்பட்டன. அத்துடன் செகாவ் நினைவுதினமும் முறையாகக் கொண்டாடப் பட்டது.

***

செகாவின் சிறுகதைகள் தொலைக்காட்சி நாடகமாகவும், குறும்படமாகவும் அனிமேஷன் திரைப்படங்களாகவும் முழுநீள திரைப்படங்களாகவும் வெளியாகியுள்ளன. இதில் அனிமேஷன் திரைப்படமாக உருவாக்கப்பட்ட 'Kashtanka' ஒரு நாயின் கதையை விவரிக்கிறது. 1884ல் வெளியான இக்கதை 1952ல் குழந்தைகளுக்கான திரைப்படமாக உருவாக்கப்பட்டது. இதே படத்தை 2004ல் ரஷ்ய அனிமேஷன் கலைஞர் Natalia Orlova புதிய வடிவில் மறுமுறை படமாக்கியுள்ளார்.

மார்சலோ மாஸ்ட்ரயானி நடித்த Dark Eyes செகாவின் நாய்கார சீமாட்டி கதையைத் தழுவியது. சோவியத் இத்தாலிய கூட்டு

தயாரிப்பாக இப்படம் உருவாக்கப்பட்டது. இப்படத்திற்காக மாஸ்ட்ரயானி கான்ஸ் திரைப்படவிழாவில் சிறந்த நடிகருக்கான விருதைப் பெற்றார்.

'The Duel' செகாவின் சிறுகதையைத் தழுவி உருவாக்கப்பட்ட படம். இது லெவிஸ்கி என்ற ரஷ்ய பிரபுவின் கதையைக் கூறுகிறது. நடியா என்ற இளம்பெண்ணை அவள் கணவனைவிட்டு பிரித்து அழைத்துவந்து, தன்னுடன் சேர்த்துக் கொள்கிறான் லெவிஸ்கி. ஒருநாள் நடியாவின் கணவன் இறந்துபோன செய்தி வருகிறது. அதை லெவிஸ்கி மறைத்துவிடுகிறான். நதியா வேறு ஆண்களுடன் பழகத் துவங்கவே லெவிஸ்கி வாழ்க்கை திசைமாறிப்போகிறது.

கேப்டன் கிர்கினுடன் நடியா நெருங்கிப் பழகுகிறாள். அதை அறிந்த லெவிஸ்கி ஆத்திரமடைகிறான். இதன் காரணமாக நேருக்கு நேராகத் துப்பாக்கி சண்டை போட முடிவு செய்கிறான்.

'A Hunting Accident' ரஷ்யாவில் உருவாக்கப்பட்ட திரைப்படம். இதுவும் செகாவின் சிறுகதை 'The Shooting Party' யை மையாகக் கொண்டு உருவாக்கப்பட்டதே.

இந்திய இயக்குநராகக் குமார் சஹானி 1991ம் ஆண்டுச் செகாவின் 'In the Ravine' கதையை மையமாகக் கொண்டு 'Kasba' என்ற படத்தை இயக்கியுள்ளார். மணிராம் மக்களை ஏமாற்றிக் கொள்ளை லாபம் சம்பாதிக்கும் வணிகன். அவனது கடையை மருமகள் தேஜா நடத்துகிறாள். அவள் இளைய மகனின் மனைவி. இளையவன்

மனநிலை சரியில்லாதவன். இந்தநிலையில், திருமணம் பிடிக்காமல் ஓடிப்போன மூத்தமகன் நகரில் மாட்டிக் கொள்கிறான்.

அவனைக் காவல்துறை விசாரிக்கத் துவங்கி, அது மணிராமின் மோசடிகளை அம்பலப்படுத்துகிறது. இந்தக் குழப்பமான சூழலால் தேஜா பாதிக்கப்பட்டு, பித்துப்பிடித்தவளாக நடந்து கொள்ள ஆரம்பிக்கிறாள். பேராசையும் ஏமாற்றுதனமும் கொண்ட வணிகரின் கதையை சஹானி யதார்த்தமான திரைப்படமாக உருவாக்கியிருக்கிறார்.

துருக்கி சினிமாவின் சிறந்த இயக்குநரான நூரி பில்கே ஜெலான் செகாவின் 'The Wife' சிறுகதையை 'Winter Sleep' என்ற பெயரில் படமாக்கியுள்ளார். இப்படம் சிறந்த படமாகக் கான்ஸ் திரைப்படவிழாவில் விருது பெற்றுள்ளது.

***

'A Hunting Accident' என்ற செகாவின் கதையை மையமாகக் கொண்ட ரஷ்ய திரைப்படத்தை இயக்கியவர் Emil Loteanu. *1978*ம் ஆண்டு உருவாக்கப்பட்ட இப்படம் ரஷ்ய பணக்கார வர்க்கத்தின் வாழ்க்கையை விவரிக்கிறது.

ஒல்கா அழகான இளம்பெண். அவள் இளவரசன் உர்மெனினை திருமணம் செய்து கொள்கிறாள். பணம் புகழ் என அனுபவித்துக் கொண்டிருந்தபோதும் அவளுக்கு வாழ்க்கை சலிப்படையவே செய்கிறது. இந்நிலையில் இளவரசனின் நண்பரான டிடெக்டிவ் செர்ஜியை அவள் காதலிக்கத் துவங்குகிறாள். செர்ஜியும் அவளைக் காதலிக்கிறான். காதலின் சுகத்தை அனுபவித்த ஒல்கா கணவனுக்குத் துரோகம் செய்ய முடியாது எனச் செர்ஜியை வெறுக்க ஆரம்பிக்கிறாள். இதனால் ஆத்திரமான செர்ஜி ஒல்காவை சுட்டுக்

கொன்றுவிடுகிறான். ரஷ்யன் கிளாசிக் என விமர்சகர்களால் கொண்டாடப்படும் இப்படம் தொலைக்காட்சி தொடராகவும் வெளியாகியுள்ளது.

***

'ஆறாவது வார்டு' கதையை ரஷ்ய இயக்குநரான Karen Shakhnazarov படமாக்கியுள்ளார். செகாவின் கதைகளில் ஆறாவது வார்டு மிக முக்கியமானது. இக்கதை ஒரு மனநல மருத்துவர் எப்படி மனநோயாளியாக மாறினார் என்பதை விவரிக்கிறது.

மனநலக் காப்பகம் ஒன்றின் ஆறாவது வார்டும் அதன் நோயாளிகளுமே இதன் கதைக்களம். இந்த மனநல காப்பகத்தை நடத்துபவர் டாக்டர் ஆந்த்ரே யெபிமிச் ராபின். திடீரென அவருக்கு ஏற்படும் மனமாற்றம் என்ன விளைவுகளை உருவாக்குகிறது என்பதைச் செகாவ் நுட்பமாக விவரிக்கிறார். ஆறாவது வார்டு சிறுகதையில் வரும் நிகிதாவும், இவானும், யெபிமிட்சும், டார்யுஸ்காவும் மறக்கமுடியாத கதாப்பாத்திரங்கள்.

நோயாளிகளின் மீது மிகுந்த அன்பு செலுத்தும் மருத்துவர் யெபிமிச்க்கும் மனச்சிதைவுக்கு உள்ளான இவான் கிரமோவிற்கும் நடைபெறும் வாக்குவாதங்களும். மனநோய் எப்படிச் சமூகத்தால் உருவாக்கப்படுகிறது. மருத்துவம் மட்டுமே இதற்கான தீர்வாகிவிடுமா? அதிகாரம் தனிமனிதனின் சிந்தனையை ஒடுக்குவதும் உடலை ஒடுக்குவதுதையும் எப்படி எதிர்கொள்வது. தீமைகளைக் கண்டுகொள்ளாமல் ஒதுங்கிப்போக வேண்டுமா அல்லது எதிர்த்து குரலிட வேண்டுமா என மனசாட்சியின் கேள்விகளை

எஸ்.ராமகிருஷ்ணன் 149

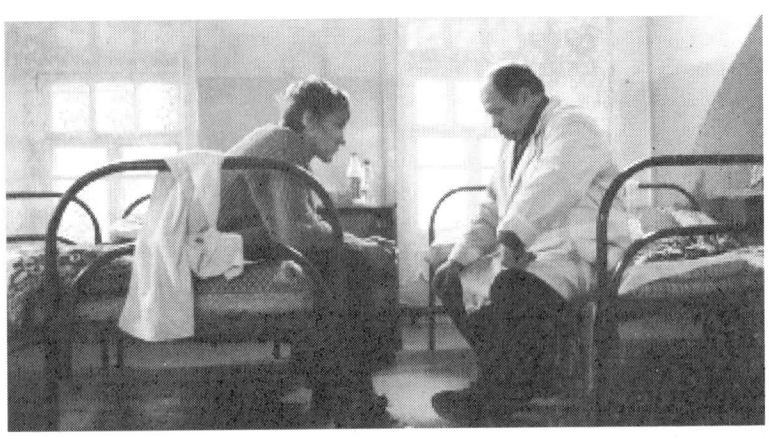

முன்வைப்பதுடன் மனநோயாளிகள் எப்படி உருவாக்கப் படுகிறார்கள், காப்பகங்களில் எவ்வளவு மோசமாக நடத்தப் படுகிறார்கள். உண்மையான மனநோயாளிகள் வெளியே சுதந்திரமாக உலவுவதும் விழிப்புணர்வு கொண்ட மனிதர்கள் நோயாளிகளாகக் காப்பகத்தில் அடைபட்டுக் கிடப்பதுமான சூழலை செகாவ் விமர்சிக்கிறார்.

மனநல மருத்துவர் நோயாளியாகும் நிலையைச் சுட்டிக்காட்டி, ரஷ்யா ஒரு மனநலக் காப்பகம்போல உருமாறிவிட்டது. சிந்தனையாளர்கள், கலைஞர்கள் என விழிப்புற்ற மனிதர்கள் மனநோயாளிகளாக அடையாளப் படுத்தப்படுகிறார்கள் என்ற குரல் இதனுள் காத்திரமாக ஒலிக்கிறது.

***

Rene Féret என்ற பிரெஞ்சு இயக்குநர் 'Anton Chekhov (1890)' என்ற வாழ்க்கை வரலாற்றுப் படத்தை இயக்கியுள்ளார். சமீபத்தில் வெளியாகியுள்ள இப்படம் செகாவின் வாழ்வில் நடந்த முக்கியச் சம்பவங்களை விவரிக்கிறது. சிறந்த ஒளிப்பதிவும் இசையும் இதன் தனிச்சிறப்பு. இப்படத்தில் Nicolas Giraud செகாவாக நடித்துள்ளார். படம் பெரிதும் செகாவின் குடும்ப உறவுகள் குறித்தும் அவரது நண்பர்கள் நாடக உலகோடு அவருக்கு ஏற்பட்ட நெருக்கம். காதல். இறுதி நாட்கள் என மட்டுமே மையம் கொண்டுள்ளது. செகாவின் ஆளுமையை முழுமையாக வெளிப்படுத்தவில்லை ஆனாலும் செகாவின் வாழ்க்கையை அறிந்து கொள்ள இந்தப் படம் உதவிகரமாகவே உள்ளது.

செகாவ் சில விமர்சனங்கள்

செகாவ் இறந்த முப்பது வருஷங்களுக்குப் பிறகு, இலக்கிய விமர்சகரான லியோ செஸ்டர் செகாவின் மீது அவதூறுகளை அள்ளி வீச ஆரம்பித்தார். செகாவ் ஒரு அவநம்பிக்கைவாதி. அவரது எழுத்துகள் வெறுமையைப் பேசுகின்றன. மனித நம்பிக்கைகளைக் கொல்வதே அவரது எழுத்துப் பாணி. செகாவ் ரஷ்ய இலக்கியத்தின் அபத்தவாதி எனக் கடுமையான விமர்சனத்தை முன்வைத்தார். இதன்காரணமாக செகாவின்

படைப்புகள் மீது காரசாரமான விவாதங்கள் உருவாகத் துவங்கின. செகாவ் எந்தக் கோட்பாட்டினையும், தத்துவத்தையும் சார்ந்து எழுதியவரில்லை. ஓர் எழுத்தாளராக வாழ்க்கையை அவர் கண்டுணர்ந்த விதத்தில் பதிவு செய்திருக்கிறார். ஒரு கலைஞனின் வேலை அவ்வளவே. அவரது படைப்புகளில் அவநம்பிக்கையின் குரல் ஒலிப்பது போலவே நம்பிக்கையின் குரலும் ஒலிக்கவே செய்கின்றன. அவர் மனிதர்களை நேசித்தார். இந்தப் பிரபஞ்சத்தின் மிகப்பெரிய விந்தை மனிதனே என்றார். மனிதனை ஆராய்வதே தனது பணி எனக் கூறிய செகாவ் நம்பிக்கையே மனிதனை உருவாக்குகிறது என ஸ்வோரினுக்கு எழுதிய கடிதம் ஒன்றில் குறிப்பிடுகிறார்.

கார்க்கியும் இதைப் பற்றி எழுதியிருக்கிறார். செகாவ் ரஷ்யர்களை விமர்சனம் செய்திருக்கிறார். ஆனால், வெறுக்கவில்லை. கடின உழைப்பு மக்களை முன்னேற்றும் என நம்பினார். அறிவு செயல்படவேண்டிய இடத்தில் முட்டாள்தனம் செயல்படுவதையும், அன்பை முன்வைக்க வேண்டிய தருணத்தில் வெறுப்பையும், சலிப்பையும் முன்வைப்பதையும் அவரால் ஏற்றுக்கொள்ள முடியவில்லை. போலித்தனத்தைச் செகாவ் கடுமையாகச் சாடினார். கடவுளின் உலகம் நன்மையால் ஆனது. மனித வாழ்க்கையோ நரகத்திலும் மோசமாகயிருக்கிறது எனச் செகாவ் எழுதியிருக்கிறார்.

ஒருமுறை செகாவிடம் இதைப்பற்றிக் கேட்டபோது, ரஷ்யாவின் வீழ்ச்சிக்கு முக்கியக் காரணம் அறியாமை. அதை மட்டும் நீக்கினால் ரஷ்யா முன்னேற்றம் அடைந்துவிடும் எனப் பதில் அளித்துள்ளார். செகாவின் நாடகங்களை அபத்தவகை நாடகங்களாக வகைப்படுத்த முடியாது. அவரிடம் பெக்கட், ஐயோனஸ்கோ போன்றவர்களின்

152 செகாவ் வாழ்கிறார்

வெறுமையான குரலைக் கேட்கமுடியாது. செகாவின் கோபம் அரசின் மீதும், அதிகார துஷ்பிரயோகம், செயலற்ற தன்மை மீதும் இருந்தது. ஆகவே, அதைக் கடுமையாக விமர்சனம் செய்திருக்கிறார்.

தண்டனைத் தீவாக உருமாற்றப்பட்ட ஷகலினுக்குப் போய்வந்த பிறகு, செகாவ் இந்தக் கோபத்தை வெளிப்படையாகக் காட்டியிருக்கிறார். அத்துடன் பொறுப்புணர்வுடன் கைதிகளுக்கு மருந்துப் பொருட்களும் புத்தகங்களும் வாங்கி அனுப்பி வைத்திருக்கிறார். இவ்வளவு மனிதாபிமானம் கொண்ட ஒருவரை எப்படி அபத்தவாதி என அழைப்பது என விமர்சனங்களைக் கேள்வி கேட்டார் லின்ஸ்கி.

ரஷ்ய இலக்கியத்தின் இருபெரும் மேதைகளான டால்ஸ்டாய், தஸ்தாயெவ்ஸ்கி இருவரும் கடவுளை பற்றி நிறைய எழுதியவர்கள். ஆன்ம விடுதலையே அவர்களின் குறிக்கோள். ஆனால், செகாவ் கடவுள் நம்பிக்கையற்றவரைப் போன்ற நடந்து கொண்டார். தீவிர பக்தி அவரிடம் ஒருபோதும் இருந்ததில்லை. அவர் விஞ்ஞானப் பூர்வமாக வாழ்க்கையை அணுகினார். ஆகவே, அவரால் மதத்தை ஏற்றுக்கொள்ள முடியவில்லை. தேவாலயத்திற்குப் போவதை எளிய நம்பிக்கையாக மட்டுமே அவர் கருதினார். ஒருமுறை டால்ஸ்டாயோடு பேசிக் கொண்டிருக்கும்போது, நித்தியத்துவம் பற்றிய பேச்சு வந்தது. டால்ஸ்டாய் அதுபற்றி நிறைய விளக்கம் தந்து பேசினார். ஆனால், ஒரு மருத்துவராக அதைத் தன்னால் ஏற்றுக் கொள்ள முடியவில்லை. தனக்கு மெய்தேடலில் நம்பிக்கை யில்லை எனச் செகாவ் மறுத்துப் பதில் சொன்னார்.

அதேநேரம் வாழ்க்கை சலிப்பூட்டுவதாகவே இருக்கிறது. கசப்பும், வெறுப்பும் இழிநிலையும் கொண்டதாகவே வாழ்க்கை யிருக்கிறது என அடிக்கடி செகாவ் சொல்லிக் கொண்டேயிருந்தார். அது அவரது படைப்புகளிலும் எதிரொலிக்கிறது. பொய்யான நம்பிக்கைகளை உருவாக்குவதை விடவும் யதார்த்தத்தை ஏற்றுக் கொண்டு முன்னேறிப்போவது நல்லது என அவர் ஒரு சிறுகதையில் குறிப்பிடுவது கவனிக்கத்தக்கது. நாற்பது வயது துவங்கியபோது, செகாவ் தனது டயரியில் ஒரு குறிப்பினை எழுதியிருக்கிறார். அதில் வாழ்க்கை அலுத்துப்போய் விட்டது. எந்தப் புதுமையும் இதில் இல்லை. ஒரே செயலை ஒரே விதமாகச் செய்து அலுப்பாகிவிட்டது. சலிப்பு என்பது ஒரு நோய். அதை என்னைப் பற்றிக் கொண்டுவிட்டது. இவ்வளவு தான் உலகமா எனக் கேட்டிருக்கிறார்.

•••

செகாவ் 'peoples palace' என்ற ஓர் அரங்கினை உருவாக்கக் கனவு கண்டார். நாள் முழுவதும் மது விடுதிகளில் குடித்தபடியே வீணாகக் கழிக்கும் பொழுதைப் பயனுள்ளதாக மாற்ற உருவாக்கப்பட்டதே இந்த மக்கள் மாளிகை. இங்கே ஒரு நூலகம் இருக்கும். படிப்பறைகள் இருக்கும். தனியே ஒரு நாடக அரங்கு. கருத்துகளைக் கூடி விவாதிக்க

விவாத மண்டபம் ஆகியவை அமைந்திருக்கும். இந்தப் பணிக்குப் பணம் உள்ளவர்கள் ஆளுக்கு அரை மில்லியன் டாலர் முதலீடு செய்தால் போதும் எனச் செகாவ் கனவு கண்டார். அது கடைசி வரை நிறைவேறவேயில்லை.

...

தான் படித்த புத்தகங்களில் செர்வான்டிஸின் டான்குவிகாத்தே புத்தகம் மிகச்சிறப்பானது. ஷேக்ஸ்பியரோடு ஒப்பிட்டுக் கொண்டாடப்பட வேண்டியவர் செர்வான்டிஸ். அவரை எல்லோரும் வாசிக்க வேண்டும் எனக் கடிதம் ஒன்றில் செகாவ் எழுதியிருக்கிறார்.

...

தனது அம்மாவைப் பற்றி எழுதும்போது, செகாவ் ஒன்றைக் குறிப்பிடுகிறார். அம்மாவிற்குத் தேவை மாரல் சப்போர்ட் மட்டுமே. அவர் மிகுந்த தைரியமானவர். அவரது செயல்களை நாம் ஆதரிக்கிறோம். அவருக்கு நாம் துணைநிற்போம் என்ற நம்பிக்கையை உருவாக்க வேண்டியதே நமது பணி எனக்குறிப்பிடுகிறார்.

...

மருத்துவராகப் பணியாற்றியபோது, தனது நோயாளிகளில் பாதிப்பேருக்கும் மேலாக இலவச வைத்தியம் பார்த்திருக்கிறார். ஒரு சில நோயாளிகளிடம் மூன்று முதல் ஐந்து ரூபிள் கட்டணமாகப் பெற்றிருக்கிறார். கடனில்லாமல் வாழ்ந்தால் போதும். வேறு சந்தோஷம் தேவையில்லை என நாட்குறிப்பில் செகாவ் எழுதியிருக்கிறார்.

...

எழுத வேண்டும் என்ற வேட்கை உருவான தருணங்களில் குளியல் அறையில் கூடச் செகாவ் சிறுகதைகள் எழுதியிருக்கிறார். சராசரியாக வாரத்திற்கு மூன்று அல்லது நான்கு கதைகள் எழுதிவிடக்கூடியவர். ஒருநாள் ஒரு கதை கூட எழுத முடியாமல் போய்விட்டதை நினைத்து அவரால் தூங்க முடியவில்லை எனச் செகாவ் குறிப்பிடுகிறார்.

...

மாஸ்கோவில் நடைபெறும் இலக்கிய நிகழ்ச்சிகள், சந்திப்புகள் என்பது பலரும் ஒன்றுகூடி வெறுமனே குடித்துக் கூத்தடிக்கும் நிகழ்வாகும். இலக்கியச் சந்திப்பு என்பது நாக்கிற்குப் பயிற்சி அளிக்கும் ஒருமுறை மட்டுமே. சலித்துப் போகுமளவு பேசுவார்கள். அதனால் ஒரு பயனும் ஏற்படாது. உண்மையான எழுத்தாளர்கள் யாராவது தங்களின் எழுத்துப் பணியைப் பற்றிப் பேச முற்பட்டால் இந்த இலக்கியக் கும்பல் காது கொடுத்து கேட்கவே கேட்காது என்பதுடன் அவரைக் கேலி செய்யவும் துணியும் எனச் செகாவ் எழுதியிருக்கிறார்.

...

ஒருமுறை இளவரசர் நடத்தும் பத்திரிக்கை ஒன்றுக்கு உடனடியாகக் கதை வேண்டும் என்று செகாவிடம் கேட்டார்கள். அவர் தர மறுத்துவிட்டார். காரணம் தொடமுடியாத உயரம் ரஷ்யாவில் இரண்டு தான். ஒன்று எல்போரஸ் மலை. மற்றொன்று தான். அதை உணர்த்தவே என்றார் செகாவ்.

...

செகாவின் மரணத்தின் பிறகு, அவரது நினைவுகளைத் தொகுத்து யார் எழுதுவது என்ற கேள்வி எழுந்தபோது, மரியா அதைச் செய்யத் தகுதியான ஒரே நபர் இவான் புனின் மட்டுமே என்று கூறினார். நோபல் பரிசு பெற்ற எழுத்தாளரான இவான் புனின் 1940ல் இந்தப் புத்தகத்தை எழுதத் துவங்கி, முடிக்காமலே இறந்து போனார். அதன்பிறகு அவரது மனைவி வேராவால் முடிக்கப்பட்டு இந்நூல் 1955ல் வெளியானது.

எந்தவிதமான தேவையற்ற புகழாரங்கள் இன்றி உண்மையாக, நேர்மையாகச் செகாவின் பெருமைகளை எடுத்துச் சொல்வது போல எழுதப்பட வேண்டும் எனக் கார்க்கி புனினை கேட்டுக் கொண்டார். செகாவின் நினைவுகள் குறித்து புனின் பேருரை ஒன்றை ரஷ்ய இலக்கியக் கழகத்தில் நிகழ்த்தினார். அதைக் கட்டுரையாகவும் எழுதி வெளியிட்டார். இதனைத் தொடர்ந்து செகாவின் வாழ்க்கை வரலாற்றை எழுதுவதற்காக அவரது கடிதங்கள் குறிப்புகள் யாவற்றையும் சேகரித்துக்கொண்டு நாட்கணக்கில் இரவெல்லாம் உறங்காமல் குறிப்புகள் எடுத்தார் புனின். ஆனால், அவரால் முழுமையாக இந்நூலை முடிக்க இயலவில்லை.

எஸ்.ராமகிருஷ்ணன்

செகாவின் வைத்தியத் தொழில் அவருடைய இலக்கிய முயற்சிகளுக்குக் குறுக்கே நிற்கிறது. இல்லாவிடில் அவர் இன்னும் பெரிய இலக்கிய மேதையாக விளங்குவார் என்று டால்ஸ்டாய் ஒருமுறை கூறினார். புனின் செகாவை முதன்முதலாகச் சந்தித்தது மாஸ்கோவில். 1895ஆம் வருஷத்தின் முடிவில் அக்காலத்தில், நீங்கள் நிறைய எழுதுகிறீர்களா?" என்று அவர் ஒருமுறை புனினிடம் விசாரித்தார் செகாவ். குறைவாகவே எழுதுகிறேன் எனப் பதில் அளித்த இவான் புனினிடம், நீங்கள் செய்வது சரியில்லை. உழைக்காமலிருந்தால் பிரயோஜனமில்லை. சதா சர்வகாலம் உழைக்க வேண்டும். உயிர் போகும்வரை சிரமப்பட்டு எழுதிக் கொண்டேயிருக்க வேண்டும் என்றவர் சிறிதுநேரம் கழித்து, ஒரு கதையை எழுதி முடித்தபிறகு அதன் ஆரம்பத்தையும் முடிவையும் அடித்துவிட வேண்டும் அதுதான் அதைத் திருத்துவதற்கான எளிய வழி என்ற யோசனையைக் கூறினார் என நினைவு கூறுகிறார் இவான்புனின்.

சுருக்கமாக, கச்சிதமாக சிறுகதைகள் எழுதப்பட வேண்டும் எனக் கற்றுத்தந்தவர் செகாவ். அவருக்குக் கவிதைகளைப் பற்றிப் பேசுவது பிடிக்கும். ஒருபோதும் கோபம்கொண்டு கத்தி சண்டையிடாத செகாவ் வேடிக்கைப் பேச்சுகளை விரும்பக் கூடியவர். அதேநேரம் போலி இலக்கியவாதிகளையும் எழுத்துகளையும் கடுமையாக விமர்சனம் செய்தவர் என்கிறார் புனின்.

சிறுகதை எழுதுபவர்கள் செகாவைத் தான் ஆசானாகக் கருதுகிறார்கள். கதை எழுதுவதற்கு அவரும் நிறைய ஆலோசனைகள் சொல்லியிருக்கிறார். அவற்றைத் தொகுத்து 'How to Write Like Chekhov' என்ற நூலாக Piero Brunello தொகுத்துள்ளார்.

சிறுகதைகள் எழுத விரும்புகிறவர்களுக்கு எளிய வழிகாட்டும் நூலாகும். நடனம் கற்றுக்கொள்ள விரும்பும் ஒருவன் ஆரம்ப

நிலையில் தன் ஆசிரியரைப் பார்த்து கற்றுக் கொள்வதில்லை. தன்னை விடச் சிறப்பாக ஆடும் இன்னொரு மாணவனைப் பார்ர்தது அவனிடமிருந்தே கற்றுக் கொள்கிறான். எழுத்திற்கும் அதுவே பாடம் என்கிறான் செகாவ்.

கதாப்பாத்திரங்களைத் தேடி அலையாதீர்கள். இரண்டே கதாப்பாத்திரங்கள் தான் உலகில் உள்ளன. ஒன்று ஆண் மற்றது பெண். இந்த ஆணும் பெண்ணும் எப்படி எல்லாம் மாறுபடுகிறார்கள், சிந்திக்கிறார்கள், நடந்து கொள்கிறார்கள் என்பதைப் பற்றி யோசியுங்கள். அதுதான் கதாப்பாத்திரமாக உருவெடுக்கிறது.

•••

சாக்ரடீஸை பற்றி எழுதுவது கடினமா, சாதாரணச் சமையற்காரனை பற்றி எழுதுவது கடினமா எனக்கேட்டால். சமையற்காரனை பற்றியே என்பேன். காரணம் சாக்ரடீஸை உலகிற்குத் தெரியும். ஆனால், சமையற்காரனை பற்றி எதுவும் தெரியாது. அவனை நீங்களே எழுத்தின் வழியாக முழுமையாக அறிமுகம் செய்து வைக்க வேண்டும். அது ஒரு சவால். ஆகவே, கதையில் ஒரு சாமான்ய மனிதனைத் துல்லியமாக எழுதுவது என்பது மிகப்பெரிய சவால்.

•••

என்னைச் சுற்றிய மனிதர்களையும் இயற்கையையும் எப்படிப் பார்க்கிறேன் என்பதில்தான் எனது எழுத்து அடங்கியிருக்கிறது. எல்லாவற்றையும் சொல்லிவிட நான் ஆசைப்படுவதில்லை. மாறாக நுட்பமாகச் சொல்லிவிடவே முயற்சிக்கிறேன்.

...

கதையின் துவக்கமும் முடிவு தான் எழுத்தாளனுக்கு உண்மையான சவாலாக அமைகின்றன. எதிர்பாராத முடிவு தான் கதையைப் பேச வைக்கிறது. ஒரு கதையை மனதிற்குள் ஒத்திகை பார்த்துக் கொண்டு எழுதுவது ஒரு விதம். எழுத உட்கார்ந்த பிறகு மனது அதைப் பின்ன துவங்குவது மற்றொரு விதம். இரண்டினையும் நான் மேற்கொண்டிருக்கிறேன்.

...

உங்கள் கதையின் நாயகனாக நீங்கள் இருக்க முயற்சிக்காதீர்கள். கதையில் உங்கள் அனுபவம் இணையலாம். ஆனால், நீங்களே கதாநாயகனாக இருக்கும்போது, அது வெறும் வாழ்க்கை சரிதம் போலச் சுருங்கிவிடும்.

...

அதிகப்படியான வர்ணனை, தகவல்கள், உரையாடல், கதையின் இயல்பைக் கெடுத்துவிடும். நம்பும்படியான கதாப்பாத்திரங்கள், எளிய நேரடியான விவரணங்கள், உணர்வுகளைத் துல்லியமாக விவரிக்கும் விதம், கதாப்பாத்திரங்களின் மனதை வெளிப்படுத்தும் நிகழ்வுகள், தனித்துவமான கதை சொல்லும் முறை இவையே சிறந்த கதையை உருவாக்குகின்றன.

...

'Reading Chekhov - A critical Journey' என்ற Janet Malcolm எழுதிய புத்தகம் செகாவின் மீது தீவிரமான ஆர்வம் கொண்ட ஜேனெட்டின் பயணத்தை விவரிக்கிறது. செகாவ் வாழ்ந்த இடங்களையும் அவரது நினைவகத்தையும் செகாவ் கதைகளில் இடம்பெற்றுள்ள நிலப்பரப்பையும் தேடிச்செல்லும் ஜெனேட் தனது அனுபவங்களின் வழியே, செகாவை நினைவு கூறுகிறார். ஒரு படைப்பாளியின் மீதான ஆர்வம் எப்படிப் புதுவகைப் பயணம் ஒன்றை உருவாக்குகிறது என்பதை ஒரு புறம் வியக்க வைக்கிறது. மறுபுறம் செகாவ் நினைவகம் எவ்வாறு செயல்படுகிறது. ரஷ்ய அரசு எழுத்தாளர்களை எப்படிக் கௌரவிக்கிறது என்பதையும் அறிந்துகொள்ள முடிகிறது.

...

செகாவின் காலம் மத்தியதர வாழ்க்கை கொண்ட மக்கள் அதிகம் உருவாகிய காலம். தொழிற்சாலைகளின் வருகையாலும், நகரமயமாதல் காரணமாகவும், புதிய சாலைவசதிகள் காரணமாகவும்

ரஷ்யாவின் முகம் மாறிக் கொண்டிருந்தது. இன்னொரு பக்கம் பராம்பரியமான ரஷ்ய விவசாய முறைகள் நவீன தொழில்நுட்பத்தின் வருகையால் மாற்றம் அடைந்தன. அடிப்படையில் விவசாயம் சார்ந்த நாடான ரஷ்யா இந்த மாற்றத்தின் காரணமாகப் பெரிய வளர்ச்சி அடைந்தது. அதே நேரம் ஜார் மன்னரின் கெடுபிடியான அரசாட்சி, கடுமையான தணிக்கை முறை, அதிகார துஷ்பிரயோகம், லஞ்சம், போலி மதிப்பீடுகள் காரணமாக இறுக்கமான புறச்சூழல் உருவாகியிருந்தது. இந்த மாற்றங்களைத் தனது எழுத்துகளில் செகாவ் சிறப்பாகப் பதிவு செய்திருக்கிறார் என்கிறார் இலக்கிய விமர்சகர் எரிக் போமி.

...

உலகப் புகழ்பெற்ற இயக்குநராகப் பெர்க்மெனின் 'Wild Strawberries' படத்தின் முக்கியக் கதாப்பாத்திரமான டாக்டர் போர்க்கிற்கும் செகாவின் சிறுகதையான 'A Dreary Story'-ன் முக்கியக் கதாப்பாத்திரமான பேராசிரியர் நிகோலாயிற்கும் உள்ள ஒற்றுமைகளை ஆராய்ந்து விரிவானதொரு கட்டுரை எழுதியிருக்கிறார் உளவியல் ஆய்வாளர் எரிக்சன்.

...

செகாவின் படைப்புகளில் எட்டாயிரம் கதாப்பாத்திரங்கள் இடம்பெற்றிருக்கிறார். இத்தனை கதாப்பாத்திரங்களைக் கச்சிதமாக ஓர் எழுத்தாளன் உருவாக்குவது எளிதானதில்லை என வியந்து கூறுகிறார் விமர்சகர் செர்கோவ்.

நூற்பட்டியல்

Letters of Anton Chekhov to His Family and Friends: Translated by Constance Garnett. New York. 1920.

DEAR WRITER, DEAR ACTRESS: The Love Letters of Anton Chekhov and Olga Knipper. Ecco, 1997.

Anton Chekhov's Life and Thought: Selected Letters and Commentary. Translated by Simon Karlinsky, Michael Henry Heim, Northwestern University Press

Note-Book of Anton Chekhov. Translated by S. S. Koteliansky, Leonard Woolf, New York: B. W. Huebsch, 1921.

Lydia Avilov. Chekhov in My Life: A Love Story. London

Donald Rayfield. Anton Chekhov: A Life. London: Harper/Collins. 1997.

Beevor, A. The Mystery Of Olga Chekhova, London:Viking/Penguin

Magarshack, David. Chekhov: A Life. New York, 1952.

The Brute and Other Farces by Anton Chekhov, Grove Press, New York, 1958.

Anton Chekhov's Plays, W. W. Norton and Company, New York, 1977.

The Cherry Orchard, Dover Publications, New York, 1991.

Chekhov, Vol. 1, Short Plays, Oxford University Press, London, 1968.

Chekhov, Vol. 2, Platonov, Ivanov, The Seagull, Oxford University Press, London, 1967.

Chekhov, Vol. 3, Uncle Vanya, Three Sisters, The Cherry Orchard, The Wood Demon, Oxford University Press, London, 1964.

Chekhov, Vol. 4, Stories 1888–1889, Oxford University Press, London, 1980.

Chekhov, Vol. 5, Stories 1889–1891, Oxford University Press, London, 1970.

Chekhov, Vol. 6, Stories 1892–1893, Oxford University Press, London, 1971.

Chekhov, Vol. 7, Stories 1893–1895, Oxford University Press, London, 1978.

Chekhov, Vol. 8, Stories 1895–1897, Oxford University Press, London, 1965.

Chekhov, Vol. 9, Stories 1898–1904, Oxford University Press, London, 1975.

Chekhov's Great Plays: A Critical Anthology, New York University Press, New York, 1981.

Chekhov, A., The Island: A Journey to Sakhalin, Washington Square Press, New York, 1967.

A Life of Chekhov, Nemirovsky, I., The Grey Walls Press, London, 1950.

Chekhov: A Biography - Pritchett, V. S.,, Penguin Books, London, 1988.

Understanding Chekhov, Rayfield, D., University of Wisconsin Press, Madison, 1999.

'Reminiscences of Anton chekhov', Kuprin, A., Koteliansky, -New York, 1965

A Chekhov Companion, Greenwood Press, Westport, 1985.

The Chekhov Omnibus: Selected Stories, trans. Constance Garnett, ed. Donald Rayfield, Charles E. Tuttle Co., 1994

Chekhov Stories, trans. Richard Pevear, trans. Larissa Volokhonsky, Bantam Books, 2000.

The Complete Short Novels- Anton Chekhov and Richard Pevear-New York, 1965.

காயத்ரி

சுஜாதா

கிழக்கு

காயத்ரீ
Gayathri
by Sujatha
Sujatha Rangarajan ©

Kizhakku First Edition: May 2010
80 Pages
Printed in India.

ISBN 978-81-8493-451-9
Kizhakku - 490

Kizhakku Pathippagam
177/103, First Floor,
Ambal's Building, Lloyds Road,
Royapettah, Chennai 600 014.
Ph: +91-44-4200-9603

Email : support@nhm.in
Website : www.nhm.in

Backcover Image : Srihari

Kizhakku Pathippagam is an imprint of New Horizon Media Private Limited

This book is sold subject to the condition that it shall not, by way of trade or otherwise, be lent, resold, hired out, or otherwise circulated without the publisher's prior written consent in any form of binding or cover other than that in which it is published and without a similar condition including this the rights under copyright reserved above, no part of this publication may be reproduced, stored in or introduced into a retrieval system, or transmitted in any form or by any means (electronic, mechanical, photocopying, recording or otherwise), without the prior written permission of both the copyright owner and the above-mentioned publisher of this book.

கணேஷ் நிலைமையை உணர்ந்துகொண்டான். அறைக்குள்ளிருந்து காயத்ரியின் அலறல் கேட்டது. கீச்சுக் குரலில் சரசு துப்பாக்கியை கணேஷின்பால் காட்டி, 'அங்கேயே நில்' என்றாள். அவன் சிரித்து, 'தோட்டா இருக்கிறதா?' என்றான். அவள் 'காது செவிடா? மறுபடி சுட்டுக் காட்டவா!' என்றாள். 'தேவையில்லை' என்றான்.

முன்னுரை

'காயத்ரி' திரைப்படமாக வந்திருப்பது உங்களுக்குத் தெரிந்திருக்கலாம்.

எப்படி இந்தக் கதையை இப்படி மாற்றிப் படமெடுக்க அனுமதித்தீர்கள் என்று கோபித்து பல வாசகர்கள் எனக்குக் கடிதம் எழுதி இருந்தார்கள்.

அதே சமயம் ஒரு பிரபல வாரப் பத்திரிகை, இந்தத் 'துணிச்சலான' கதையைத் திரைக்கு ஏற்றவாறு சரியாக மாற்றி அமைத்ததற்கு, பஞ்சு அருணாச்சலம் அவர்களைச் சிலாகித்து விமரிசனம் செய்திருந்தது.

இதில் ஏதோ ஒரு நீதி இருக்கிறது என நினைக்கிறேன்.

கதை தினமணி கதிரில் வெளிவந்த போது சற்று மிரண்டு பின்பு சமாதானம் ஆன என் ஆசிரிய நண்பர் சாவி அவர்களுக்கு நன்றி.

6-11-77

சுஜாதா
பெங்களூர்

ஓர் எச்சரிக்கை

காயத்ரியைச் சந்திக்கும் முன் - சென்னைக்கு வரும் போதெல்லாம் நான் மூர் மார்க்கெட் செல்வேன். அங்கே ஒரு பாய் எனக்குப் பரிச்சயம். பழைய புத்தகக் கடை பாய். எத்தனைதான் மக்களிடையே இலக்கிய உணர்வும் மறுமலர்ச்சியும் விழிப்பும் இருந்தாலும் பணத்தேவை என்று ஒன்று இருக்கிறதே! எனவே மூர்மார்க்கெட்டில் சில அபூர்வ இலக்கியங்கள் எனக்குக் கிடைக்கும். நான் இந்தத் தடவை மூர் வந்தது ஒரு பிரபல வாரப் பத்திரிகையின் இரண்டு வருஷம் பழைய ஒரு இதழுக்காக. அதில் என் கதை வந்திருந்தது, புத்தகமாக வெளியிடுகையில் விட்டுப் போய்விட்டது. எனவே மூர் மார்க்கெட் பாய் அந்தப் பத்திரிகை அடுக்கை என் முன் தள்ளி, 'பொறுக்கிக்கிங்க அய்யரே' என்றான். தேதி வாரியாக இல்லாத ஐந்து வருஷச் சரக்கில் ஒரு வருஷத்தின் ஒரு மாதத்தின் ஒரு வாரத்தைத் தேடுவது ஏறக்குறைய இயலாத காரியம். முயற்சியைக் கைவிடுகிற சமயம் அந்தப் பத்திரிகைகளின் நடுவே அந்த நீல நிற நோட்டுப் புத்தகம் தலை காண்பித்தது. நூறு பக்க நோட்டு, பைண்டு பண்ணி இருந்தது. அதைத் திறந்ததும் -

அவசரம்!

அவசியம்!

என்று சிவப்பில் இரண்டு வார்த்தைகளைப் பார்த்துத் திடுக்கிட்டேன். அதன் கீழ் திருக்குறள் போல் இரண்டு வரிகள்-

அவசியம் நீங்கள் இதைப் படிக்க வேண்டியது.

அவசரம் நீங்கள் உடனே வரவேண்டியது.

புரட்டினேன்.

சின்னச் சின்ன நெருக்கமான கையெழுத்து. பெண்மை நிச்சயம் தெரியும், மல்லாந்த, சற்று இடது பக்கம் சாய்ந்த கையெழுத்து. ஆரம்பப் பக்கங்கள் ஸ்பஷ்டமாக இருந்தன. போகப் போக எழுத்து குளறிக்கொண்டே வந்தது. கடைசியில் ரொம்ப மோசம்.

'என்ன! கிடைச்சுதா அய்யரே?'

'இல்லே பாய். வேறு ஏதோ கிடைக்குது.'

'இன்னாது தொடர் கதியா? பைண்டு பண்ணதா?'

'அதெல்லாம் இல்லை. இது புது தினுசுக் கதை.'

'ஸ்கூல் நோட்டு! இது எப்படி இதிலே கலந்தது?'

'பாய், இந்த நோட்டை விலைக்குக் குடுப்பியா?'

'இப்படிக் கொண்டா.'

பாய் தன் கண்ணாடியை 'அஜிஸ்ட்' செய்துகொண்டு அந்த நோட்டைப் புரட்டி ஒரு பக்கத்தை மாதிரி பார்த்தான். அதைப் புத்தகத்தில் சேர்ப்பதா, தொடர் கதையா என்று தீர்மானிக்காமல் - என் ஆர்வத்தை அளக்கிற ரீதியில் -

'ஒண்ணார் ரூபா கொடுத்துட்டுப் போய்க்கினே இரு. இப்பதான் போணியாவுது.'

'ஒண்ணரை ரூபாயா! வேண்டாம் பாய்.'

'எடுத்துக்க. கையால கஷ்டப்பட்டு எளுதியிருக்குது.'

'ஒண்ணரை ரூபாய் அக்கிரமம் பாய்!' முதல் பக்கத்தின் வரிகளை மாதிரிக்குப் படித்தேன்.

ஸ்டேஷனுக்கு விஜி, ராஜு, அப்பு, அம்மா, அப்பா எல்லோரும் வந்திருந்தார்கள். அவர் சைடிலிருந்து ராம கிருஷ்ணன் என்கிற ஒரே ஒரு மீசை சினேகிதர் வந்திருந்தார். ஹனிமூனுக்கு அத்தனைபேர் வழியனுப்ப வந்திருந்தது எனக்கு வெட்கமாக இருந்தது...

'இந்தா பாய் ஹனிமூன்.'

'என்னாது?'

'இந்தா பணம் ஒண்ணரை ரூபாய்.'

மின்சார ரெயிலில் படித்துக்கொண்டிருந்தேன். பஸ்ஸில் படித்துக் கொண்டிருந்தேன். காபி சாப்பிடுகையில், தூங்கப் போகுமுன், தூக்கத்திலிருந்து திடுதிப் என்று எழுந்து அதிகாலைக்குள் காயத்ரியின் - அதை என்ன என்று சொல்வது, டயரி என்றா, புத்தகம் என்றா, கதை என்றா - அதை முடித்துவிட்டேன். இப் போது அவளைச் சந்திக்க அவசர அவசரமாகச் சென்றுகொண் டிருக்கிறேன்.

காயத்ரி யார் என்று எனக்குத் தெரியாது. அவளை நேரில் பார்த்திராவிட்டாலும் அவளைப் பற்றிய அன்யோன்யமான பல விவரங்கள் எனக்குத் தற்செயலாகத் தெரிந்திருக்கின்றன. அவள் உபயோகிக்கும் முகப் பவுடரின் பெயர் (எக்ஸாடிக்கா), அவள் மார்பின் அளவு (முப்பத்து நாலு), எத்தனையோ விவரங்கள். முன்பின் பரிச்சயமில்லாத ஒரு பெண்ணை, அதுவும் மற்ற ஒருத்தனின் மனைவியைச் சந்திக்க இவ்வளவு ஆவல்கொண்டு, பதற்றம்கொண்டு ஓடுவதில் மெலிதான முட்டாள்தனம் இருக்கிறது என்பது எனக்குத் தெரியும். இருந்தும் காயத்ரியைச் சந்திக்கவேண்டியது எனக்குக் கட்டாயமாகிவிட்டது. எப்படி? இது உங்களுக்குப் புரிய காயத்ரியின் நூறு பக்கங்களை நீங்கள் படிக்கவேண்டும். அந்தப் பக்கங்களை இப்போது தருகிறேன். படிக்குமுன் ஓர் எச்சரிக்கை.

உங்கள் வீட்டில் தமிழ் படிக்கக்கூடிய சின்னப் பையன்கள், பெண்கள் இருந்தால் அவர்களை இந்தப் பக்கங்களைப் படிக்க அனுமதிக்காதீர்கள். அந்த இளம் மனங்களைப் பாதிக்கும், தாக்கும் அபாயம் காயத்ரியின் வாக்கியங்களில் இருக்கிறது. அப்புறம் கோபித்துக்கொண்டு ஆசிரியருக்குக் கடிதம் எழுதாதீர்கள். இனி? காயத்ரி (உண்மையானவள்)...

ஒன்று

1

காயத்ரி ராஜரத்னம்

காயத்ரி.

ஜி.

Intensely Personal. Bought in Bangalore on the day I lost my virginity.

ஸ்டேஷனுக்கு விஜி, ராஜு, அப்பு, அம்மா, அப்பா எல்லோரும் வந்திருந்தார்கள். அவர் சைடிலிருந்து ராமகிருஷ்ணன் என்கிற ஒரே ஒரு மீசை சினேகிதர் வந்திருந்தார். ஹனிமூனுக்கு இத்தனை பேர் வழியனுப்ப வந்திருந்தது எனக்கு வெட்கமாக இருந்தது. இவர் என்னையே பார்த்துக்கொண்டிருந்ததுகூட வெட்கமாக இருந்தது. நிமிஷத்துக்கு நிமிஷம், அதுவும் பார்வையா இது? சும்மா உருவிவிடுகிற தடவி விடுகிற பார்வை. அப்பு இரண்டு கூடை நிறையப் பழம் எல்லாம் கொண்டு வந்திருந்தது. என்னைப் பார்த்து ரொம்பச் சிரித்தது. ஒரு காலத்தில் அப்பு என்னை லவ் பண்ணித்து.

லெட்டர் கூட எழுதி, மன்னிப்புக் கேட்டுக்கொண்டு, அப்புறம் நீ என் சகோதரிபோல, தங்கச்சிபோல, அய்யாகிட்ட சொல்லி டாதே என்று சரண்டர்.

It was fun. என்னாலேயும் அவரைப் பார்க்காமல் இருக்க முடிய வில்லை. Do I deserve him? ரொம்ப சார்மிங். ரொம்ப அழகு. சற்று ஜாஸ்திதான். என்னைவிட நல்ல சிவப்பு. நல்ல நிறம். தலைமயிரை அப்படியே விரலைச் செலுத்திக் கசக்கலாம் போல இங்கிருந்தே ஆசையாக இருக்கிறது. உதடுகள் ஆண் பிள்ளைக்கு எங்கேயாவது ரோஜா நிறத்தில் இருக்குமா? கறுப்பான கண்கள், மூக்குக்குத் தங்க வளையல்களை எல்லாம் அவிழ்த்துத் தந்துவிட லாம். அழகில் நான் அவருக்குப் பொருத்தமா என்றுதான் சந்தே கம் வருகிறது. என்னைத் தனியாகப் பார்த்தால் பாய்ஸ் எல்லாம் விசில் அடிப்பார்கள். இருந்தாலும் இந்த ஆளுடன் வைத்தால் (ஒ)ஒன் பல்ப் அணைந்து போய்விடும் என்று தோன்றுகிறது.

அப்பா ஏதோ செல்லக் குழந்தை மாதிரி சிரிக்கிறார். சிரிப்பி லேயே ஒரு சின்ன மரியாதை; மமதை. ஆரோக்கியமான ஈறுகள், பற்கள். முந்தாநாள்தான் பிறந்ததுபோல இருக்கிறார். ரத்னா! ஓ மை டியர் ரத்னா! எனக்கு என்ன என்னவோ கதம்பமாக உணர்ச்சிகள்! அம்மா என் தலையில் பூ வைக்கும்போது அழுகை வருகிறது. யோசித்துப் பார்த்தால் அம்மா, அப்பாவிடமிருந்து பிரிந்து இதுவரை ஒரு ராத்திரிகூட இருந்ததில்லை. வீட்டி லிருந்தே படித்து ஹாஸ்டல் என்றாலே என்ன என்று தெரியாது. ஒரு எக்ஸ்கர்ஷன் கூட அனுப்ப மாட்டார்கள்... முதல் நாள். முதல் ராத்திரி. With a total stranger. ரயிலில் ரொம்ப மோசம். எதிரே அந்த வயசான தம்பதிகள் இருப்பதைக் கொஞ்சம்கூட மதிக்காமல் ரொம்ப என்னை உடம்பெல்லாம் தொட்டுத் தொட்டு... எனக்கா கூசுகிறது. முதல் தடவை வேறு. அந்தக் கிழவர் என்ன நினைப்பார். அகலமாகக் குங்குமம் இட்டுக் கொண்டு அரக்குக் கலர் புடைவை கட்டிக்கொண்டு மகாலட்சுமி போல இருந்த அந்த அம்மா என்ன நினைப்பாள்? ரத்னாவை ஒரு தடவை சரியாகக் கிள்ளிவிட்டேன். ஸாரி ரத்னா.

2

பெங்களூருக்கு வருகிறவர்கள் என்ன செய்வார்கள்? லால் பாக், விதான் சௌதா என்று திரிய மாட்டார்களோ? போட்டோ

பிடிக்க மாட்டார்களோ? அல்லது எத்தனையோ சினிமா தியேட்டர்களில் ஒன்றில் போய் உட்கார மாட்டார்களோ? ம்ஹூம். ரத்னா அப்படி இல்லை. உட்லண்ட்ஸுக்கு வந்தோம். பல் தேய்த்தோம். ரூமிலேயே நாஷ்தா ஆர்டர் ஆகிறது. அந்த சர்வருக்கு எதிரிலேயே ரூம் ஜன்னல் கதவுகளை ஒவ்வொன் றாகச் சாத்தினார். அவன் என்ன நினைப்பான்? எனக்கு வெட்கம் உடம்பெல்லாம் மொய்க்கிறது. எல்லாருக்கும் தெரியும் நாங்கள் என்ன செய்யப்போகிறோம் என்று. அவர்கள் கண்களே சொல்லறது. அந்த ரிஸப்ஷன் இளைஞன், அந்த வெள்ளைக் குல்லாய் சர்வர், சிவப்பான ரூம் பாய். எனக்கு ரத்னா மேல் நிஜமாகக் கோபம் வந்தது. ‘Don't make it so obvious’ என்றேன். சிரிக்கிறார்.

3

வலி! அது ஒன்றுதான் ஞாபகம் இருக்கிறது. விஜி சொல்லியிருக் கிறாள். அம்மாவும் சொல்லியிருக்கிறாள். இருந்தும் இப்படி வலிக்கும் என்று நினைக்கவில்லை. இன்பம் அது, இது என்ப தெல்லாம் கதை! மாதிரிக்குக்கூட இல்லை. ரத்னாவை அந்த மெல்லிய இருட்டில் பார்க்கும்போது கொஞ்சம் வியர்வை. பல்லைக் கடித்துக்கொண்டு ஏதோ Reciprocating Engine மாதிரி, மெஷின் மாதிரி. எனக்கு அச்சமாக இருந்தது. ரத்னா இப்போது அழகாக இல்லை. அப்புறம் ரத்னாவை எழுப்பி வலியைப் பற்றிச் சொன்னேன்.

‘கவலைப்படாதே. விரைவில் போய்விடும்.’

‘ஓ நோ! வேண்டாம்’ என்றேன். சொன்னதைக் கேட்காமல் ரத்னா காலையும் என் மேல் படை எடுத்தார். என்னுள் வேதனை கொப்பளித்தது. கடவுளே! இப்படியா வலிக்கும்!

4

பதினைந்து நாட்கள் கனவுபோல்தான் சென்றன. டாக்ஸிப் பிரயாணங்கள், ஓட்டல் அறைகள்... (எல்லா ஓட்டல் அறை களுக்கும் ஒருவித வாசனை இருக்கிறது. கொஞ்சம் சிகரெட்,

கொஞ்சம் ஊதுவத்தி, கொஞ்சம் வண்ணான் சலவை, கொஞ்சம் சாவு, கொஞ்சம் கண்ணீர், கொஞ்சம் என்ன என்னவோ!)

படகில் பிரயாணங்கள். பச்சைப் புல்வெளிகள். ரத்னா எப்போதும் சிரித்துக்கொண்டு, எப்போதும் என்மேல் பட்டுக் கொண்டு, விளம்பரத்தில் வருகிற கணவன் மனைவி போலவே உலாவினோம். ராத்திரிதான் ஏன் வருகிறது என்று பயமாகவே இருந்தது. இன்றைத் தேதி வரை நான் அதை விரும்பவில்லை.

5

ரத்னாவின் புன்னகை பற்றி ஸ்பெஷலாக எழுதவேண்டும். ஸ்திரமான அழகான புன்னகை. திகட்டும் புன்னகை. தித்திப்பான புன்னகை. எதற்கெடுத்தாலும் புன்னகை.

'ரத்னா பார்க் போவோமா?'

புன்னகை.

'ரத்னா இன்றைக்கு வேண்டாம்.'

புன்னகை.

'போதும் ரத்னா போதும்.'

புன்னகை. அழகான அதிகப்படியான புன்னகை.

6

ஒரு சம்பவம். ஊட்டியில் மெலிதான குளிர். எனக்கு கோட்டு அணிவித்து மிகவும் உற்சாகத்துடன் இருந்தேன். வெயில் தரும் இதம் அற்புதம். போதும் போதாததுமான சூடு. பக்கத்தில் புதிய கணவன். அழகான Profile. பச்சை, பச்சை, பச்சை, எங்கு நோக்கினும் பச்சை. ஓகோ என்று ஆரவாரம் செய்யும் புஷ்பங்கள்.

காயத்ரி என்று முழுப்பெயர் சொல்லித்தான் கூப்பிடுகிறார். அம்மா, விஜி மாதிரி 'யத்து' என்று கூப்பிட மறுத்தார். ரொம்ப நேர்மையாகப் பேசினார். எஸ்டேட்டிலிருந்து, குத்தகை

யிலிருந்து, வாடகையிலிருந்து எவ்வளவு வரும் (ஏராளம்), எவ்வளவு வேலைக்காரர்கள், நான் மெட்ராஸ் போனதும் செய்யவேண்டியது என்ன? எஸ்டேட் விவகாரங்களில் தலையிட வேண்டியதே இல்லை. கிளப் போகலாம். சினிமா போகலாம். ஹேர் ஸ்டைலை மாற்றிக் கொள்ளலாம். Irwing Wallace படிக்கலாம். இஷ்டமிருந்தால் பாப்பா பெற்றுக்கொள்ளலாம்.

ஒரு நண்பரின் கார் கொண்டு வந்திருந்தோம். மலைப் பாதையில் ஏறிச் சரிந்து அந்த அருவி தெரியும் இடத்தில் காரை நிறுத்தி, சற்று நேரம் அருவி சொன்ன பேச்சைக் கேட்டுக் கொண்டிருந்தோம். அழுக்காக ஒரு சின்னப் பையன் வந்து, 'கார் துடைக்கிறேன் சார்' என்றான். 'வேண்டாம்டா' என்றார்.

அவன் எங்களை விடவில்லை. நாங்கள் சென்ற இடம் எல்லாம் நிழல் மாதிரி துரத்திக்கொண்டே வந்தான். தூரத்தில் இன்னும் அழுக்காக, சின்னதாக ஒரு தங்கை வேறு. புன்னகையுடன், 'போடா. தொந்தரவு செய்யாதே' என்றார் திரும்பத் திரும்ப. எனக்கு அலுப்பாக இருந்தது. 'பையா உனக்கு கார் துடைக்க எத்தனை பைசா வேண்டும்?' என்றேன். 'நாலணா' என்றான். ஹாண்ட் பாக்கிலிருந்து நாலணா எடுத்து, 'கார் துடைக்க வேண்டாம், இதை எடுத்துக்கொண்டு ஒழி' என்றேன். 'இரு' என்று அந்த நாணயத்தை என்னிடமிருந்து புன்னகையுடன் வாங்கித் தன் பையிலிருந்த கொஞ்சம் நாணயங்கள் எடுத்து அவனிடம் காட்டி, புன்னகையுடன், 'எல்லாம் உனக்குத்தான். எடுத்துக்கோ' என்று சொல்லித் தூரத்தில் முள் புதருக்குள் அவற்றை வீசி எறிகிறார். பையன் ஓடிப்போய் அந்தப் புதருக்குள் பாய்ந்து கை விட்டுத் தேட, 'எப்படி!' என்று என்னைப் பார்த்துப் புன்னகை செய்கிறார் ரத்னா. அந்தப் புன்னகையை என்னால் ரசிக்க முடியவில்லை. வயிற்றில் ஓர் 'என்னவோ' உணர்ச்சி ஆரம்பித்தது. நாங்கள் கிளம்பி வருகையில் அந்தப் பையன் இன்னும் தேடிக் கொண்டிருந்தான். கையெல்லாம் ரத்தக்கீறல்கள்.

7

நட்ட நடு ராத்திரி. படுக்கையை விட்டு எழுந்து டெலிபோன் பேசுகிறார். டிரங்க்கால் போட்டு.

'நன்றாக இருக்கிறாயா சரஸு?'

‘மருந்து சாப்பிட்டாயா?’

‘இன்னும் இரண்டு நாளில் வந்துவிடுவேன்.’

‘பரவாயில்லை.’

‘பரவாயில்லை. முதலில்தான் கொஞ்சம் சிரமம்.’

இந்தப் ‘பரவாயில்லை’ பதில்கள் எந்தக் கேள்விகளுக்கு? என்னைப் பற்றியா? சரஸூ அவர் அக்கா. கல்யாணத்தில் பார்த்தது ஞாபகத்துக்கு வருகிறது. காதில் கழுத்தில் நகைகள், நெற்றியில் பொட்டு கிடையாது. நாற்பது வயதிருக்கலாம். நல்ல உயரம். விதவை. கணவர் ஆர்மியில் மேஜராம். பாகிஸ்தான் சண்டையில் இறந்து போய்விட்டாராம். நாற்பது வயதுக்கு நல்ல அழகாகத்தான் தோன்றினாள்.

8

நாங்கள் மெட்றாஸ் திரும்பிவிட்டோம். சரஸ்வதி ஸ்டேஷனுக்கு வந்திருந்தாள். ‘சரஸூ’ என்றுதான் கூப்பிடுகிறார். அதுவும் ஏறக்குறைய ‘சர்ஸூ’. ‘அதற்குள் இளைத்துவிட்டாய்’ என்றாள் ரத்னாவைப் பார்த்து. என்னைப் பார்த்து ‘வாம்மா குழந்தை’ என்று தொட்டுத் தடவிக் கொடுத்து ரொம்பவும் அனுசரணையாகத்தான் இருந்தாள். கார் நன்றாகவே ஓட்டுகிறாள். நெயில் பாலிஷ் நீலநிறத்தில். கச்சிதமாகத் தலையை முடிந்திருந்தாள். கத்தரிப்பூ கலரில் ரெட்டை பேட் போட்டுப் பட்டுப் புடைவை. கார் ஓட்டிக்கொண்டே பேசினாள்:

‘ரத்னா ரொம்பத் தொந்தரவு செய்தானோ?’

‘இல்லை அக்கா’ என்றேன்.

‘அக்கா என்று கூப்பிடாதே. சரஸூ என்றே கூப்பிடு...’

‘இருந்தாலும் நீங்கள் என்னைவிடப் பெரியவர் இல்லையா?’

‘சரஸூ என்றே கூப்பிடு. என்ன ரத்னா? பெண்டாட்டி வந்ததும் என்னை மறந்துவிடுவாய்.’

‘சேச்சே! உன் ஆஸ்த்மா எப்படி இருக்கிறது?’

‘பரவாயில்லை குழந்தை.’

‘உன் இன்ஜெக்ஷன் எல்லாம் எடுத்துக் கொண்டாயா? டாக்டர் வந்தாரா? பணம் வந்ததா? முத்து திரும்பி வந்துவிட்டானா?’

நான் சுவாரசியம் இல்லாமல் மெல்ல இடது வலது பக்கம் பார்க்கிறேன். சென்னையில் கொஞ்சம் வெறுமை அதிகமாகி இருக்கிறது. ஹனிமூன் என்பது நிறைவு இல்லாமல் இருக்கிறது. திடீர் என்று அம்மாவையும் விஜியையும் பார்க்கவேண்டும் போல இருக்கிறது. இப்படி என்னைக் கண்ணைக் கட்டிக் காட்டில் விட்டாற்போல் இருக்கிறதே அம்மா! அவர்கள் எல்லாரும் கோயமுத்தூர் போயிருப்பார்கள். அப்பு மெட்றாஸ் வரும்போது நிறைய வீட்டுக்கு உண்டான சாமான்கள் அனுப்பி வைத்திருக்கிறார்கள். ஏகப்பட்ட பழங்கள், அப்பளம், ரசப்பொடி, ‘அந்தக் கிச்சன் சாமான்கள் எல்லாம் எதற்கு? நம் வீட்டில் நிறைய இருக்கிறது. அதெல்லாம் அனுப்ப வேண்டாம் என்று எழுதிவிடு.’

9

மத்தியானம் முழுதும் தூங்கினேன். ஞாபகம் வந்துவிட்டது. ஆனால் கையைக் காலை அசைக்க முடியவில்லை. யாரோ மாரில் ஏறிக்கொண்டிருப்பது போல. ரத்னா என்று கூப்பிடுகிறேன். சப்தம் வரவில்லை. அம்மாவைக் கூப்பிடுகிறேன். விஜியைக் கூப்பிடுகிறேன். அப்பாவை, ஏன், அப்புவைக்கூட.

எப்படியோ உலுக்கிக்கொண்டு எழுந்தேன். எதிரே சரஸு நின்றுகொண்டிருந்தாள். என் புடைவை முழங்காலுக்கு மேல் விலகியிருக்கிறது. சரி பண்ணிக்கொண்டு அவளைப் பார்த்தேன். சிரித்தாள். ‘ஏன் டயர்டாக இருக்கிறாயா?’ என் அருகில் உட்கார்ந்து என் தலையைத் தடவிக் கொடுத்து, ‘உன் பீரியட்ஸ் எப்போது?’ என்றாள். மாத்திரை சாப்பிடுவதைச் சொன்னேன். ‘உடனே அதை நிறுத்து. யூட்டிரஸ் அஃபெக்ட் ஆகிவிடும்.’

கோடிக்கணக்கான பேர் சாப்பிடுகிறார்கள் என்று சொல்ல விரும்பினேன். Sarasu did a very strange thing. என்னை மெதுவாகத் தலையைத் தடவிக்கொண்டே இருந்தவள் அன்புடன், ஆதூரத்துடன் முத்தம் கொடுத்தாள். அவள் போட்டிருந்த பர்ஃப்யூம் மணத்தையும் மீறி வியர்வை நாற்றம் என்னைத்

தாக்கியது. 'நீ எனக்குக் குழந்தை மாதிரி' என்றாள். இழுத்துச் சென்றாள். அவள் கணவர் போட்டோ பெரிசாக மாட்டியிருந்தது. 'தினம் தினம் மாலை போடுகிறேன். தேசத்துக்காகச் செத்துப் போனார். பிரசிடென்ட்டிடமிருந்து கையெழுத்துப் போட்டுக் கடிதம் வந்தது' என்றாள். அப்புறம்.

10

ராத்திரி ரத்னாவைத் தனியாகக் கேட்டேன், 'சரஸு நம்முடன் இருக்கப் போகிறாரா?'

'பின்னே?' என்றார்.

'எவ்வளவு நாள் நம்முடன் இருக்கப் போகிறார்?'

'ஏன்? எப்போதுமேதான்.'

மறுபடி புன்னகை.

இரண்டு

காயத்ரியின் நோட்டுப் புத்தகம் எனக்குக் கிடைத்த மூர் மார்க்கெட் சந்தர்ப்பம் உங்களுக்கு ஞாபகம் இருக்கும் என நினைக்கிறேன். காயத்ரி யின் அத்தியாயங்களை அப்படியே தருவதற்கு மற்றொரு காரணம்: நான் காயத்ரியைச் சந்திக்கச் செல்லுமுன் வேறு ஒருவராவது இந்த வரி களைப் படிக்கவேண்டும் என்று விரும்புகிறேன். அது ஏன் என்பது முழுவதும் அவளைப் படித்ததும்தான் புலப்படும்.

வா காயத்ரி!

1

சரஸு எனக்குப் பட்டுப் புடைவை பரிசாகக் கொடுத்தாள். என்ன Occasion என்று கேட்டேன். 'சும்மாதான். எனக்கு இந்த மாதிரி ஃப்ளாஷியாக எல்லாம் உடுத்திக்கொள்ள முடியாது. நீ சின்னப் பெண். உனக்கு எது கட்டினாலும் நன்றாக இருக்கும். நீ உடுத்திக் கொள். உனக்கே உனக்கு' என்றாள்.

கருநீல வர்ணப் புடைவை. பெரிய ஜரிகை. நான் வாங்கிக் கொண்டேன். 'இன்றைக்கே உடுத்திக்கொள்ள வேண்டும்' என்றாள். நான் சாமி மேல் பாரத்தைப் போட்டு நாள் நன்றாக இல்லை என்று தள்ளிப்போட்டுவிட்டேன். நான் அதை அணிந்து கொள்ள மாட்டேன. It will smell of her.

2

அந்த வீட்டை வர்ணித்தாக வேண்டும். பெரிய கருங்கல் சுவர் போட்டு அதற்கு மேல் உடைந்த கண்ணாடித் துண்டுகள் பதித்து காம்பவுண்டு சுவர். வாசலில் பச்சைப் பெயிண்ட் அடித்த மரக் கும்பாச்சிக்குள் கூர்க்கா. 'ஸலாம் மேம்ஸாப்' என்று மூஞ்சி பூரா சிரிப்பான். சீனக் கண்கள். அவனுக்கு அறுபது வயது என்றாலும், இருபது வயது என்றாலும் நம்பலாம். அப்புறம் அவுட் ஹவுஸ். அதில் சாமிநாதய்யர் இருக்கிறார். பாவாடை, தாவணி போட்டுக் கொண்டு அவர் பெண் இருக்கிறது. அய்யர் சமையல் செய் கிறார். பெண் சுற்றுக் காரியம். பெண் ஏழைதான். ஆனால் ரவிக்கை எல்லாம் பயங்கர ஸ்டைலாகத்தான் வைத்திருக்கிறது. முதுகில் அதலபாதாளத்துக்கு வெட்டு சரிகிறது. நல்ல வளர்த்தி யான மார்பகங்கள். ரத்னாவைக் கண்டால் மார்பில் ஸாரி பூணூல் தான். நல்ல கறுப்பு. என்னை மாமி என்றுதான் கூப்பிடுகிறது. (கறுப்பை எல்லாம் யார் கவனிக்கிறார்கள்... ஆனால் இதுவரை ரத்னா அதை வேறு மாதிரிப் பார்த்து நான் பார்த்ததில்லை.) சரஸூ தன் நகைகளை எல்லாம் கழற்றி பிளாஸ்டிக் டப்பாவுக் குள் வைத்துவிட்டு மார் வரைக்கும் டர்கிஷ் டவலைக் கட்டிக் கொண்டு பலகையில் உட்கார்ந்திருக்க, பெண் பாவாடையைத் துக்கிக் கட்டிக்கொண்டு எண்ணெய் தேய்ப்பது வாரம் இரு முறைக் காட்சி. எனக்கும் தேய்த்துவிடுகிறேன் என்றது. வேண்டாம் என்று சொல்லிவிட்டேன்.

எனக்குப் பிறர் தொட்டால் கூசுகிறது. வீட்டில் அப்படி வளர்த்து விட்டார்கள். விஜி என்னைத் தொட்டதில்லை. அம்மா என்னைத் தொட்டதில்லை. தம்பி, அண்ணன்காரர்கள் எல்லாம் திரும்பி கூடப் பார்க்க மாட்டார்கள். Girls are always dirty என்பார்கள். சரஸூ மாதிரி குளிக்கும்போது ஜலகன்னிகை மாதிரி அரைகுறை உடையில் வெளியில் பின்பக்கமாக உலாத்துகிற பிஸினஸ் எங்கள் வீட்டில் கிடையவே கிடையாது எல்லாக் கதவையும்

சார்த்திக்கொண்டுதான் காதுத் திருகாணியைக் கூடக் கழற்று வோம்.

சரஸுவை Amazon வகையில்தான் சேர்க்க வேண்டும். 5'8'' அல்லது 5'9'' இருப்பாள். ஒவ்வொரு கையும் குருவாயூர் கோயில் தூணை ஞாபகப்படுத்தும். நிறமும் ஏறக்குறைய ரத்னாவின் நிறத்தில் இருக்கிறாள். கொஞ்சம் அளவுக்கு அதிகமான வளர்த்தி இடுப்பில். இருந்தும் கட்டிப் பிடித்து அடக்கி டீக்காகவே டிரஸ் செய்துகொள்கிறாள். Merry Widow என்றுதான் சொல்ல வேண்டும். பாலசந்தர், எஸ்.பி. முத்துராமன் படத்துக்குப் போகிறாள்.

வீட்டில் சரஸுவின் அறை தனியாக இருக்கிறது. மாடியில். கோடியில். அறைக்குள் அவள் காத்ரெஜ் அலமாரியை ஒரு தடவை திறந்து காட்டினாள். ஒரு லாக்கர் நிறைய அவள் மாமியார் நகைகள், சொந்த நகைகள் என்று வைத்திருக்கிறாள். கோவில் நகைகள் போலப் பவழமும் முத்தும் சிவப்பும் தங்கமும்... வெள்ளமாகப் புடைவைகள். என்ன என்னவோ ஃபாரின் சாமான்கள். அவள் கணவரின் போட்டோ மீசை வைத்து ராணுவ உடையில். சரஸுவின் கனத்தைத் தாங்கியிருப் பாரோ என்று சந்தேகமாக இருந்தது.

அறைகளுக்குக் குறைகள் இல்லை. எங்கள் வீட்டில் இருக்கிற ஒன்றரைப் பேருக்கு எத்தனை ரூம்! ரத்னாவுக்கு ஒரு லைப்ரரி. ஒரு ஏஸி ரூம். ஒரு ஆபிஸ் ரூம். ரத்னா என்ன வேலை செய்கிறார் என்று சரியாகத் தெரியாது. நிறையச் சொத்து. சொந்த பிஸினஸ். Tool Steel என்றால் என்ன அர்த்தம்? அப்பா அதையெல்லாம் விசாரித்துத்தான் கொடுத்திருக்கிறார். பணத்துக்குக் குறைச்சல் இல்லை. குறைச்சல் சுதந்தரத்துக்குத்தான்.

பாண்டி பஜார் போகவேண்டுமா? காரில்தான் போகவேண்டும். கூட டிரைவர் வருவான். அந்த அய்யர் பெண்ணும் வருவாள். அந்த டிரைவரும் அவளும் பார்த்துக்கொள்கிற தினுசில் நிச்சயம் அவனை வெட்டில் கொண்டுசென்று திருட்டுத்தனம் செய திருக்கிறான். அந்தப் பெண் என் நகைகளையும் அலங்காரத் தையும் ஊடுருவிப் பார்க்கிற தினுசும் தவறாக இருக்கிறது.

ஒரு லெட்டர் எழுத வேண்டுமா? 'நீங்க எழுதிக் குடுங்கம்மா. நான் போஷ்ட் பண்ணிவிடுகிறேன்.' நடக்க வேண்டுமா?

கூடவே வாலைப் பிடித்துக்கொண்டு யாராவது வந்தாக வேண்டும். சமையல் செய்ய விருப்பமாக இருக்கிறதே! 'அய்யய்யே! அதெல்லாம் எதற்கு? பன்னிரண்டு பேருக்கு சமையல் ஆக வேண்டும். நீங்க அயிட்டம் சொல்லுங்கோ; நான் பண்ணிக் கொடுக்கிறேன்.'

3

சரஸூ சரஸூ சரஸூ சரஸூ. அரை மணிக்கு ஒரு தடவை சரஸூ. எப்படியாவது எதிலாவது குறுக்கிட்டுவிடுகிறாள். அவள்தான் மளிகை சாமான். அவள்தான் மாட்டுக்குப் புண்ணாக்கு. பிக்சருக்கு ரிஸர்வேஷன்.

எனக்கு சரஸூமேல் பொறாமை இல்லை. இந்தச் சின்ன அதிகாரங்கள் எல்லாம் எனக்கு வேண்டாம். என்னைத் தனியாக விடப்படாதோ?

'எக்ஸாட்டிக்கா ஏன் யூஸ் பண்ணுகிறாய்? பாண்ட்ஸ் போட்டுக் கொள்ளேன்.'

'உன் ப்ரெஸ்ட் சைஸூக்கு நீ முப்பத்து நாலுதான் வாங்கணும்.'

நான் என்ன பாடி போட்டுக்கொண்டல் என்ன? எந்தப் பவுடரை எங்கே தடவிக்கொண்டால் என்ன? *சரஸூ!* Leave me alone.

வந்த ஒரு மாதத்தில் நாத்தனாரைப் பற்றிக் குற்றம் சொல்ல விரும்பவில்லை. எனவே ரத்னாவிடம் நான் தினசரி சரஸூ விடம் படும் ரோதனையைச் சொல்லவில்லை. ஆனால் ஒரு நாள் சொல்லிவிடவேண்டும். அன்பால் அல்லது அன்பு போல் இருக்கிற ஏதோ ஒன்றால் சொல்கிறாள்.

கணவர் என்னிடம் மிக அருமையாகப் பழகுகிறார். ரத்னா is a gentleman. ரொம்ப Polished ஆக இருக்கிறார். அவர் சினேகிதர்கள் எல்லோரும் நன்றாக நடந்துகொள்கிறார்கள். அவர் கிளப்பில் போய் ஒரு தடவை டென்னிஸ் ஆடினேன். கொஞ்சம் நீந்தினேன். 'You got a body dear lady!' *ரத்னா!* அவர் நண்பர்கள் என் மார்பின் மையத்தில் பார்க்கும்போதெல்லாம் அவர் கண்களில் பொறாமையே இல்லை. So sure of himself.

எனக்குத்தான் அவ்வப்போது பொறாமை ஏற்படுகிறது. மிஸஸ் முகர்ஜி (கால் மி சஞ்சலா!) என்னைப் பார்த்து, 'நீ ரத்னாவுக்குப் பொருத்தமில்லை' என்று நேராகச் சொன்ன போது நான் நாகரிகக் கோட்பாடுகளுக்கு இணங்கப் புன்முறு வல் செய்தாலும் உள் மனதில் அவளைக் கிழித்து துர்காதேவி மாதிரி சம்காரம் பண்ணிக் குடலை மாலை போட்டுக் கொண் டேன். Dracula.

அழகான, ஆசையான, அன்பான கணவன் இருப்பதால் சில்லரை அசௌகரியங்களை காயத்ரி பொருட்படுத்துவதில்லை.

காயத்ரி ராஜரத்னம்.

ராஜரத்னம் என்கிற பெயரிலேயே மயங்குகிறாள் ஒரு மாது! ரத்னா கொஞ்சம் பெண். கொஞ்சம் ஆண். அர்த்தநாரி. காலேஜ் டிராமாவில் பெண் வேஷம் போட்டிருக்கிறாராம். ஜிப்ஸி. 'என் உயரத்துக்கும் வளர்த்திக்கும் ஏற்ப இரண்டு டென்னிஸ் பந்து களுடன் முதல் காட்சியில் தோன்றினேன். தாங்க முடியாத விஸில். பிரின்ஸிபால் வந்து சென்ஸார் பண்ணிவிட்டார். இரண்டாம் காட்சியில் பூப்பந்துகள்.'

4

சந்தேகம். சந்தேகத்துக்கு ஆதாரம் கிடையாது. கருத்தும் Instinct-ம் சொல்கிறது. பாத்ரூமுக்குள் என்னை அறியாமல் என் உடம்பு கூசுகிறது. பாடியவாறு உடம்பில் சோப் தேய்த்துக் கொண்டே இருக்கிறேன். திடீர் என்று மயிர்க்கால்களில் எல்லாம் உணர்கிறேன். யாரோ என்னைப் பார்க்கிறார்கள். எங்கிருந்து? எப்படி? பாத்ரூம் கதவுக்குச் சாவி ஓட்டை எதுவும் கிடையாது. மேலே வெண்டிலெட்டர் ஜன்னல் கண்ணாடிகள் எல்லாம் பால் வெள்ளை. இருந்தும்... இருந்தும்...

5

அம்மாவிடமிருந்து கடிதம். 'பிரியமுள்ள யத்து' என்ற வார்த்தைகளைப் பார்த்ததுமே ஸில்லியாக அழுகை வந்தது. யத்து என்று செல்லப் பெயரைக் கேட்டு எத்தனை நாளாகி

விட்டது! (அப்பா 'எத்தூ' என்று ஊகாரம் சேர்த்துக் கொள்வார். சாரங் 'எத்ஸ்' என்பான். விஜி 'எத்தம்மா' என்பாள். அம்மாதான் 'யத்து' என்று சரியான வல்லின அழுத்தத்தில் கூப்பிடுவாள்.) என்னிடமிருந்து கடிதமே இல்லையாம். அடிப்பாவி, எத்தனை லெட்டர் எழுதியிருக்கிறேன்? எல்லாவற்றையும் யார் சாப்பிட்டார்கள்? பசு மாடு கன்று போட்டுவிட்டதாம். அம்மாவைப் பொருத்தவரை பெண்களே கன்று போலத்தான். விஜிக்கு இப்போது நான்காம் மாசமாம். என் கல்யாணத்துக்குப் பிறபாடு உடனே அழைத்துக்கொண்டு சென்றுவிட்டார்களாம். விஜிக்குப் பரவாயில்லை. மச்சினிகள் எல்லாரும் தாங்கு தாங்கு என்று தாங்குவார்கள். எனக்கு ஏதும் விசேஷம் உண்டா? இரண்டு மாசத்திலா அம்மா! என்ன விளையாடுகிறாயா? Pressure Cooker-ஆ? Have a heart. 'நான் அனுப்பி வைத்த மாகாளிக் கிழங்கு, அரிசி, அப்பளம், மாங்காய் எல்லாம் வந்து சேர்ந்திருக்கும் என எண்ணுகிறேன்.'

மாகாளியா! அப்பளமா! மாங்காயா! சரஸுவைக் கேட்டேன். 'ஏதோ ஒரு நாள் பார்ஸல் வந்தது. யாரோ காரியஸ்தன் கொண்டு வந்து கொடுத்தான். இந்த வீட்டிலே இல்லாத வடுமாங்காயா என்ன?'

எனக்குப் பற்றிக்கொண்டு வந்தது.

6

சந்தேகம் நம்பர் இரண்டு. அந்த லெட்டர் பிரிக்கப்பட்டு, படிக்கப்பட்டு, ஒட்டப்பட்டிருக்கிறது. ஒட்டின ஓரத்தைப் பார்த்தால் தெரிகிறது. எனவே இங்கிருந்து போகிற லெட்டரும் சென்ஸார் ஆகிறது என்பதை எதிர்பார்க்கலாம்.

எனவே என் அடுத்த கடிதத்தை இப்படி ஆரம்பிக்கப் போகிறேன்!

'அன்புள்ள அம்மாவுக்கு, நான் இந்தக் கடிதத்தை எழுதுகிற தேதி இது... கடிதம் உனக்கு வந்து சேருகிற தேதியை எனக்குக் கடிதம் எழுதவும். கடிதம் வந்து சேரவில்லை என்றாலும் உடனே தெரியப்படுத்தவும்.'

'Gayatri the brilliant!'

7

பாத்ரூம் மர்மம் அவிழ்ந்துவிட்டது. பாத்ரூம் பக்கத்தில் ஒரு சின்ன இடம் இருக்கிறது. அழுக்குக் கூடை, கண்டா முண்டா சாமான்களுக்காக. நான் பாத்ரூமுக்குள் நுழைந்து ஷவரைத் திறந்துவிட்டுச் சளபுள என்று சப்தமிட்டுவிட்டுப் பாடிவிட்டு - ஒரு திருகாணி கழற்றவில்லை. மெல்ல வெளியே வந்து கதவைச் சார்த்திவிட்டு அந்த இடத்தில் வந்து ஒளிந்து கொண்டு விட்டேன். இரண்டே நிமிஷத்தில் யார் வருகிறார்கள்?

சரஸூ!

மெல்ல வந்து கதவை நெருங்கி அதன் நடுமையத்தில் விரலால் தேடுகிறாள். அவள் தொட்டதில் கதவு திறந்து கொள்கிறது. திடுக்கிடுகிறாள். கஷ்டப்பட்டுச் சிரிப்பை அடக்கிக் கொள்கிறேன். 'காயத்ரி! காயத்ரி! உள்ளே இருக்கிறாயா?' என்று கேட்டுவிட்டு வேகமாக அந்த இடத்தை விட்டு வெளியேறு கிறாள்.

கதவின் மையத்தில் கூர்ந்து பார்த்தால்... ஒரே ஓர் இடத்தில் சின்னச் சதுரமாகக் கோடு தெரிகிறது. அதை விரலால் தொட்டால் அந்த அளவுக்குக் கட்டை பெயர்ந்து கையோடு வருகிறது. ஒரு துவாரம் தெரிகிறது. சின்ன துவாரம். இங்கிருந்து பார்ப்பவர்களை அங்கிருந்து பார்க்க முடியாது. This house is full of surprises. ரத்னாவிடம் காட்டவேண்டும்.

8

சாமிநாத அய்யர் பரிமாற நானும் சரஸூவும் மௌனமாகச் சாப்பிடுகிறோம்.

'அய்யர்' என்கிறேன்.

'என்னம்மா?'

'தச்சன் யாரையாவது வரச் சொல்லுங்க.'

'சரியம்மா.'

‘பாத்ரூம் கதவிலே ஓட்டை இருக்கிறது. அடைக்கணும்.’

‘சரியம்மா. வரச் சொல்கிறேன். முத்துகிட்டே சொல்கிறேன்.’

‘ஓட்டை வழியாக ஜனங்கள் வேடிக்கை பார்க்கிறது, அய்யர்!’

சரஸுவிடம் மாறுதல் இல்லை. ‘அப்படியா?’

சாமிநாத அய்யர் ஒரு ஜடம். விளக்கெண்ணெய் விழுங்கி. சமையல் நன்றாக இருக்கிறது என்றாலும், காலடியில் பாம்பு என்றாலும் ஒரே எக்ஸ்பிரஷன்தான்.

‘சில பேருக்கு இதில் எல்லாம் ஓர் ஆசை, அய்யர்!’

சரஸு என்னை நிமிர்ந்து பார்த்துச் சிரித்து, ‘பச்சடி சாப்பிடு. நன்றாக இருக்கிறது.’

9

ரத்னாவிடம் ராத்திரி எல்லாவற்றையும் விவரமாகச் சொன்னேன். ‘என்னை அடிக்கடி தொடுகிறாள். பாத்ரூமில் எட்டிப் பார்க்கிறாள். எனக்கு வரும் கடிதத்தைப் படிக்கிறாள். நான் எழுதும் கடிதத்தைப் படிக்கிறாள்.’ நான் கொஞ்சம் பயந்து கொண்டேதான் இதைச் சொன்னேன். ரத்னா நிதானமாகக் கேட்டுவிட்டு, அந்தப் பொல்லாத புன்னகையுடன் என் தலையைத் தடவிக் கொடுத்து, ‘காயத்ரி! You silly fool! நீ ஓர் அழகான முட்டாள்’ என்கிறார். என்னைப் பிடித்து இழுத்து என்னை மார்போடு அணைத்துக்கொள்ள முயற்சி பண்ணுகிறார். ஒரே தள்ளு! ‘காயத்ரி! யோசித்துப் பார். உனக்கு நிறைய Imagination இருக்கிறது. ஆனால், அது வக்கிரமாக சைடு அடிக்கிறது. பாத்ரூம் கதவில் அந்த ஓட்டையை நான்தான் வைத்தேன். பத்திரத்துக்காக. உள்ளே கெய்சர், அது, இது என்று எலக்ட்ரிகல் சாமான்கள் நிறைய இருக்கின்றன. ஏதாவது உள்ளே விபத்து நிகழ்ந்தால், ஒன்று கிடக்க ஒன்று நடந்துவிட்டால் உள்ளே பார்க்க, கூப்பிடவே அந்தத் துவாரம்! இது எனக்கும் சரஸுவுக்கும் மட்டும்தான் தெரியும். உன்னிடம் சொல்லவேண்டும் என்றிருந்தேன். உன் லெட்டர்களை ஒருவரும் பிரித்துப் பார்க்க மாட்டார்கள். அவர்களுக்கு அதற்கெல்லாம் அவகாசம் கிடையாது. உங்கள் வீட்டிலேயே பழைய கவர் ஏதாவது

இருந்திருக்கும். அது சரியாக ஒட்டவில்லை என்று சோற்றுப் பசை போட்டு ஒட்டியிருப்பார்கள். அதைப் போய் நீ சரஸுவோ யாரோ பிரித்துப் படித்து ஒட்டியிருக்கிறார்கள் என்று நினைத் திருக்கிறாய்! உன் அம்மாவுக்கு வேண்டுமானால் எழுதிக் கேள். உனக்குச் சந்தேகமிருந்தால் நீ எழுதும் லெட்டர்களை உன் கைப்படத் தபால் பெட்டியில் போடு. யாரும் வேண்டாம் என்று சொல்லவில்லை. Don't imagine things. நாங்கள் எல்லாம் கொஞ்சம் பெரிய இடம். இந்த மாதிரிக்கூட எண்ணிப் பார்க்க மாட்டோம். சரஸு உன்னைத் தொட்டால் அது வாஞ்சை யினால், வாத்ஸல்யத்தினால் இருக்கும். இப்போது சமாதான மாயிற்றா?'

நான் நியூட்ரலாகத் தலையாட்டுகிறேன். அப்போது ரத்னா செய்த காரியம் என்னை மிகவும் வியப்பில் ஆழ்த்தியது. (கொஞ்சம் விசனமும்கூட) 'சரஸு, சரஸு' என்று அவளையே கூப்பிடுகிறார். அவள் நைட் கவுன் சகிதம் கிளம்பி வருகிறாள்.

'காயத்ரி என்னமோ சந்தேகப்படுகிறாள். அவள் லெட்டரை நீ படிக்கிறாயாம். பாத்ரூமில் எட்டிப் பார்க்கிறாயாம். ஃபன்னி யாக இல்லை!' சரஸு என்னை இரக்கத்துடன் பார்த்து, 'காயத்ரி சின்னவள். புதிதாகக் கல்யாணமானவள். அப்பா, அம்மாவை விட்டுத் தனியாக வந்த ஒரு பெண்ணின் மனது பெண்ணுக்குத் தான் தெரியும். காயத்ரி குழந்தை. அவளுக்கு என்ன தெரியும்? காயத்ரி மேல் எனக்குக் கோபம் இல்லை.' etc. etc. All crap பொன்மொழிகள். இரண்டு பேரும் சேர்ந்து என்னை அற்பமாகப் பண்ணிவிட்டார்கள். ஒரு வாரம் Sulk பண்ணப் போகிறேன்.

பின்னரவில் திரும்பிப் படுத்துக்கொண்டிருந்தவளைப் பலாத்கார மாகப் பிடித்து இழுத்தார். 'I am not in the mood' என்றேன். கேட்கவில்லை. நான் எதிர்த்தேன். 'ரத்னா, நான் ஊருக்குப் போகவேண்டும்' என்றேன்.

'என்ன? வந்து மூன்று மாதம்கூட ஆகவில்லை!'

'இரண்டு நாள் இருந்துவிட்டு வந்துவிடுகிறேன், ஒரு மாறுத லுக்கு.'

'காலை அதைப்பற்றி பேசலாமே!'

'இல்லை. இப்பவே பேசலாம்.'

'ஓ.கே. இரண்டு நாள்தானே, எப்பப் போகணும்?'

'பிராமிஸ்! பிராமிஸ்! ப்ராமிஸ் பண்ணினால்தான்!'

'டிக்கெட்டை வாங்கிக் கையில் கொடுத்தால்தான் மேலே கை வைக்கவிடுவாய் போலிருக்கிறதே?'

'ஆமாம்.' என்றேன்.

ஒரு வாரம். டிக்கெட் வரவில்லை. ஒரு வாரம் நான் சரஸுவிடம் பேசவே இல்லை. என்னைப் பார்த்துச் சிரிப்பாள். நான் பதிலுக்குச் சிரிக்கமாட்டேன். அய்யர் வழியாக அல்லது அந்தப் பெண் வழியாகத்தான் பேச்சு எல்லாம். Gayatri the stubborn. இந்த நோட்டுப் புஸ்தகத்தைத் திருப்பிப் பார்த்தால், சரஸுவைப் பற்றித்தான் நிறைய எழுதியிருக்கிறேன். தேவையில்லை. அவளை முழுதும் நிராகரித்துவிடப் போகிறேன். அவள் யார்? நான் யார்? அவள் இந்த வீட்டில் ஒண்ட வந்தவள். நான் இந்த வீட்டு எஜமானி. அவள் கைம்பெண்! Menopause! 'என் வீட்டை விட்டுப் போடி' என்று சொல்ல எத்தனை நேரமாகும்?

அம்மாவுக்குப் பெரிசாக ஒரு லெட்டர் எழுதினேன். சரஸு வைப் பற்றி எல்லா விவரங்களும் கொடுத்து எழுதிக் கிழித் தெறிந்தேன். அம்மா ஏதாவது பிசகாக எடுத்துக் கொள்வாள். இந்த சரஸுவைத் தனியாகச் சமாளிக்க எனக்குத் தெரியவில் லையா என்ன? 'சரஸு! ஜாக்கிரதை! காயத்ரியை உனக்குத் தெரி யாது.' ஊருக்குப் போகவேண்டும் என்கிற ஆசை மறைந்து விட்டது.

10

மறுபடி சரஸு. இந்தத் தடவை சீரியஸ். பேனாவுக்கு மசி போட பாட்டிலைத் தேடினேன். இந்திராவைக் கூப்பிட்டேன். பதில் இல்லை. எல்லோரும் எங்கே ஒழிந்து விட்டார்கள்? மாடிக்குப் போனேன். சரஸுவின் ரூம் பூட்டியிருந்தது. ரூம் வாசலில் ஒரே ஒரு நகை கிடந்தது. சின்னக் காதோலை. அது கல் பதித்தது. இது எங்கே இங்கே கிடக்கிறது என்று யோசித்தேன். பக்கத்து ரூமில் சத்தம் கேட்டது.

மூன்று

இம்மாதிரி ஒன்று இரண்டு மூன்று என்று அத்தியாயப் பாகுபாடெல்லாம் காயத்ரி செய்தது அல்ல. அந்த நோட்டுப் புத்தகம் தொடர்ந்தேத்தியாக எழுதி இருக்கிறது. அதை நான் பாகுபடுத்தி நம்பர் போட்டுத் தந்திருக்கிறேன்.

காய்த்ரியின் புத்தகத்தை இதோ கையில் வைத்துக் கொண்டிருக்கிறேன். அவளைப் பார்க்க பஸ்ஸில் சென்று கொண்டிருக்கிறேன். மறுபடி படித்துக்கொண்டே வருகிறேன். எத்தனை தடவை படித்திருப்பேன்! இருந்தும் இந்தப் பெண்ணின் வினோத வாக்கியங்களின் சுவாரசியம் குறையவில்லை. பக்கத்தில் மல்லிகைப் பூ வாசனை வருகிறது... பஸ், டிராஃபிக் விளக்குக்காகத் தயங்கி நிற்கிறது. பறை கொட்டி ஜோடித்து உட்காரவைத்த பிண ஊர்வலம் ஒன்றும் பச்சை விளக்குக்காகக் காத்திருக்கிறது. பஸ்ஸே வேடிக்கை பார்க்கிறது. நான் மட்டும் காயத்ரியைப் படித்துக் கொண்டிருக்கிறேன். காயத்ரியைச் சந்திக்கப்போகிறேன். காப்பாற்றப் போகிறேன்... எப்படி என்பது தெரியவில்லை? இதயம் மூன்று செண்டி மீட்டர் வட்டத்துக்குப் பந்தாக உள் நாக்கின் அருகில் வந்து அடைக்கிறது... ஏன்?

நீங்கள் காயத்ரியை முழுவதும் படிக்கவில்லை அல்லவா?

1

ரூமுக்குள் அய்யரின் கறுப்புப் பெண் (இந்திரா?) படுக்கையின் மையத்தில் உட்கார்ந்திருக்கிறாள். அய்யர் ஒரு சிகரெட் பிடித்துக்கொண்டு ஓரத்தில் நின்றுகொண்டு அசுவாரசியமாகப் பார்த்துக்கொண்டிருக்க சரஸூ தன் நகைகள் எல்லாவற்றையும் கறுப்பிக்கு ஒன்றொன்றாக அணிவித்துக்கொண்டிருக்கிறாள். காட்சி Surrealisic ஆக இருக்கிறது. சப்பணம் கட்டிக்கொண்டு உட்கார்ந்திருக்கிறாள். காதில் பச்சை லோலாக்கு. மூக்கில் இரண்டு பக்கமும் வைரம். கழுத்தில் இரட்டை வடம் சங்கிலி. காசு மாலை மற்றும் எத்தனை நகைகள்! பணக்கார வீட்டுப் பெண் பரத நாட்டிய அரங்கேற்றம் மாதிரி வங்கி, நாகொத்து, ஓலை, இழை, மோதிரம், கங்கணம்... வஸ்திரங்கள் எதுவும் அணிந்திருக்கவில்லை.

அய்யர் சிகரெட் பிடித்துக்கொண்டு ஒரே சீராகப் பார்த்துக் கொண்டிருக்க -

'சரஸூ தொடாதே, சரஸூ தொடாதே. குறுகுறு என்கிறது.'

'எழுந்து நில்லடி' என்கிறாள் சரஸூ, குரலில் அதட்டலுடன்.

'வேண்டாம் சரஸூ, வெட்கமாக இருக்கிறது' என்கிறாள்.

'அம்மா சொன்னதைக் கேளு!' என்கிறார் அய்யர். தயங்குகிறாள். நிற்க மறுக்கிறாள். 'அய்யர் வாய்யா' என்கிறார் சரஸூ. ஏதோ முனி புடித்த மாதிரி உடம்பு பதறுகிறது. அய்யர் வந்து அந்த சிகரெட் நுனியை இந்திராவின் உடம்பில் அம்மை குத்துவது போல வைத்து அழுத்தி அவளை அலறவிடாமல் வாயைப் பொத்த அவள் நிற்கிறாள். நகைகள் ஒளிர்கின்றன. அவள் உடம்பில் இரண்டு மூன்று இடத்தில் கன்னிப் போயிருக்கிறது.

அய்யர் அந்த சிகரெட்டுக்கு உயிர் இருக்கிறதா என்று இழுத்துப் பார்க்கிறார்.

உயரமாகப் படுக்கை நடுவில் நிற்கிறாள். சரஸூ தான் வரைந்த படத்தை ஓவியன் பார்ப்பதுபோல் பார்க்கிறாள்.

'ஒட்டியாணத்தை எடு அய்யர்' என்கிறாள்.

2

எனக்கு மூச்சடைக்கிறது. ஒன்றும் புரியாமல் திக்கு திக்கு என்கிறது. என் தைரியம் எல்லாம் கரைந்துபோய் நேராக வந்து ரூமுக்குள் கதவைச் சாத்திக்கொண்டு படுத்துவிட்டேன். கொஞ்ச நேரம் கழித்து, படபடப்பு அடங்கினதும் யோசிக்கவேண்டும். பெரிசு பெரிசாக மூச்சு விடுகிறேன். தண்ணீரை மடக்கு மடக்கு என்று குடிக்கிறேன். ரத்னாவுக்கு டெலிபோன் செய்கிறேன். ரத்னா எடுத்து, 'ஹலோ, ஹலோ' என்கிறார். எனக்குப் பேச வரவில்லை. பேச்சு எழவில்லை.

யார் இவர்கள்? எந்த மாதிரி Joint இது? வெளி உலகத்துக்கு எஜமானி, சமையற்காரன், சமையற்காரனின் பெண்! அந்த அறையில் எஜமானி சமையற்காரன் பெண்ணுக்குத் தன் சகல நகைகளையும் அணிவித்து ஜோடிக்கிறாள். சமையல்காரன் சிகரெட்டை வைத்து பெண்ணின் உடம்பில் அழுத்துகிறான். What kind of perversion is this? அதைவிட ஆச்சரியம் அப்புறம் நடந்ததுதான்...

நான் அறையில் படுத்திருக்கிறேன். கதவு தட்டப்படும் சப்தம். திடுக்கிடுகிறேன். தயங்குகிறேன். திறக்கிறேன். அந்தப் பெண் இந்திரா நிற்கிறது.

'காயத்ரி அம்மா, நீங்க வந்துட்டிங்களா?'

கிட்ட வருகிறாள். நான் சுருங்குகிறேன். அவளைப் பார்க்கிறேன். அவள் உடலைப் பார்க்கிறேன். எப்போதும் போல்தான் துவைத்த பாவாடை தாவணி, கையில் ப்ளாஸ்டிக் வளையல், காதில் ஈர்க்குச்சி, வளைந்து சரிந்து வெட்டிய ரவிக்கை... சற்றுநேரம் முன்னே எத்தனை நகைகள்...

'காபி கொண்டாரட்டுமா காயத்ரி அம்மா?'

'கொண்டாரட்டுமா?' - சத்தியமாக அய்யரின் பெண்ணில்லை. அவள் பெற்ற தகப்பன் இப்படிச் செய்வானா? பின் யார் இவர்கள்?

'இந்திரா, சரஸு எங்கே?'

'தெரியலை. காலையிலே கார் எடுத்துகிட்டுப் போனாங்க... இன்னும் வரவில்லை. தோப்புக்குப் போயிருக்காங்களோ என்னவோ?'

பொய். பத்து நிமிஷத்துக்கு முன்னால் பார்த்தேன்.

'அய்யர் எங்கே?' என்றேன்.

'அப்பாவா? மார்க்கெட்டுக்குப் போயிருக்காங்க.'

அப்பாவாம்!

அவள் சிகரெட் சுட்ட இடத்தைத் தடவிக் கொடுக்கிறாள்.

3

படபடப்பு அடங்கியதும் மாலை நிதானமாக யோசித்தேன். தீர்மானித்தேன். இந்த வீட்டில் நான் இனி ஒரு க்ஷணம்கூடத் தங்கமாட்டேன். நான் இங்கு பார்த்ததை ரத்னாவிடம் சொல்லலாமா, கூடாதா என்று மிகவும் கடுமையாக யோசித்து, கடைசியில் ரத்னாவிடம் சொல்லித்தான் ஆகவேண்டும் என்று முடிவு பண்ணிவிட்டேன். இந்தச் சம்பவத்தை மனத்தில் வைத்துக் கொண்டு முழுங்க முடியாமல், ஜீரணிக்க முடியாமல் தவித்துக் கொண்டிருக்க முடியாது. எனக்கும் ரத்னாவுக்கும் No nonsense. ரகசியங்கள் கூடாது. ஒளிவு மறைவு கூடாது. சொல்லிவிடப் போகிறேன்.

மூன்று ஜென்மங்களையும் வீட்டை விட்டு விரட்டவேண்டும். சமையற்காரன் சமையற்காரனாக இல்லாமல்... சே! இது நடக்கவே நடக்காது. எத்தனை சுதந்தரமாக சரஸுவின் முன் சிகரெட் பிடிக்கிறான். முன்னால் வரவே தயங்குவான். பூணூலையும் மாட்டிக்கொண்டு புஸ்ஸு புஸ்ஸு என்று புகைத்து அந்தப் பெண்ணின் உடம்பில்... அவள் யார்? அவளுக்கு நகை போட்டு ஜோடித்துப் பார்ப்பதில் சரஸுவுக்கு என்ன குரூர ஆசை? எனக்குப் புரியவில்லை. புரிகிறதோ புரியவில்லையோ, இந்த gang-ஐ விரட்டவேண்டும். இல்லை என்றால் நானும் ரத்னாவும் தனியாக ஒரு சின்ன வீட்டுக்குச் சென்றுவிட வேண்டும். எனக்கு இந்த வீடு பிடிக்கவில்லை. Too much of mysteries.

சரஸூ எனக்கு நகை போட்டு ஜோடிக்கப் போகிறாளா? உடம்பில் சுரீர் என்கிறது.

4

ரத்னா வருவதற்கு ராத்திரி ஏழு மணியாயிற்று. வந்தவுடன் 'சரஸூ வந்தாச்சா?' என்று கேட்டார். தெரியாது என்றேன். டிபன் சாப்பிட்டுவிட்டு, செய்தித்தாள் படித்துவிட்டு, ரேடியோ பக்கத்தில் உட்கார்ந்திருக்கிறார். நான் போய், 'ரத்னா, உங்க ளிடம் ஒரு மிக முக்கியமான விஷயம் பற்றிப் பேச வேண்டும்' என்றேன்.

'மறுபடியுமா! சரஸூவைப் பற்றி கம்ப்ளெய்ண்ட்டா?' என்றார்.

'கம்ப்ளெய்ண்ட் ஒன்றுமே இல்லை. நான் இன்று பார்த்த ஒரு காட்சியைச் சொல்கிறேன். அவ்வளவுதான்.' என்றேன்.

'ராத்திரி வைத்துக்கொள்ளலாமே!' என்றார்.

'இல்லை, இப்போதே சொல்லியாகவேண்டும்.'

'சரி, சொல்லு, சொல்லு.'

விவரித்தேன். ஒன்றுவிடாமல் விவரித்தேன்.

நிதானமாகக் கேட்டுக்கொண்டிருந்தார், நியூஸ் பேப்பரை மடக்கி வைத்தார். 'காயத்ரி, கொஞ்சம் இப்படி வா' என்றார். நான் அருகில் சென்றேன். நெஞ்சை தொட்டுப் பார்த்து, 'ஜுரமா?' என்றார்.

'இல்லை, ஏன்?'

'ஏன் இப்படிப் பிதற்றுகிறாய்?'

'நான் பார்த்தது பிதற்றலா?'

'பார்த்தாயா? என்ன விளையாடுகிறாய்? சரஸூ இன்று காலை யிலிருந்து வீட்டில் இல்லை. நான்தான் அவளை அனுப்பி வைத்தேன். இருபத்து ஐந்து மைல் காரில் போயிருக்கிறாள் தோப்புக்கு. அங்கே அவள் சொத்து விஷயமாக வக்கீலைப் பார்த்துப் பேசிவிட்டு இன்னும் வீட்டுக்குக்கூட வரவில்லை. என்ன உளறுகிறாய்? சரஸூவாவது வீட்டில் இருப்பதாவது?'

எனக்கு முதல் ஸ்தம்பிதம்.

'அப்புறம் கேள். போன வாரம்தான் சரஸு தன் நகைகள் அனைத்தையும் கொண்டுபோய் பாங்க்கில் ஸேஃப் டெபாஸிட் வால்ட்டில் வைத்திருக்கிறாள்...

இரண்டாவது ஸ்தம்பிதம்.

'காயத்ரி! உனக்கு உடம்பு சரியில்லையா?' நான் பார்த்தேன். ரத்னாவின் முகத்தில் கவலை ததும்பியது. 'ஏன் காயத்ரி! Why do you imagine things? போனதடவை சரஸு பாத்ரூமில் எட்டிப் பார்க்கிறாள் என்றாய். இந்தத் தடவை வரம்பு மீறி என்ன என்னவோ சொல்கிறாய். சரஸுவைக் கண்டால் உனக்குப் பிடிக்கவில்லையா? அவளை ஏன் இவ்வளவு வெறுக்கிறாய்? அவள் உன் வம்புக்கு வந்தாளா? அவள் ஒரு விதவை. சமீபத்தில் கணவனை இழந்தவள். துக்கம் நிறைந்தவள். அனுதாபம் காட்ட வேண்டியவள். அவளை ஏன் வெறுக்கிறாய்?' பகுத்தறிவு அது இது என்று ரத்னா பேசினார். எனக்குப் பற்றிக் கொண்டு வந்தது.

'இப்போது நான் சொல்வது பொய் என்கிறீர்களா?'

'பொய் இல்லை. கற்பனை காயத்ரி! சைக்காலஜிபடி நீ அவள் மேல் இருக்கும் அதீத வெறுப்புகளைக் கற்பனைக் காட்சிகளாக மாற்றி அதை ஏறக்குறைய நம்புகிறாய். You are jealous of her.'

கார் சப்தம் கேட்கிறது. டிரைவர் பிரப்பங் கூடையையும் ஃப்ளாஸ்கையும் தூக்கி வருகிறான். பின்னால் சரஸு களைப்புடன் இறங்கி வருகிறாள்.

'ஹலோ காயத்ரி! ஹலோ ரத்னா? அப்பாடா? ராட்டன் ஜர்னி! மோசமான ரோடு!'

நான் அவளையே பார்த்துக்கொண்டிருக்கிறேன்.

ரத்னா: சரஸு, நீ மத்தியானம் வீட்டுக்குத் திரும்பி வந்தாயா?

சரஸு: இல்லையே, ஏன்?

ரத்னா: உன் நகைகள் எல்லாம் எங்கே?!

சரஸ✓: எல்லாம் பாங்க்கில் இருக்கிறது, ஏன்?

ரத்னா என்னைப் பார்க்கிறார்.

சரஸ✓: காயத்ரி, மறுபடி ஏதாவது ஆரம்பிக்கப்போகிறாயா?

'முடிக்கப் போகிறேன்' என்று சொல்லிவிட்டு எழுந்து வந்து விட்டேன்.

ரத்னா குருடாக இருக்கிறார். அவருக்கு நேரில் வைத்து நிரூபிக்க வேண்டும். அப்போதுதான் அவருக்குப் புரியும். அக்கா ஒரு தேவதை என்று எண்ணம். காயத்ரி சரஸ✓வை ஒழித்துக்கட்டத் தீர்மானித்துவிட்டாள். முதல் படலம்... Sulk. ரத்னாவைக் கிட்ட அண்டவிடாதே. இன்றிலிருந்து, இன்றிலிருந்து...

5

ஒரு வாரம் சமாளித்துவிட்டேன். ரத்னா நிச்சயமாகவே தவிக் கிறார். காயத்ரி மரக்கட்டை என்றால் மரக்கட்டைதான். உதடு களை அப்படியே 'ப்' என்று வைத்துக்கொண்டு...

'உனக்கு என்னதான் வேண்டும்? ஏன் அப்படி என்னை Tease பண்ணுகிறாய்?'

'இன்னும் ஒரு மாசத்தில் சரஸ்வதி இந்த வீட்டை விட்டு வெளி யேற வேண்டும்?'

'ஏன், அவள் எங்கே போவாள்?'

'எத்தனையோ ஹோட்டல் இருக்கிறது. அய்யர், அந்தப் பெண், சரஸ்வதி மூன்று பேரும் ஒரே மாசத்துக்குள் Out' என்றேன்.

ரத்னா கையைப் பிசைந்துகொள்கிறார்.

'இல்லை, நானும் நீங்களும் இந்தப் பாடாவதி வீட்டை விட்டு வெளியே செல்லவேண்டும். சரஸ✓ தன் நகைகளைக் கண்ட கழிசடைகளுக்குப் போட்டுக்கொண்டு சமையற்காரனை வைத்துக்கொண்டு நிம்மதியாக இருக்கட்டும்.'

'மறுபடி மறுபடி அதையே ஆரம்பிக்கிறாய்.'

'நான் பார்த்தேன்! என் முட்டாள் கணவனே! பார்த்தேன்...'

6

ராத்திரி பட்டென்று விளக்கு போட்டு, சளக் சளக் என்று தண்ணீர் குடித்துவிட்டு என்னைப் புரட்டுகிறார் ரத்னா.

'காயத்ரி! நீ சொல்றதைக் கேட்கிறேன். இது நம் வீடு. சரஸ்வதியை இந்த வீட்டை விட்டு வெளியே போகச் சொல்லி விடலாம். ஒரு மாதத்துக்குள். வா!'

'நிஜமாகவா?'

'சத்தியமாக. வா.'

அவர் கை என் மேல் அலைகிறது. நான் கொஞ்சம் தளர்கிறேன். ஒரு வாரம் தேக்கப்பட்டிருந்த உற்சாகம்.

'எனக்கு வெட்கமாக இருக்கிறது.'

'உனக்கு வெட்கமாக இருந்தால் கண்ணை மூடிக்கொண்டுவிடு!'

ஷேவ் பண்ணாத முகம் குத்துகிறது. நெஞ்சை அழுத்துகிறது. வியர்வைத் துளிகள் புருவத்தின் அருகில் அரும்ப... எனக்குத் திடீர் என்று மயிர்க்கால்கள் எல்லாவற்றிலும் அந்த உணர்ச்சி, அந்த வெட்கம் உறுத்துகிறது. யாரோ பார்க்கிறார்கள்! யாரோ பார்க்கிறார்கள்! ரத்னாவைத் தள்ளப் பார்க்கிறேன்.

எதிரே திரை அசைகிறது. அப்படியே என் வெட்கத்தை மறந்து படுக்கையை விட்டு எழுந்து ஓடிப்போய் திரையை விலக்கு கிறேன்.

சரஸூ வெளியே நிற்கிறாள்.

7

ரத்னா நிஜமாகவே அதிர்ந்துவிட்டார்!

'என்ன சரஸூ இது!'

'பாருங்கள், உங்கள் அக்காவின் பண்பை! எவ்வளவு perverted lady என்பது இப்போதாவது உங்களுக்குத் தெரிகிறதா? இவள்

விபரீத ஆசையைப் பாருங்கள். திரைக்குப் பின்னால் ஒளிந் திருந்து... சே!'

'என்ன சரஸு இது?'

I become hysteric.

'தூக்கம் வரவில்லை. பத்திரிகை பார்க்கலாம் என்று...' என்று மழுப்புகிறாள்!

'சே! நீ இப்படி நடந்துகொள்வாய் என்று நான் கனவிலும் எதிர் பார்க்கவில்லை. என்ன சரஸு இது? அவள் சொன்னது எல்லாம் நிஜம் போலிருக்கிறதே?'

திருதிருவென்று விழிக்கிறாள்.

'நாளைக்குக் காலை! ஆம்! நாளைக்குக் காலை சரஸு இந்த வீட்டை விட்டு வெளியே போகவேண்டும்' என்கிறேன்.

ரத்னா சற்றுத் தயங்குகிறார். பின்பு தீர்மானமான குரலில், 'சரஸு! நீ கொஞ்ச நாள் எங்களை விட்டு விலகியிருப்பது நல்லதென்றே தோன்றுகிறது.'

'கொஞ்சநாள் என்ன, எப்போதுமே! எப்போதுமே!' என்கிறேன்.

'நீ நாளையே வீட்டைவிட்டுப் போய்விடு சரஸு!' என்கிறார்.

ராட்சசி! ஒரு வார்த்தைகூட வரவில்லை. உம்மென்று இருக் கிறாள். ஏதாவது கையில் கண்டதை எடுத்து அடிக்கலாம் போல வருகிறது...

'பொழுது விடிந்ததும் புறப்பட வேண்டும்! காபி கூடக் கிடையாது' என்கிறேன்.

சரஸு ரத்னாவை முறைத்துப் பார்த்துவிட்டுச் சென்றாள்.

8

ராத்திரி மூன்று மணி இருக்கும். சொப்பனத்திலிருந்து விழித்துக் கொண்டு விடுகிறேன். பக்கத்தில் ரத்னாவைத் தொட்டுப் பார்க்கிறேன். ரத்னாவைக் காணோம்...

பேச்சுக் குரல் கேட்கிறது.

நான்கு

அவள் கையெழுத்து கொஞ்சம் கொஞ்சமாக அவசரம் காண்பித்து மோசமாகும் பக்கங்கள் இனி.

1

சரஸுவின் அறையில்தான் அந்தக் குரல்கள் கேட்கின்றன. ரத்னாவின் குரல் கேட்கிறது. முன் ராத்திரி நடந்த நிகழ்ச்சிகளுக்காக சரஸுவைத் திட்டிக்கொண்டிருக்கிறார் என்று எதிர்பார்த்து அருகே செல்கிறேன். எட்டிப் பார்க்கிறேன். நல்ல வேளை, உள்ளே நுழையவில்லை. சரஸு படுக்கையில் உட்கார்ந்திருக்க ரத்னா ஏறக் குறைய அவள் மடியில் படுக்காத குறை. வெறும் அண்டர்வேரை மட்டும் போட்டுக்கொண்டு படுத்திருக்கிறார். இந்திரா ரத்னாவுக்குக் கால் பிடித்து விடுகிறாள். பக்கத்தில் அய்யர் ஒரு கண்ணாடி டம்ளரில் மஞ்சளாக ஏதோ கலந்து சாப்பிட்டுக்கொண்டிருக்கிறார்.

அவர்கள் பேசுவது மெதுவான குரலில் இருந்தும் தெளிவாகக் கேட்கிறது.

‘ரொம்ப அடம் பிடிக்கிறாள். என்ன செய்யலாம்?’ ரத்னா.

‘ரத்னா, உனக்கு உடம்பு எல்லாம் இப்படித்தான் மயிர் வளர்ந்திருக்குமா?’ - இந்திரா.

‘பார்த்ததில்லை? சொல்லு பார்த்ததில்லை?’

‘ம்ஹூம்... சத்தியமா நான் கண்ணை மூடிக்கொண்டு விடுவேன்.’

எனக்குத் திடும் திடும் என்று இதயம் வெடிக்கிறது.

‘இன்னும் வேலை பாக்கி இருக்கிறது. இப்போ இவளைத் துரத்திவிட்டால் தொடர்ச்சி போய்விடும்.’

‘கொஞ்ச நாள் அது சொல்கிறதைக் கேட்கவேண்டும்.’

‘நாளைக்கே சரஸூ வீட்டை விட்டுப் போகவேண்டும் என்று சொல்கிறதே!’

‘இந்த வீடு யாருது என்று சொன்னாயா?’

‘இல்லை சரஸூ.’

‘உனக்கு யார் சோறு போடுகிறார்கள் என்று சொன்னாயா?’

‘இல்லை சரஸூ.’

‘ஒரு பெண் வந்து என்னை என் வீட்டைவிட்டு வெளியே போ என்கிறாள். கேட்டுக் கொண்டிருந்துவிட்டு அதட்டுகிறாயா!’

‘என்ன சரஸூ இது! உனக்குத் தெரியாதா, எல்லாம் விளையாட்டு என்று.’

‘அவளைச் செருப்பால் அடிக்கவேண்டாம்?’

‘அடிக்கலாம்.’

‘எனக்கு முன்னால் அடித்துக் காட்டவேண்டும்.’

‘நான் அடிக்கிறேன்.’ - இந்திரா.

‘காரியம் முடிய வேண்டுமே? எவ்வளவு பணம் விரயமாகிவிடும்!’ என்கிறது அய்யர்.

'அதற்காகத்தான் இந்தக் கழிசடையைப் பொறுத்துக் கொண்டிருக்கிறோம்.'

எல்லாவற்றையும் திருப்பிச் செய்ய என்னால் ஆகாது. அதுவும் approval ஆகிவிட்ட பிற்பாடு...' - அய்யர்.

'நான் வருகிறேனே! காயத்ரிக்குப் பதில்.'

'ஷட் அப். உன்னைப் பார்த்துப் பார்த்து அலுத்துவிட்டது கருப்பு நாயே!'

தக்கத்தை, தையத்தை என்று இரண்டு பரதநாட்டிய முத்திரைகள் செய்துவிட்டு இந்திரா சிரிக்கிறது.

'நான் சொல்கிறதைக் கேளு ரத்னா, கொஞ்சம் கொஞ்சமாக ஆரம்பித்து விடவேண்டியதுதான்' என்கிறாள் சரஸு.

'செத்து கித்து விடப் போகிறது. ஒன்று கிடக்க ஒன்று ஆகிவிடப் போகிறது. நிர்மலா மாதிரி!'

'ரொம்பக் குறைவாக ஆரம்பித்துப் பார்க்கலாம். என்ன அய்யர்?'

'சரி, நாளைக் காலை ஆரம்பித்துவிடுகிறேன்.'

'கதவுப் பக்கம் ஓசை கேட்கிறது. கொஞ்சம் இரு!'

நான் பறந்தடித்துக்கொண்டு ஓடிவந்து படுக்கையில் விழுகிறேன்.

'காயத்ரி! காயத்ரி!' என்று கீழேயிருந்து குரல் கேட்கிறது. மூச்சை அடக்கிக்கொள்கிறேன். பயம் ஒரு சுமைபோல் மார்பு முழுவதும், வயிற்றில், உடம்பில் இறங்கி இருக்கிறது. பாவிகளா! பாவிகளா! இந்த வீட்டில் என்ன நடக்கிறது?

மூச்சு சற்று சமனமானதும் நிதானித்து நான் கண்டதையும் கேட்டதையும் யோசித்துப் பார்க்கிறேன். சில விஷயங்கள் குழப்புகின்றன.

1. இந்தப் பாவிகள் எல்லாரும் ஒரே கட்சி!
2. என்னை என்னவோ செய்து இருக்கிறார்கள். என்னவோ செய்யப் போகிறார்கள். நாளை என்னவோ ஆரம்பிக்கப் போகிறார்கள்.

3. அதற்குள் நான் ஏதாவது செய்தாக வேண்டும். இந்த வீட்டை விட்டு ஒழிய வேண்டும்.

யார் அவர்கள்? ராட்சச ஜன்மங்களா? ரத்னா! ரத்னாதான் எனக்கு மிகப் பெரிய அதிர்ச்சி! வீடு உன்னுடையது இல்லையா? சம்பாத்யம் உன்னுடையது இல்லையா? அவள் உன் அக்காவா? அவள் மடியில் படுத்திருக்கிறாயே! அன்பில்லாத கணவனே! என் அப்பாவை ஏமாற்றினீர்களே! அப்பாவி அப்பா! சரியாக விசாரித்துவிட்டு என்னைக் கொடுக்கக்கூடாதா! இப்படி இங்கே கொண்டு தள்ளிவிட்டீர்களே! கணவன், விதவை, அக்கா, சமையற்காரர், சமையற்காரர் பெண்... அவர்கள் எல்லாம் பிரத்யேகமாக என் முன் நடத்தப்படும் நாடகத்தின் பாத்திரங் களா? உண்மையில் அவர்கள் யார்? இவர்களுக்குள் என்ன உறவு? கடவுளே எனக்குப் புரியவில்லையே!

2

ரத்னா திரும்பி வந்து படுத்து என்னைத் தொட்டுப் பார்க்கிறார். என் உடல் கூசுகிறது. பட்டென்று விளக்கைப் போடுகிறார். கண்களுக்குள் ஊசி குத்துகிறது. 'காயத்ரி! காயத்ரி' என்று என்னை உலுக்கி எழுப்புகிறார் ரத்னா. நான் தூக்கத்திலிருந்து கலைந்தது போல் எழுந்திருக்கிறேன். என் நாடகமும் ஆரம்பித்தாகி விட்டது!

'ஒரே ஒரு வாரம் பொறுத்துக்கொண்டிரு. சரஸு வேறு வீடு பார்த்துக்கொண்டு போய்விடுவாள். அவள் ரொம்ப அழுதாள். என்ன செய்வது? புருஷன் இல்லாதவள்... வயசு நாற்பதுகூட ஆகவில்லை. அவளுக்கு உணர்ச்சிகள் கிடையாதா என்ன! நீயும் நானும்தான் இனிமேல் இந்த வீட்டில். ஒரே ஒரு வாரம் பொறுத்துக்கொள். என் கண் இல்லையா?'

என்னைப் புரட்டி, சட்டையைக் கழற்ற ஆரம்பிக்கிறார். எனக்கு அழுகை பிரவாகமாக வருகிறது. அந்தக் கயவனின் விரல்கள் என்மேல் நடனம் ஆடுகின்றன. நான் விசித்து விசித்து அழு கிறேன். உடம்பை அப்படியே Silkworm போலச் சுருட்டிக் கொள்கிறேன்.

'ரத்னா! என்னை ஒரே ஒரு ராத்திரி தனியாக விட்டுவிடு. ப்ளீஸ் ப்ளீஸ்' என்று திரும்பத் திரும்பச் சொல்கிறேன்...

விட்டுவிடுகிறான்.

நான் ஒருத்தி, இவர்கள் நான்கு பேரையும் எப்படிச் சமாளிக்கப் போகிறேன்? எதிரிகளின் நிஜ ரூபம் தெரியவில்லை.

'செத்துக் கித்து விடப் போகிறது!'

'ரொம்பக் குறைவாக ஆரம்பித்துப் பார்க்கலாம்.'

அய்யர் கொடுப்பது எதையும் சாப்பிடாதே! இந்த வீட்டை விட்டு வெளியே போகிறவரைக்கும் தண்ணீர்கூடக் குடிப்பதில்லை.

காயத்ரி ராட்சசர்கள் வீட்டில் வாழ்க்கைப்பட்டு விட்டாள். வஞ்சிக்கப்பட்டுவிட்டாள். ஒருநாள் தங்கமாட்டேன். கோயமுத்தூருக்கு ஓடிவிடப் போகிறேன். பொழுது விடிந்ததும் என்று தூங்காமல், தூங்காமல், தூங்காமல், வெளிச்சம் வரக் காத்திருந்தேன்.

என் உடம்பெல்லாம் Criss Cross ஆக சன்னமான ஊசிகள். ஜாக்கிரதையாகக் குத்திக்கொண்டிருக்கிறாள் சரஸு. 'இதுதான் கடைசி ஊசி. வைர ஊசி. வலிக்கவே வலிக்காது. இதை எங்கே குத்தப்போகிறேன் தெரியுமா? எழுந்து நில்!' 'வேண்டாம் வேண்டாம்' என்று மௌனமாக அலறுகிறேன். விழித்துக் கொண்டேன். எதிரே அய்யர் மிகவும் பவ்யமாகக் காத்திருக்கிறார். 'சாப்பிடுங்க சின்னம்மா!' என்கிறார். எவ்வளவு சாந்தம்! எவ்வளவு வேலைக்காரத்தனம்! மேஜையைத் தன் துண்டால் துடைத்து ஆவி பறக்க அதை ஆற்றி... உயர்தரமான நடிகர்கள்.

'வைத்துவிட்டுப் போங்கோ அய்யர். நான் சாப்பிட்டுக் கொள் கிறேன்.'

'ஆறிப் போயிடுத்து...'

'பரவாயில்லை. பல் தேய்ச்சுட்டு சாப்பிடுகிறேன்.'

'அப்ப இருக்கட்டுமா?'

'வேண்டாம், போகலாம்!'

'உங்க இஷ்டம்.'

காபியை Sink-ல் கொட்டினேன். மூஞ்சியை அலம்பிக் கொண்டேன். புடைவையை மாற்றிக்கொண்டேன். என் பர்ஸில்

நாற்பது ரூபாய் பணம் இருந்தது. அதை எடுத்து மாரில் செருகிக் கொண்டேன். பேனா ஒன்று குத்திக்கொண்டேன். கிளம்பினேன். ரத்னா இன்னும் தூங்கிக்கொண்டிருந்தான்.

அய்யர் சப்தம் சமையலறையில் கேட்டது! மரப்படியில் மெல்ல நிதானமாக இறங்கினேன். அவர்கள் எல்லோரும் ஒன்பது மணி வரை தூங்குவார்கள். காலைப்பட்சிகள் மட்டும்தான் சப்தம். மெதுவாக மர நிழல்களில் ஒதுங்கி ஒதுங்கி அந்த வட்ட வடிவ மான பாதையைத் தாண்டி வாசல் கேட்டுக்கு வந்துவிட்டேன். கூர்க்கா நின்றுகொண்டிருந்தான். அவனைப் பார்த்துச் சிரித் தேன். நீ கூட உண்டா?

'மேம் ஸாப் இத்னி ஜல்தி!'

'சும்மா வாக் போகிறேன்' என்றேன்.

தெருக்கோடி வரை மெதுவாக நடந்தேன். முதலில் அப்பாவுக்கு டெலிபோன் செய்யவேண்டும். இல்லை, தந்தி அடித்துவிட வேண்டும். டெலிகிராப் ஆபீஸ் எங்கே இருக்கிறது? ஏதோ ஒரு இடத்தில் இருபத்து நாலு மணி நேரமும் திறந்திருக்குமே! எங்கே அது?

அதுவரை நடந்தே சென்றிராத அந்தத் தெருக்கள் எல்லாம் எனக்கு Strange ஆக இருக்கிறது. யாரையோ விசாரிக்கிறேன், தந்தி ஆபீஸ் எங்கே என்று! தந்தி ஆபீசில் அந்த ஆள் உள்ளே யிருந்து வர, தந்தி பாரம் கேட்டு அதை வாங்கி அதில் எழுத ஆரம்பிப்பதற்கும் வாசலில் கார் கதவு சாத்தப்படுவதற்கும் சரியாக இருந்தது. பைஜாமாவைப் போட்டுக்கொண்டு ரத்னா! 'கூர்க்கா சொன்னான். எங்கேயோ அவசரமாகப் போனாய் என்று. எனக்குக் கவலையாகிவிட்டது. என்ன? தந்தி? யாருக்கு?'

'அப்பாவுக்கு.'

'எதற்கு? இப்படிக் கொடு. தந்தி வேண்டாம். டிரங்க் கால் போட்டுப் பேசலாம்.'

'எனக்கு உடனே அப்பாவை வரவழைத்தாக வேண்டும்...'

'வரவழைத்தால் போயிற்று. சின்ன விஷயத்துக்கெல்லாம் பெரியவரை டிஸ்டர்ப் பண்ண வேண்டுமா? நீ முதலில் வீட்டுக்கு வா. அப்புறம் பேசிக்கொள்ளலாம்.'

ரத்னாவின் கை என்மேல் அழுத்தமாகப் பற்றியிருந்தது. தந்தி கிளார்க் என்னை ஒரு மாதிரியாகப் பார்க்க, ‘ஒன்றுமில்லை, சின்ன மனஸ்தாபம்’ என்கிறான், என்னை ஏறக்குறைய இழுத்துக்கொண்டு. பலி ஆடு போல் செல்கிறேன்.

3

இந்த வீடு எப்படிப்பட்ட சிறை என்பதை இப்போதுதான் உணர்ந்து கொள்கிறேன். கருங்கல் சுவர். கண்ணாடி பதிந்த காம்பவுண்டுச் சுவரை என் போலப் பெண்கள் எகிறிக் குதிக்க முடியாது. வாசல் கதவு வழியாகத்தான் செல்லவேண்டும். எப்போதும் கூர்க்கா நிற்கிறான். விசுவாசமாக உடனே ரிப்போர்ட் செய்துவிடுவான். உடனே காரை எடுத்துக்கொண்டு டிரைவரோ, இல்லை ரத்னாவோ வந்துவிடுவார்கள். என்னால் இந்த வாசல் வழியாகத் தப்பிக்க முடியாது. இரண்டு நாளாக, ரத்னா வீட்டிலேயே இருக்கிறான். ‘ரத்னா உனக்கு ஆபீஸ் கிடையாதா?’

‘ஆபீஸ் கிடக்கிறது. உன்னுடனேயே இருக்கப் போகிறேன். உன் மனசு ரொம்பக் கலங்கி இருக்கிறது அல்லவா?’

இரண்டு நாட்களாக கோயமுத்தூருக்கு டிரங்க்கால் STD அடிக் கிறார். Line கிடைக்கவே இல்லையாம். பொய்!

இருந்தும் இவர்கள் சந்தேகப்படும்படியாக நான் நடந்து கொள்ளக்கூடாது. இவர்கள் அசந்திருக்கும் சமயம்தான் என்னால் தப்பிக்க முடியும். நாள் முழுவதும் வாசல் கேட்டைக் கண்காணிக்க வேண்டும். ஒரு பத்து நிமிடமாவது கூர்க்கா டீ குடிக்கப் போகமாட்டானா! நாள் முழுவதும் என் ரூம் ஜன்னலிலிருந்து பார்த்துக்கொண்டிருந்தேன்.

மத்தியானம் இரண்டு மணி சுமாருக்கு அவன் அந்தக் கூண்டை விட்டு விலகி மெதுவாகத் தெருவில் நடந்து செல்வது தெரிந்தது. அதுதான் சமயம் என்று மொட்டைமாடிக்குச் சென்று பின் பக்கத்து இரும்புப்படி வழியாக இறங்கி ஏறக்குறைய வாசல் பக்கம் வந்துவிட்டேன். பாழாய்ப் போகிற கூர்க்கா பீடி பற்ற வைத்துக்கொண்டு திரும்பி வேகமாக வந்து கொண்டிருக் கிறான். அந்த இடத்திலேயே அடுத்த சந்தர்ப்பம் வரும் வரை

மறைந்திருக்கத் தீர்மானித்து ஓரத்தில் அவுட்ஹவுஸின் பின்னால் போய் ஒளிந்துகொண்டேன். வந்ததிலிருந்து இந்த அவுட்ஹவுஸை உள்ளே போய்ப் பார்த்ததில்லை. இதில்தான் அய்யரும் அந்தப் பெண்ணும் இருக்கிறார்கள் என்று சொல்லியிருக்கிறார்கள்.

அவுட்ஹவுஸ் குப்பையாக இருந்தது. நீளமாக ஓடு போட்டு மூன்று ரூம்கள் இருக்கும். அதில் ஒன்றின் வாசலில் கோலம் போட்டிருந்தது. ஒன்று பூட்டியிருந்தது. அந்த ரூமில் எட்டிப் பார்த்தேன். என் ரத்தம் உறைந்தது. ஒரு பெண் தரையில் உட்கார்ந்திருந்தாள். தலையில் அப்படிப்பட்ட தூசி. ரவிக்கை புடைவை எல்லாம் கிழிந்திருந்தது. பக்கத்தில் ஒரு அலுமினியத் தட்டு வைத்திருந்தது. எனக்கு அதெல்லாம் அதிர்ச்சி தரவில்லை. கரிக்கோட்டில் குழந்தை எழுத்துக்களில், 'நிர்மலா ராஜரத்தினம், நிர்மலா ராஜரத்தினம்' என்று எழுதியிருந்தது!

நிர்மலா! அந்தப் பேரை எங்கே கேட்டிருக்கேன்? ஆம், அன்று இரவு பேசிக்கொண்டிருந்தார்களே!

'ஒன்று கிடக்க ஒன்று ஆகிவிடப் போகிறது, நிர்மலா மாதிரி.'

நிர்மலா ராஜரத்தினம்!

என் சகல சக்திகளும் இழந்து அப்படியே அங்கேயே இடிந்து உட்கார்ந்துவிட்டேன்!

கடவுளே! இந்த இடத்திலிருந்து எப்படித் தப்பிக்கப் போகிறேன்!

4

தீர்மானித்துவிட்டேன். என் உயிருக்கு உயிரான இந்த நோட்டுப் புத்தகத்தை விட்டுப் பிரிவது என்று. இந்த ஒரு வழிதான் எனக்குத் தோன்றுகிறது. என் முதல் ஹனிமூன் தினத்தின்போது பெங்களூரில் வாங்கியது அந்த நோட்டுப் புத்தகம். அதில் என் உணர்ச்சிகளை, நிகழ்ச்சிகளை அப்படியே இதுவரை எழுதி வந்திருக்கிறேன். என் சொந்தத் திருப்திக்காக, என் சொந்த நிம்மதிக்காக. எனக்கு இப்போது இந்த நோட்டுப் புத்தகம்தான் உதவப் போகிறது என நினைக்கிறேன். இதை நான் மிகவும் அவசரமாக எழுதுகிறேன். மாசா மாசம் டிரைவர் வந்து வீட்டில் இருக்கும் அத்தனை பத்திரிகைகளையும் செய்தித்தாள்களையும்

விலைக்கு விற்க எடுத்துச் செல்வான். ஹாலில் பத்திரிகைகள் கட்டி வைத்திருப்பதைப் பார்த்தேன். அந்தக் கட்டுகளில் ஒன்றில் இதைச் செருகியும் விடப்போகிறேன். இது யார் கையிலாவது சிக்கும். அவர்கள் இந்தப் புத்தகத்தின் வரிகளைப் படித்துவிட்டு என்னை வந்து உடனே காப்பாற்றுவார்கள் என்கிற ஒரே ஒரு நம்பிக்கையில்...

இதுவரை இதைப் படித்துக் கொண்டிருந்த என் சினேகிதரே அல்லது சினேகிதியே! என்னை வந்து காப்பாற்றுவீர்களா? இனம் புரியாத அபாயத்தின் வாசலில் நிற்கும் அபலைப் பெண் காயத்ரியை வந்து காப்பாற்றுவீர்களா? சீக்கிரம்! சீக்கிரம்!

★

*அ*வ்வளவுதான்.

இதைப் படித்ததும் என் உணர்ச்சிகள் எப்படி இருந்திருக்கும் என்று சொல்லத் தேவையில்லை. காயத்ரிக்கு உதவி செய்ய உடனே செல்லவேண்டியது கட்டாயமாகிவிட்டது. அவளை அபாயத்திலிருந்து காப்பாற்ற வேண்டியது என் கடமை ஆகி விட்டது. எந்த அபாயம்? சரியாகத் தெரியவில்லை. அதைவிட - காயத்ரி உதவி தேவை என்றுதான் எழுதியிருந்தாள். ஆனால், அவசரத்தில் ஒரே ஒரு முக்கிய விவரம் கொடுக்க மறந்து விட்டாள். அவள் வீட்டு விலாசம். இந்தப் பரந்த சென்னையில் எப்படித் தேடுவது? கல் சுவருக்குள் கூர்க்கா வைத்து வாழும் ஒரு ராட்சச ராஜரத்தினத்தை எப்படித் தேடுவது? உங்களுக்கு உடனே தோன்றியிருக்கும். ராஜரத்தினம் என்ற பெயரை டெலிபோன் டைரக்டரியில் பார்த்தேன். சென்னையில் எத்தனை ராஜரத்தினங்கள் பட்டியல் இட்டிருக்கிறதோ அத்தனை பேரையும் ஒவ்வொருவராகப் போய்ப் பார்க்கலாம். அது ஒரு முறை, Last resort ஆக வைத்துக் கொள்ளலாம். காயத்ரிக்கு உடனே உதவி தேவை. நேரம் தாழ்த்த முடியாது. வேறு ஏதாவது வழி இருக்குமா அவள் விலாசத்தைச் சட்டென்று கண்டுபிடிக்க? எனக்கு என் அரிய நண்பர் கணேஷ் என்னும் வக்கீலின் ஞாபகம் வந்தது. விலாசம் கண்டுபிடிக்க வேறு வழி இருக்கிறதா, என்று கேட்பதுடன் அவளுக்கு நான் சட்டப்படி எப்படி உதவி செய்ய முடியும் என்பது பற்றியும் கணேஷிடம் கேட்டுக்கொள்ளலாம். எனவே கணேஷுக்கு டெலிபோன் செய்துவிட்டு அவனைச் சந்திக்கச் சென்றேன்.

கணேஷ் கோர்ட்டுக்கு எதிரே ஒரு சந்தில் ஒரு அறையில் ஆபீஸ் வைத்திருக்கிறான். வாசலில் ஏழெட்டு கட்சிக்காரர்கள் காத்திருக்க அவன் ஆபீஸில் அதிக படாடோபம் கிடையாது. டைப்ரைட்டர் ரிப்பன் பெட்டியின் மூடிதான் ஆஷ் ட்ரே! சென்ற தடவை பார்த்ததற்குக் கொஞ்சம் வயசாகி இருந்த மாதிரி இருந்தான் கணேஷ். தீர்க்கமான மூக்கு. அகன்ற நெற்றி...

'ரொம்ப நாளாச்சு பார்த்து... என்னைப்பற்றி நிறையத் தப்புத் தப்பாக எழுதித் தப்பித்துக் கொண்டிருக்கிறீர்கள். என்ன விஷயம் சொல்லுங்கள்?'

'இந்தப் புஸ்தகத்தைப் படி கணேஷ்!'

'என்ன, புதுசாக ஏதாவது கதையா? இது பற்றி Legal opinion வேண்டுமா? உங்கள் பேரில் ஒரு Film actress இருக்கிறாளே!'

கணேஷ் அதைப் புரட்டி, 'இவ்வளவு தமிழ் படிக்க எனக்கு அவகாசம் கிடையாது என நினைக்கிறேன் சுருக்கமாக நான்கு வரிகளில் சொல்லி விடுங்களேன். Bought in Bangalore on the day I lost my virginity. கொஞ்சம் இருங்கள்...'

அடுத்த முக்கால் மணி நேரம் கணேஷ் மௌனமாகப் புகை பிடித்துக்கொண்டு ஒரு வரி விடாமல் அதைப் படித்தான். என்னைப் பார்த்தான்.

'உங்கள் முதல் கேள்வி, அவள் விலாசம் இல்லையே, எப்படி அவள் உதவிக்குப் போவது என்பதுதானே?'

'ஆம். இரண்டாவது கேள்வி: அங்கு என்ன நடக்கிறது?'

'கொஞ்சம் இருங்கள். வஸந்த்!'

சரியாக நாற்பது நிமிஷத்தில் விலாசத்தைக் கண்டு பிடித்துவிட் டார்கள் இரண்டுபேரும்.

ஐந்து

கணேஷ் எப்படி அந்த முகவரியைக் கண்டு பிடித்தான் என்பதைச் சுருக்கமாகச் சொல் கிறேன். காயத்ரியின் நோட்டுப் புத்தகத்தைப் புரட்டிப் புரட்டிப் படித்தான். பெங்களூரில் காயத்ரி அவள் கணவன் ரத்னாவுடன் ஹனி மூனுக்குச் சென்று தங்கியிருந்த தேதியும் ஓட்டலின் பெயரும் அந்த நோட்டுப் புத்தகத்தில் குறிப்பிடப்பட்டிருந்ததைப் பிடித்துக்கொண் டான். வஸந்தைக் கூப்பிட்டு வைத்துக்கொண் டான். டெலிபோனை வெள்ளமாகச் சுழற்றி னார்கள். 'You are paying!' பெங்களூரில் அந்த ஓட்டலில் ரூம் கிடைப்பது கஷ்டம். முன்பே எழுதி ரூம் ரிசர்வ் பண்ணியிருக்கலாம். முன்பே எழுதியிருந்தால் பதில் எழுதவேண்டிய முகவ ரியும் கொடுத்துத்தான் எழுதியிருக்க வேண்டும். மேலும் ஓட்டலின் ரிஜிஸ்தரில் அவர்கள் வந்த விலாசம் இருக்கலாம். இருக்க வேண்டும். STD-யில் முனைந்து பெங்களூரில் அவனுக்குத் தெரிந்த போலீஸ் அதிகாரியுடன் பேசி ஒரு நாற்பது நிமிடத்தில் அந்த வீட்டு முகவரி ஹோட்டலின் ரெகார்டுகளிலிருந்து லபக் என்று அகப்பட்டது.

‘அம்பிகா காலனி! அது எங்கு இருக்கிறது?’ என்றேன்.

‘ஏய் வஸந்த்! அம்பிகா காலனி?’

‘நான் என்ன நடமாடும் ரோடு மேப்பா, தினம் தினம் ஒரு காலனி. அம்பிகா... எங்கேயோ இந்தப் பெயரைக் கேள்விப்பட்டிருக் கிறேன்... கொஞ்சம் இருங்கள்... ரொம்ப ஊருக்கு வெளியே இருக்கிறது என்று நினைக்கிறேன். பாஸ்! நீங்கள் போகப் போகிறீர்களா?’

‘ம்ஹூம். சார்தான் போகப் போகிறார்.’

நான் சற்று அதிர்ச்சி அடைந்தேன்.

‘நான் கூடப் போகவேண்டுமா?’ என்றான் வஸந்த்.

‘ம்ஹூம். நீ எதற்கு? சார் தனியாகப் பார்த்துக்கொள்வார். கில்லாடி அவர்!’

‘நீங்கள் வரவில்லையா?’

‘நாங்கள் எதற்கு?’

‘ஏதாவது நடந்துவிட்டால்?’

‘அது உங்கள் உத்தேசத்தைப் பொருத்தது. நீங்கள் என்ன செய்வதாக இருக்கிறீர்கள்?’

‘காயத்ரியைக் காப்பாற்றவேண்டாமா?’

‘காப்பாற்றவேண்டிய பெண்கள் இந்த மெட்ராஸின் நடு செண்டரிலேயே சந்துக்குச் சந்து இருக்கிறார்களே! இதற்காக அம்பிகா காலனிக்குப் போகவேண்டுமா? மேலும் நீங்கள் அங்கே சென்று அந்தப் பெண்ணைப் பார்த்து என்ன செய்வதாக உத்தேசம்? ‘பெண்ணே, உன் கதையைப் படித்தேன். வா என் னுடன். வந்துவிடு. நான் காப்பாற்றுகிறேன்’ என்று அழைத்து வரப்போகிறீர்களா? Impossible! கிங் ஆர்தர் காலத்துடன் இந்த தீரச் செயல்கள் நின்று போய்விட்டன.’

‘காயத்ரியைச் சந்திக்க உனக்கு ஆவலாக இல்லையா, கணேஷ்? அவள் எப்படிப்பட்ட பெண்! அவளுக்கு உதவி தேவையாக

இருக்கிறதா, இல்லையா? இதைப் படித்ததும் உனக்கு என்ன தோன்றியது?'

'ரைட்டர் சார். இதைப் படித்ததும் எனக்கு இரண்டு சாத்தியக் கூறுகள் தோன்றுகின்றன. இந்த வரிகளை எழுதிய காயத்ரி உண்மையாகவே அந்தச் சூழ்நிலையில் இருக்கலாம். அல்லது சில கற்பனை பயங்கள் அவள் மனத்தை ஆக்ரமித்து, சிறிய விஷயங்களை வேறு ரூபத்தில் காட்டியிருக்கலாம்.'

'அது நமக்கு எப்படித் தெரிவது?'

'தெரிந்தே ஆகவேண்டுமா?'

'வேண்டாமா?'

'சரி. போய்ப் பாருங்கள்... போய் அவளைச் சந்திக்க முடிகிறதா பாருங்கள். தனியாகச் சந்தித்தால் நலம். ஏதாவது எசகேடாக நிகழ்ந்துவிட்டால் என் டெலிபோன் நம்பர் உங்களுக்குத் தெரியும்.'

கணேஷ் அவ்வளவு உற்சாகமில்லாமல் இருப்பதின் உள் நோக்கம் எனக்குப் புலப்படவில்லை. என்மீது ஏதோ கோபத்தில் இருக்கிறான் என்று நினைத்தேன்.

'சரி, நானே போய்ப் பார்க்கிறேன்' என்றேன் தீர்மானமாக.

'பெஸ்ட் ஆஃப் லக்! அப்புறம் நடந்ததை என்னிடம் சொல்லுங ்கள்.'

'கணேஷ்! மற்றொரு விஷயம்! காயத்ரியின் வாக்கியங்களி லிருந்து அந்த வீட்டில் என்ன நடக்கிறது என்று உத்தேசிக்க முடிகிறதா உன்னால்?'

'முடியும் என நினைக்கிறேன். அதற்கு காயத்ரியின் வரிகளை நான் கொஞ்சம் நிதானமாகப் படிக்கவேண்டும்... நோட்டுப் புத்தகத்தை எடுத்துச் செல்லப் போகிறீர்களா?'

'ஆம். இதை அடையாளம் காட்டித்தான் அவளை அணுக முடியும் என நினைக்கிறேன்...'

'நான் பார்த்து யோசித்து வைக்கிறேன். அவர்கள் நால்வரும் ஒரு கோஷ்டி என்பது மட்டும் தெரிகிறது. சமையல்காரன், பெண்,

அக்கா, கணவன். இது அவர்கள் காயத்ரியின்முன் போடும் நாடகத்தின் பாத்திரங்கள். உண்மையில் அவர்கள் வேலை? நீங்கள்தான் போகிறீர்களே. கண்டுபிடியுங்கள் பார்க்கலாம். கண்டுபிடிக்கமுடியாவிட்டாலும் அந்த வீட்டின் சூழ்நிலையைக் கூர்ந்து கவனியுங்கள். உங்களுக்குச் சொல்லியா தரவேண்டும் - ஏதாவது தடயங்கள் கிடைத்தால் என்னிடம் சொல்லுங்கள்.'

எனவே நான் மாலை சுமார் ஐந்து மணிக்கு நம்பர் 18, அம்பிகா காலனியை அடைகிறேன். அதுதான் என் பிரயாணத்தின் முடிவாகப்படுகிறது. அதுவரை எழுத்து வடிவத்தில் தெரிந்த காயத்ரியை உண்மை ரூபத்தில் பார்க்கப்போகிறேன். கையில் அவள் புத்தகம்... மனத்தில் எக்கச்சக்க எதிர்பார்ப்பு... எப்படியும் அவளைத் தனியாகச் சந்திக்க முற்படவேண்டும். அப்போது தான் அவள் இயல்பாக இருப்பாள். முன்பின் தெரியாத வீட்டில் சென்று, அந்த வீட்டில் வசிக்கும் ஒரு மனைவியை ஓர் அன்னியன் சந்திப்பது எப்படி? எனக்குத் தெரியவில்லை.

நான் மெதுவாக அந்த வீட்டை அடைகிறேன். காயத்ரியின் வாக்கியங்கள் ஞாபகத்துக்கு வந்தன. ஆம், அப்படியே இருந்தது. கருங்கல் காம்பவுண்டு சுவர் கண்ணாடித்துண்டு பதித்து. வாசலில் 'மரக் கும்பாச்சி' கூர்க்கா 'மூஞ்சி பூரா சிரிப்பான்'.

இப்போது அவன் சிரிக்கவில்லை. என்னைத் தடுத்து நிறுத்தி னான்.

'கர் மே கோயி நஹி ஹை!' என்றான்.

'எல்லோரும் எங்கே?'' என்று அபிநயித்தேன்.

'பாஹர் கயேன் ஹை! ஆப் கோன் ஹை?'

நான், 'மே மே மே' என்று ஆட்டிக்குட்டி போல் செய்து கொண் டிருக்க பின்னால் கார் ஹாரன் சப்தம் கேட்டது. திரும்பிப் பார்த் தால்... கணேஷும் வஸந்த்தும் ஃபியட் காருக்குள் தெரிந் தார்கள். நான் அவர்களிடம் சென்றேன். 'என்ன சார். என்ன ஆயிற்று?'

'வீட்டில் ஒருவரும் இல்லையாம்!'

'நீங்கள் காருக்குள் ஏறுங்கள். விஷயம் கொஞ்சம் விசித்திரமாக இருக்கிறது.'

‘என்ன?’

நான் காரில் ஏறிக்கொண்டேன்.

‘வஸந்த் சொல்லு!’ என்றான் கணேஷ்.

‘நீங்கள் கிளம்பினபின் காயத்ரியின் கதையில் நான் எழுதி வைத்துக்கொண்ட குறிப்புகளை மறுபடி பார்த்தேன். கொஞ்சம் ரிசர்ச் பண்ணினேன். கொஞ்சம் யோசித்தேன். கொஞ்சம் கண்டுபிடித்தேன். அவர்கள் உண்மையான பிசினஸ் என்ன என்று ஊகிக்க முடிகிறது, காயத்ரியின் புத்தகத்திலிருந்து.’

‘என்ன அது?’

‘காயத்ரி அடிக்கடி குளிக்கும்போதோ அல்லது படுக்கை அறை யிலோ ‘யாரோ பார்க்கிறார்கள்’ என்ற உணர்ச்சி ஏற்படுவதாக எழுதியிருக்கிறாள் அல்லவா? பாத்ரூமில் கதவில் ஒரு துவாரம்... அப்புறம் ரத்னா படுக்கைச் சம்பவத்தின்போது விளக்கை அணைக்க மறுப்பது. அப்புறம் ‘எல்லாவற்றையும் மறுபடி எடுக்க முடியாது’ என்று சொல்வது அதெல்லாம் பார்த்தால் அவர்கள் என்ன செய்கிறார்கள் என்று எங்களுக்குத் தோன்றுகிறது தெரியுமா?’

‘என்ன?’

‘அந்தப் பெண்ணுக்கு அலங்காரம் செய்து நகை போட்டுப் பார்ப்பதைப் பற்றி காயத்ரி எழுதியிருக்கிறாளே, ஏன் தெரியுமா?’

‘ஏன்?’ என்றேன் ஆவலுடன்.

வஸந்த் பதில் சொல்லவில்லை.

‘இதோ அவர்கள் வந்துவிட்டார்கள்!’ என்றான். நான் எதிரே பார்த்தேன். ஒரு கார் அந்த வீட்டு வாசலில் சென்று நிற்க, கூர்க்கா அவசர அவசரமாகக் கதவைத் திறந்தான்.

‘வஸந்த்! அந்தக் காரின் பின்னாலேயே ஓட்டிக்கொள்’ என்றான் கணேஷ்.

‘என்ன செய்கிறார்கள்?’ என்றேன் ஆவல் தணியாமல்.

'அப்புறம் பேசலாம். இப்போது கொஞ்சம் ஆக்ஷன் ரைட்டர் சார். அந்த வீட்டில் நடப்பது நாங்கள் நினைப்பது என்றால் அந்த மாதிரி காரியங்கள் செய்பவர்கள் கொலை பாதகத்துக்கும் அஞ்ச மாட்டார்கள். ஜாக்கிரதையாக இதை அணுகவேண்டும். எனவே நானும் உங்களுடனும் வரத் தீர்மானித்துவிட்டேன்.'

கூர்க்கா எங்களை நிறுத்தினான்.

'வஸந்த், நிற்காதே, அந்த காருடன் போ!'

வீட்டில் போர்ட்டிகோவில் அந்தக் கார் நிற்க, அதன் பின் பக்கத்தை, முதுகை ஏறக்குறைய முத்தமிட்டுக்கொண்டு எங்கள் வண்டி நின்றது.

கூர்க்கா அங்கிருந்து விசில் ஊதிக்கொண்டு எங்களை நோக்கி ஓடிவந்தான்.

அந்தக் காரின் பின்பக்கம் ஒரு பெண் உட்கார்ந்திருந்தாள்; முன்புறம் இருவர், அதில் டிரைவர் சீட்டிலிருந்து இறங்கினவன், எங்களைப் பார்த்தான். கேள்விக்குறி. மற்றொருவன் இறங்கி வேஷ்டியை சரி செய்துகொண்டான். குடுமி வைத்திருந்தான். காதில் கடுக்கன், வெள்ளை ஜிப்பா! அய்யர்.

'யாரப்பா அது?' என்றான் அந்த இளைஞன். சட்டென்று அவன் அழகான, இளமையான முகம் எனக்குத் தெளிவாகத் தெரிந்தது. இவன் ராஜரத்தினமாக இருக்கக்கூடும் என்று தோன்றியது.

'யார் நீங்கள் எல்லாம்? ஏய் பகதூர், ஏன் இவர்களை உள்ளே விட்டாய்...'

'ஸாப் யெ லோக்' என்று தொடங்கி சிக்கலான ஹிந்தியில் நாங்கள் வந்த குற்றத்தை வர்ணித்தான் கூர்க்கா.

'மிஸ்டர் ராஜரத்தினம்?'

'எஸ்.'

'உங்களுடன் பேச வந்திருக்கிறோம்.'

'என்ன?'

'பிஸினஸ்.'

'என்ன பிஸினஸ்?'

'உங்கள் பிஸினஸ்.'

'என் பிஸினஸ் இரும்பு வியாபாரம். அது பற்றிப் பேச என் ஆபீஸுக்கு வரவேண்டும் நீங்கள். இப்படி வீட்டுக்குள் நுழைந்து...'

'நான் வந்தது இரும்பு வியாபாரத்துக்கு அல்ல!'

'பின்?'

'மிஸ்டர் ராஜரத்தினம்! இப்படி வைத்துக்கொள்ளலாமே! என் நண்பர் காரின் உள்ளே உட்கார்ந்திருக்கிறார். சற்றுப் பசையுள் ளவர். அவர் சில காட்சிகளைப் பார்த்தார். அந்தக் காட்சிகள் அவருக்கு மிகப் பிடித்துப்போய்விட்டன. என்னை மிகவும் தொந்தரவு செய்கிறார். எப்படியாவது வாங்கித் தரவேண்டும். எவ்வளவு பணம் வேண்டுமானாலும் கொடுக்கத் தயார் என்று.'

'காட்சிகள்?'

'ஆம் காட்சிகள்... படுக்கை அறையில், குளிக்கும் அறையில்... விதவிதமான நகைகளுடன்...'

அவன் முகம் மாறியது. 'பார்ட்டி யார்?' என்றான்.

சார், கொஞ்சம் வருகிறீர்களா?' என்று என்னைப் பார்த்துக் கூப்பிட்டான் கணேஷ். நான் காரை விட்டு வெளியே இறங் கினேன்.

'மிஸ்டர் ராஜரத்தினம்! மீட் மிஸ்டர் உமாகாந்த்...'

உமாகாந்த்! நான் எப்போது உமாகாந்த் ஆனேன்?

'மிஸ்டர் உமாகாந்த். செக் புத்தகம் கொண்டுவந்திருக்கிறீர்கள் அல்லவா?'

நான் திருதிரு என்று முழிக்காமல் இருக்கப் பிரயத்தனப் பட்டேன்.

வளையல்கள் குலுங்கும் சப்தம் காரினுள் கேட்டது.

'ஐயாம் ஸோ ஸாரி! நம் பிஸினஸ் பேச்சில் இவர்களை மறந்தே விட்டோம்!'

அய்யர் கதவைத் திறக்க அந்தப் பெண் வெளிப்பட்டாள்...

'திஸ் இஸ் காயத்ரி... மை வைஃப். திஸ் இஸ் மிஸ்டர்... உமாகாந்த். திஸ் இஸ் மிஸ்டர் ....'

'கணேஷ்' என்றான் கணேஷ்.

ஆறு

'உள்ளே வாருங்கள்' என்றான் ராஜரத்தினம். காயத்ரி எங்களைப் பார்த்துவிட்டு எதுவும் சொல்லாமல் உள்ளே சென்றாள். வீடு காயத்ரி வருணித்திருக்கும் வீடுதான். அவுட்ஹவுஸ் கூடத் தெரிந்தது. அங்கே விளக்கு எரிந்துகொண் டிருந்தது. என் கையில் காயத்ரியின் நோட்டுப் புத்தகத்தை மறைப்பதா என்பது பற்றி நான் யோசித்தேன். கணேஷின் சாகசத்தின் திசை எனக்குச் சரியாகப் பிடிபடவில்லை. என்ன பிஸினஸ் அது? பார்க்கலாம்.

அந்த வீடு செல்வச் செழிப்பைக் காட்டியது. நுழைந்ததும் நீண்ட ஹாலின் முடிவிலேயே டைனிங் டேபிள் போட்டு அதனுடன் சிநேகித மாக ஆறு நாற்காலிகள் காத்திருந்தன. அலமாரி யில் பலப் பல வர்ணப் புத்தகங்கள் தென் பட்டன. John Fowles-ன் The Magus, Art of Film Making. Konarak...

'உட்காருங்கள் மிஸ்டர் உமாகாந்த்.'

நான் உமாகாந்த்தா!

உட்கார்ந்தேன். கணேஷைப் பார்த்தேன். 'என் னிடம் விடுங்கள். கவலைப்படாதீர்கள்' என்று

அவன் சாடை காட்டியதை ராஜரத்தினம் பார்த்திருக்க முடியாது. வஸந்த் பாடிக்கொண்டே ஹாலைச் சுற்று முற்றும் நோட்டம் விட்டான்.

ரத்னா, 'என்ன சாப்பிடுகிறீர்கள், ஏதேனும் குளிர் பானம் வேண்டுமா?' என்றான். நல்ல அழகான இளைஞன்தான். பளபள என்று பாதாம் பருப்பிலேயே வளர்ந்திருக்கிறான் என்று தோன்றியது. கையில் தொள தொள என்று சங்கிலி. மார்பில் புலி நகம் தெரியும் சங்கிலி. மீசையிலும் தலை மயிரின் பஃப் என்ற நேர்த்தியான அடர்த்தியிலும் நல்ல உழைப்பு தெரிந்தது. பொலி காளை மாதிரி இருந்தான். காலைத் தரையில் ஒரு தரம் தேய்த்து விட்டு, புஸ் என்று மூச்சு விட்டிருந்தால் ஆச்சரியப்பட்டிருக்க மாட்டேன்.

'சொல்லுங்கள் மிஸ்டர் உமாகாந்த்' என்றான். கால்மேல் கால் போட்டுக்கொண்டு ஒயிலாக உட்கார்ந்தான். நான் காயத்ரியின் நோட்டுப்புத்தகத்தை இடதுபக்கம் எனக்கும் சோபாவின் கைக்கும் இடையில் செருகிக்கொண்டு, 'கணேஷ்! பேசி முடித்து விடு' என்றேன். 'பேசி முடித்துவிடு' என்பது எல்லாச் சந்தர்ப் பத்துக்கும் பொருந்துமாதலால்.

கணேஷும் ரத்னாவும் பேசி முடித்துக்கொண்டதில் எனக்குப் பாதி புரியவில்லை.

'நீங்கள் எது பார்த்தீர்கள்?'

'பெயர் ஞாபகமில்லை. ஆனால் ப்ரில்லியண்ட்! கொடுத்த காசுக்கு மதிப்பு... புதிதாக ஏதாவது எடுக்கிறீர்களா?'

'எடுத்துக்கொண்டிருக்கிறோம்...'

'கோவில் நகைகள் எல்லாம் அணிந்துகொண்டு எடுப்பாக, டார்க் ஆக டான்ஸ் ஆடுகிறாளே அந்தப் பெண்... ஸுப்பர்ப்!' என்றான் கணேஷ்.

'நீங்கள் இந்திராவைச் சொல்கிறீர்கள்!'

'இந்திராவா அவள் பெயர்?'

'இந்திரா! இந்திரா!' என்றான் வஸந்த்.

'அவளைப் பார்க்க விரும்புகிறீர்களா?!'

'பை ஆல் மீன்ஸ்!'

'என்ன ரத்னா?' என்று குரல் கேட்டுத் திரும்பினேன். சரஸ்வதி! ஆம். அவள்தான் சரஸ்வதியாக இருக்கவேண்டும். அம்மாடி! ஒரு இந்தியப் பெண்ணுக்கு இத்தனை அதிக உயரம், வளர்த்தி, அடர்த்தி! அவள் உடைகளை மீறி வழிந்துகொண்டிருந்தாள் சரஸ்வதி. நல்ல உயர்தரப் பட்டுப் புடைவை அணிந்துகொண்டு, சிக்கனமாகத் தலையை முடிந்துகொண்டு, நெற்றியில் ஒன்றுமில் லாமல்... நாற்பது வயதிருக்கும். இன்னும் அழகு தேங்கியிருக் கும் சரஸ்வதி. காயத்ரியின் வருணனை கச்சிதமாகப் பொருந்து கிறது.

'ரத்னா, இவர்கள் எல்லாம் யாரு?'

'ஒரு பார்ட்டி! சரஸூ... பிஸினஸ் விஷயமா வந்திருக்கா.'

சரஸ்வதி எங்களைச் சந்தேகமாகப் பார்த்தாள். 'என்ன பிஸினஸ்?'

'நம்ம பிஸினஸ் சரஸூ. பயப்படாதே. எல்லோரும் ஃப்ரெண்ட்ஸ்தான்.'

'நம்ம பிஸினஸைப் பற்றி இவர்களுக்கு எப்படித் தெரிஞ்சுது என்று கேட்டாயா?'

'இன்னும் இல்லை.'

'கேள்.'

'எப்படி ஸார் தெரிஞ்சுது? எப்படி அட்ரஸ் கிடைச்சுது...'

கணேஷ் வஸந்தைப் பார்த்தான்.

'ஹோட்டல் ட்ரீம்லாண்டில் சொன்னாங்க!'

'ஹோட்டல் ட்ரீம்லாண்டா! யாரு?'

'அங்கேதானே பார்த்தோம்! ஒரு குஜராத்திப் பையன் சிவப்பா கண்ணாடி போட்டுக்கிட்டு... என்ன பேரு? பாட்டீலா?'

சரஸ்வதியும் ரத்னாவும் ஒருவரை ஒருவர் பார்த்துக்கொள்ள கணேஷ், 'இத பாருங்கம்மா. எங்களுக்குச் சரக்கு பிடித்து விட்டது. ஈஸ்ட் ஆப்ரிக்காவில் அதற்கு நல்ல டிமாண்ட் இருக்

கிறது. மற்றும் லண்டன், பாரிஸ் எங்கேயும் எடுபடும். மால் பிரமாதம். சார் அதிலே ஊறினவர். (என்னைப் பார்த்து! நானாம்! ஊறினவனாம். எதிலே?) அவருக்கு அமவுண்ட் பெரிசில்லை.'

'எவ்வளவு கொடுப்பார்' என்றாள் சரஸு.

'உங்களுக்கு இதுவரை எவ்வளவு கிடைத்து வந்ததோ அதைப் போல இரண்டு மடங்கு! அதுவும் அட்வான்ஸா!'

ஒரு பெண் வந்து மௌனமாக எங்கள் முன்பு வெள்ளித் தம்ளர் களில் காபி கொண்டு வைத்துச் சென்றாள். அவளை ரத்னா கை சொடக்கி, 'இதோ பார் இந்திரா' என்றான்.

'ஓ! இதுதானா?' என்றான் கணேஷ். நல்ல மதமதப்பாக, கறுப் பாக, வாட்டசாட்டமாக இருந்தாள். நகை போட்டுக்கொண்ட இந்திரா... இந்திரா...

வஸந்த் அவளருகில் சென்று, அவளைச் சுற்றி வந்தான் 'ஷ்ய்' விசிலடித்து, 'தலைமேல் கை வைத்துக்கொள்' என்றான்.

அவள் செய்தாள்.

'மெல்லத் திரும்பு' என்றான்.

திரும்பினாள். புடைவைக் கடை பொம்மை போல, 'Great stuff boss' என்றான் கணேஷிடம். அவளைப் பிருஷ்ட பாகத்தில் தட்டி, 'போ! போய் தாச்சிக் கொள். வருகிறேன்' என்றான்.

'மிஸ்டர் ரத்னா! நீங்கள் இப்போது எடுப்பதிலிருந்து கொஞ்சம் சாம்பிள் காட்ட முடியுமா?' என்றான்.

'எப்போது காட்டவேண்டும்?'

'இப்போது... சார் நாளைக்கு ப்ளேனில் பம்பாய்க்குப் போகிறார்.'

நானா?

அவர்கள் தயங்கினார்கள். 'பணம் கொண்டுவந்திருக்கிறோம். இன்றைக்கே பேச்சுவார்த்தை எல்லாம் முடித்துவிடலாம் பாருங்கள். இந்த விஷயத்தில் எல்லாம் இழுபறி கூடாது.'

'ஏற்பாடு பண்ணலாம். அரைமணி நேரம் ஆகும்... துண்டு துண்டாக இருக்கிறது.'

‘காத்திருந்தால் போகிறது, என்ன சார்!’

‘தாராளமாக’ என்றேன். கணேஷின் காதின் அருகே சென்று பிஸினஸ் விஷயம் பேசுவதுபோல், ‘எதற்குக் காத்திருக்க வேண்டும்?’ என்றேன்.

‘பின்னால் தெரியும்!’ என்றான்.

காபியை உறிஞ்சிக்கொண்டே நான் ரத்னாவிடம் ‘மிஸ்டர் ராஜரத்னம், உங்கள் மனைவியை எங்கே காணோம்?’ என்றேன்.

‘சரஸூ! காயத்ரி எங்கே?’

‘தலைவலி என்று சொல்லி உள்ளே போனாள். அவளுக்கு உடம்பு சரியில்லை. இரண்டு நாளாகச் சரியாகச் சாப்பிடக்கூட இல்லை.’

‘பரவாயில்லை’ என்றேன்.

கணேஷ், ‘காயத்ரி? எக்ஸைட்டிங் நேம்?’ என்றான்.

‘ஓ! எஸ்!’ என்றான் ரத்னா அசட்டுச் சிரிப்புடன்.

‘காயத்ரிக்கு இதெல்லாம் தெரியுமா?’ என்றான் கணேஷ். கண் சிமிட்டினான்.

‘தெரியாது!’

சரஸ்வதி என்னையே பார்த்துக்கொண்டிருந்தாள். ‘இவரை எங்கேயோ பார்த்த ஞாபகமாக இருக்கிறது’ என்றாள். எனக்குக் கன்றுக்குட்டி உதைத்தது.

‘உமாகாந்த் காயத்ரியைப் பார்க்க ரொம்ப ஆவலுடன் வந்தார். என்ன இருந்தாலும் நேரில் பார்க்கிற மாதிரி உண்டா?’ என்றான் கணேஷ்.

‘நான் வரச் சொல்கிறேன். இந்திரா! இந்திரா!’

‘இந்திரா எதற்கு? நான் போய் அழைத்துவருகிறேன்...’ என்று என்னை மறுபடி பார்த்து புன்னகைத்துவிட்டுச் சென்றாள். ஒரு கணம் அந்த சரஸ்வதி என்னை மார்பில் மிதித்தாற்போலிருந்த காட்சியிலிருந்து சிலிர்த்துக் கொண்டு விடுபட்டேன்.

'காயத்ரி காயத்ரி காயத்ரி' என்று சரஸு கூப்பிட்டுக்கொண்டே சென்றாள். எனக்குக் கொஞ்சம் தைரியம் வந்தது. சரஸு என்னைச் சந்தேகிக்கிறாளா? ரத்னா உள்ளே சென்றான். இந்திரா மட்டும் நேர்ப்பார்வை பார்த்துக்கொண்டு நின்று கொண்டிருந் தாள். அவளிடம் வஸந்த் 'இங்கே வாடி!' என்றான்.

'என்ன மாமா!' என்றாள்.

'சட், என்னைப் பார்த்தால் மாமா மாதிரியா இருக்கிறது?'

'ஷட் அப் வஸந்த். இந்திரா, போய்க் கொஞ்சம் 'ஐஸ் வாட்டர் எடுத்துக்கொண்டு வா' என்றான் கணேஷ். வஸந்த் விசன மானான். அவள் சென்றதும் கணேஷ் அவசர அவசரமாக, 'ரைட்டர் சார்! இப்போது நம்மை ஒரு தனி அறைக்கு அழைத்துச் செல்வார்கள் என்று எதிர்பார்க்கிறேன். அங்கே நமக்குக் காட்டப்படுவதை காயத்ரி பார்க்...'

'வா காயத்ரி வா. இவாள்ளாம் நமக்கு வேண்டியவாள்தாம்' என்று சரஸ்வதியின் குரல் கேட்டு நாங்கள் கலைந்தோம்.

காயத்ரி வந்தாள், ஏதோ ஒரு மிரண்ட மான்போல்தான். ஒருவரை யும் நேராகப் பார்க்காமல் இயந்திரம் போல் வந்து எதிரில் உட்கார்ந்தாள். அவள் புதிதாக முகம் கழுவிக்கொண்டு, நெற்றி யில் பெரிதாகப் பொட்டு இட்டுக்கொண்டு, கருநீல நிறத்தில் அகல பார்டர் போட்ட கைத்தறி சில்க் புடைவை அணிந்து கொண்டு, தழையத் தழையக் கூந்தலில் மல்லிகை தென்பட ஏகப் பட்ட நகைகள் அணிந்துகொண்டு, ஜாஜ்வல்யமாக ஏதோ ஒரு அம்மன் போலத்தான் நின்றாள்...

'ஹலோ காயத்ரி' என்றேன்.

அவள் குனிந்துகொண்டு, 'ஹலோ' என்றாள்.

'ரொம்ப வெட்கப்படுகிறார்களே... படத்தில் அப்படித் தெரிய வில்லையே!' என்றான் கணேஷ். சரஸ்வதி அவனிடம் வேகமாக வந்து தாழ்ந்த குரலில் ஏதோ பேச, அவன் சரி என்று தலை யாட்டினான்.

அந்தப் பெண்ணை, என் கதாநாயகியை இத்தனை நாள் என் மனத்தின் எண்ணங்களை ஆக்கிரமித்துக்கொண்டு... அந்த வீட்டில் வந்து மாட்டிக்கொண்ட... காயத்ரி என்னும்

மனைவியை வெறும் வார்த்தைகளிலிருந்து புறப்பட்டு, தசையும் ரத்தமும் நகமுமாகப் பரிணமித்தவளைப் பார்த்தேன்... பெண்ணே! உன்னை நாங்கள் காப்பாற்ற வந்திருக்கிறோம்... காப்பாற்றி... அதை எப்படி மற்றவர்கள் எதிரே சொல்லுவது?

காயத்ரி எங்களைப் பார்க்கவே இல்லை. கீழே பார்த்துக் கொண் டிருந்தாள். அவள் தலை குனிந்திருந்தது. அவள் மார்பு பட படத்துக்கொண்டிருந்தது. அவள் கைகள் மெலிதாக நடுங்கிக் கொண்டிருந்தன.

'பேசு காயத்ரி. இவர்கள் எல்லாம் ரத்னாவின் சினேகிதர்கள்...'

'ம்' என்றாள்.

எப்படி இவளுக்குச் செய்தி தெரிவிப்பது?

'உடம்பு சரியில்லை என்று சொன்னார்களே? தலைவலியோ?' என்றான் வஸந்த்.

'அதெல்லாம் இல்லை.'

'ஏதாவது மாத்திரை எடுத்துக்கொண்டால் நல்லது.'

'மாத்திரை நிறையச் சாப்பிடுகிறேன். இந்த வீட்டில்' என்றாள். சரஸூ முகம் மாறினாள்.

'சரஸூ! I am sorry. நான் Mood-ல் இல்லை. நான் என் அறைக்குப் போலாமா?'

ரத்னா உள்ளே நுழைய, சரஸூ, 'இப்படித்தான் வீட்டுக்கு வந்த விருந்தாளிகளை அவமானப்படுத்தலாமா?' என்று அதட்டி னாள்.

'எனக்கு உடம்பு சரியில்லை என்று சொன்னேனே...'

ரத்னா, 'என்ன நடந்தது?' என்றான்.

சரஸூ, காயத்ரி இருவருமே அதற்குப் பதில் சொன்னார்கள். நான், 'பரவாயில்லை, அதனாலென்ன?' என்று அந்த ஹாலைச் சுற்றிப் பார்த்துவிட்டு 'மிஸ்டர் ரத்னா... இந்த வீடு எவ்வளவு பெரிதாக சௌகரியமாக இருக்கிறது... என்னதான் நல்ல ஹோட்டல்கள் இருந்தாலும்... வீட்டுக்கு ஈடாகாது. கடந்த

ஐந்து நாட்களாகப் பல ஹோட்டல்களில் தங்கி இருந்தேன். எல்லா ஹோட்டல் அறைகளுக்கும் ஒருவித வாசனை இருக்கிறது. கொஞ்சம் சிகரெட், கொஞ்சம் ஊதுவத்தி, வண்ணான் சலவை, கொஞ்சம் சாவு, கொஞ்சம் கண்ணீர், என்ன என்னவோ... உங்கள் அனுபவம் என்ன காயத்ரி?'

அந்த வரிகள் காயத்ரியை அப்படியே ஸ்விட்ச் போட்டாற்போல் தலைகீழாக மாற்றியது... திடீர் என்று அவள் என்னை நேராக நிமிர்ந்து பார்த்தாள். புன்னகைத்தாள். 'நீங்கள் நீங்கள்...' என்றாள்.

'நான் உமாகாந்த். இது கணேஷ், வஸந்த்' என்று காயத்ரியின் நீல நிற நோட்டுப் புத்தகத்தாலேயே அவர்கள் இருவரையும் காட்டினேன்.

'ரத்னா! ரத்னா! என் தலைவலி சரியாகிவிட்டது' என்றாள். 'உட்கார் சரஸு' என்றாள்...

'என்ன இது திடீர் மாறுதல்?' என்றாள் சரஸு.

உஷாரான கணேஷ், 'சில வேளை depression-ல் இருப்பவர்கள், ஒற்றைத் தலைவலியில் அவதிப்படுபவர்களுக்குத் திடீர் என்று சிலரைப் பார்த்தால், சில குரலைக் கேட்டால் எல்லாம் விலகிவிடும். மிஸஸ் காயத்ரி! உங்களுக்கு அலர்ஜிக் ஸைனஸைட்டிஸ் ஆக இருக்கலாம். செக் அப் பண்ணுங்கள். இதெல்லாம் கொஞ்சம் காத்திருந்தால் சரியாகிவிடும்' என்றான்.

'ஓ எஸ்! காத்திருக்கத் தயார்... எனக்குப் பளிச்சென்று சரியாகிவிட்டது. இந்திரா, இவர்களுக்கெல்லாம் காபி கொடுத்தாயா?'

'சாப்பிட்டாயிற்று. நீங்கள் அலட்டிக்கொள்ளாதீர்கள்.'

அய்யர் உள்ளே வந்து, 'ரெடி!' என்றார்.

ரத்னா எங்களிடம் பொதுவாக, 'வருகிறீர்களா? ஒரு தடவை போட்டுப் பார்த்துவிடலாம்...'

கணேஷ், 'மிஸஸ் காயத்ரி! நீங்கள் போய் உங்கள் அறையில் ரெஸ்ட் எடுத்துக்கொள்ளுங்கள். நாங்கள் போவதற்குள் மறுபடி சந்திக்கிறோம்' என்றான்.

'நானும் உங்களுடன் வருகிறேனே!' என்றாள்.

ரத்னா, 'வேண்டாம் காயத்ரி. நாங்கள் பிஸினஸ் விஷயமாகப் பேசப் போகிறோம்...' என்றான்.

'சரி, போவதற்குள் என்னை நிச்சயம் பார்த்துவிட்டுப் போக வேண்டும் என்ன?'

'கட்டாயம்! வித் ப்ளெஷர்!' என்றான் வஸந்த். 'சார்மிங் லேடி' என்றான். எரால் ஃப்ளின் மாதிரி முதுகு வளைந்து அவளுக்கு வழிவிட்டான்.

'சரஸு, நீயும் வருகிறாயா?' என்றான் ரத்னா.

'வருகிறேன்' என்றாள்.

நாங்கள் அந்த வீட்டின் பின்புறத்துக்கு அழைத்துச் செல்லப் பட்டோம். மரச்சோலைக்கு இடையில் அஸ்பெஸ்டாஸ் போட்டு, தட்டி மறைத்து ஒரு ஷெட் போல இருந்தது. அதன் மரக் கதவைத் திறந்து முதலில் அய்யர் போக, அப்புறம் நான், கணேஷ், வஸந்த், ரத்னா, சரஸு...

உள்ளே ஏறக்குறைய காலியாக இருந்து, நாற்பதடிக்குப் பதினைந்தடி ஹால்போல் இருந்தது. ஒரே ஒரு 40 வாட் பல்ப் எரிந்துகொண்டிருந்தது. ஓரத்தில் பலவித டிரங்குப் பெட்டிகள் தெரிந்தன. ஸ்பிரிட் வாசனை வந்தது. ஏர் கண்டிஷனரின் மூஞ்சி தெரிந்தது.

நடுவே ஒரு வெண்திரை நின்றது. நீட்டப்பட்ட அந்தத் திரை குடை போல் மூடிப் பொட்டலமாக அடக்கிவிடக்கூடிய நவீன மான திரை. திரைக்கு எதிரே தூரத்தில் அறையின் முடிவில் ஒரு சிறிய சினிமா ப்ரொஜெக்டர் இருந்தது.

ஏழெட்டு இரும்பு நாற்காலிகள் போட்டிருந்தது. நாங்கள் உட்கார்ந்தோம்.

'டெவலப்பிங் எல்லாம் எங்கே செய்கிறீர்கள்? - கணேஷ்.

'எல்லாம் இங்கேதான். எல்லாம் அய்யர்! முன்காலத்தில் நியுடோனில் இருந்திருக்கிறார். கில்லாடி... எம்.கே.டியுடன் ஆக்ட்கூடப் பண்ணியிருக்கிறார். ஒரு சின்ன லாபரட்டரி

வைத்திருக்கிறோம். மொத்தம் எங்கள் நாலைந்து பேருக்குத் தான் தெரியும். வெளியிலிருந்து சில சமயம் வரவழைத்துக் கொண்டால் பின்பக்கத்து வழியாகத்தான் கூட்டிக் கொண்டு வருவோம். இந்த வீட்டில் நடப்பது ஒருவருக்கும் தெரியாது...'

'ஆரம்பிக்கலாமா?' என்றார் அய்யர்.

'ஆரம்பிக்கலாம்.'

விளக்கு அணைந்து சற்று நேரம் இருட்டு. வீர்ர்ர். தலைகீழாக 9,8,7,6,5... பளிச்...பளிச்.

ஒரு மூடிய கதவு... அதை நோக்கிக் கேமரா மெதுவாக அணுக, கதவின் ஒரு சிறிய பகுதியில் ஒரு சதுரமான இடம் தனியாகப் பெயர்ந்துகொள்கிறது. அதனுள் கேமரா எட்டிப் பார்க்க உள்ளே நேராக ஒரு பெண் தன் உடைகளை நிதானமாகக் களைந்து அவற்றைச் சுருட்டி ஒரு பிளாஸ்டிக் பக்கெட்டில் போட்டு விட்டு, கெய்ஸரிலிருந்து வரும் வென்னீரைப் பதம் பார்த்து விட்டு திரும்புகிறாள்... காயத்ரி...

'மை காட்' என்றேன்.

'மெல்ல! மெல்ல!' என்றான் கணேஷ்.

அந்தப் படத்தில் ஒலிப்பதிவு இல்லை. படக்கோர்வையும் இல்லை. ஆனால் அந்தப் படத்தின் காட்சிகளை நான் முன்பே பார்த்திருந்த பரிச்சயம் நிச்சயம் இருந்தது.

இந்திரா படுக்கையின் நட்ட நடுவே உட்கார்ந்திருக்க அவளுக்கு ஒவ்வொரு நகையாக அணிவிக்கப்பட்டு, அவளை மெதுவாக நிற்க வைத்து அவளருகில் மெல்ல வந்து...

ஓ எஸ்! எல்லாம் காயத்ரியின் நோட்டுப் புத்தகத்தில் படித்திருக் கிறேன். இப்போது புரிகிறது... திரைப்படம் எடுத்திருக் கிறார்கள். சில பிரத்தியேக ரசிகர்களுக்காக, பிரத்தியேக அறையில் காட்டப்படும் பிரத்தியேகப் படங்கள்... ரத்னாதான் கதாநாயகன்! இதோ தெரிகிறானே சுத்தமாக க்ஷவரம் செய்து கொண்டு, சிரித்துக்கொண்டு... கீழே பார்க்க காயத்ரி. அவர்கள் படம் எடுப்பதை அறியாத உள்ளுணர்வில் இனம் புரியாமல் சந்தேகித்த காயத்ரி... அந்த நிர்மலா என்ற பெண்ணைக்கூட முதலில் உபயோகித்திருக்கலாம். அவளுக்கு விஷயம்

தெரிந்துபோய் சித்தப்பிரமை ஏற்பட்டிருக்கலாம். அல்லது ஏதாவது கொடுத்து எக்கச்சக்கமாக ஆகியிருக்கலாம்.

அடுத்த கதாநாயகி காயத்ரி. படுக்கையிலும் பாத்ரூமிலும் அவள் படம் எடுக்கப்பட்டிருக்கிறாள்...

சரஸ்வதி, ரத்னா, அய்யர், இந்திரா... இந்த விசித்திரமான திரைப்படக் கோஷ்டி... அய்யர் கேமரா. ரத்னா கதாநாயகன்... சரஸூவும் இந்திராவும் வித்தியாசத்துக்கு, மாறுதலுக்கு மற்ற பெண்கள். திரைக்கதை வேண்டாம். வசனம் வேண்டாம். ஒரு Bell & Howel Camera போதும். கையில் பிடித்துக்கொண்டு எடுத்தால் அச்சாக வரும். ட்ரீம்லாண்ட் போன்ற ஹோட்டல்கள் காசு கொடுப்பார்கள். அன்னியச் செலவாணி நிறையக் கிடைக்கும். வாத்சாயனர் நாட்டிலிருந்து வந்த சரக்கு என்றால் மவுசு இருக்காதா? மை காட்! கேமரா அப்படியே மல்லாந்த, களைத்த காயத்ரியின் மேல் Zoom in ஆகிறது.

கணேஷ் என்னிடம் ரகசியம் பேசினான். நான் மெதுவாக ஒரு பக்கமாக நழுவி அந்த வீட்டின் கதவுப்பக்கம் சென்று தாழ்ப் பாளைத் திறந்து வெளியே வந்தேன். சுவர்க்கோழிகள் ஓவர் டைம் பண்ணிக்கொண்டிருந்தன. மெதுவாக அந்த வீட்டின் ஹாலை அடைந்து மாடிப்படியைக் கடந்து ‘காயத்ரி காயத்ரி’ என்றேன். அந்த அறைக்கதவு உடனே திறந்தது. ‘வந்துவிட்டீர் களா?’ என்றாள் படபடப்புடன். ‘அவர்கள் எல்லாம் எங்கே?’

‘ஷெட்டில் இருக்கிறார்கள். நான் உன்னிடம் சொல்ல வந்தேன். உன் நோட்டுப் புத்தகத்தைப் படித்தேன்... நீ எங்களுடன் வருகிறாயா?’

‘வருகிறேன். வருகிறேன்! என்னை இந்த இடத்திலிருந்து எப்படி யாவது அழைத்துச் சென்றுவிடுங்கள்... என்னை வைத்துக் கொண்டு என்னமோ செய்கிறார்கள். தினம் தினம் மருந்து கொடுக்கிறார்கள். கண்ணைச் செருகுகிறது. அந்த சரஸூ, இந்திரா, ரத்னா, அய்யர் எல்லோரும் ஒரே கோஷ்டி. என்னை என்னமோ செய்கிறார்கள்...’

‘என்ன செய்கிறார்கள் என்பது எங்களுக்குத் தெரியும். அப்புறம் சொல்கிறோம். நாங்கள் பிஸினஸ் பேசுகிற மாதிரி பாசாங்கு செய்துகொண்டு இங்கு வந்திருக்கிறோம். நாங்கள் கிளம்புகை

யில் எங்களுக்கு வழியனுப்ப வருகிற மாதிரி வந்து புறப்படுகிற காரில் பாய்ந்து ஏறிக்கொண்டுவிடுகிறாயா?

'செய்கிறேன், செய்கிறேன்... அப்படியே போட்டது போட்ட படி ஓடிவந்து விடுகிறேன்' என்றாள்... சிறு குழந்தை போல் உற்சாகமாகக் குதித்தாள்.

'எங்கே இரண்டு பேரும் கிளம்புவதாக உத்தேசம்?' என்ற குரல் கேட்டுத் திரும்பிப் பார்த்தால் கையில் ஒரு துப்பாக்கியுடன் சரஸ்வதி!

ஏழு

அந்தக் காட்சியின் முழு அர்த்தத்தைப் பதிவு செய்வதற்கு எனக்குக் கொஞ்ச செகண்டுகள் ஆயிற்று. வாட்டசாட்டமான சரஸ்வதி கையில் அசந்தர்ப்பமாகத் துப்பாக்கியை வைத்துக் கொண்டு நிற்கிறாள். துப்பாக்கி நிஜம் என்பதில் எனக்குச் சந்தேகம் ஏற்படவில்லை. கன்னங் கரேல் என்று பளபளப்பாக, இருட்டு வாயுடன்... அதன் மூஞ்சியைப் பார்த்தாலே அதன் உண்மை தெரிந்தது. என்னை நோக்கி நீட்டிக்கொண்டிருந்தது.

சரஸூ என்கிறவள் நிதானமாக அதை என் முக்கிய பாகத்தில் குறி பார்த்தபோது எனக்கு வியர்த்து விறுவிறுத்தது. கடங்காரி! எங்கே யாவது ஒன்று கிடக்க ஒன்று ஆகிவிடப் போகிறது. 'வேண்டாம், வேண்டாம்' என்றேன் அவசரத்துடன். தீரச் செயல்களுக்கெல்லாம் என் 'பாடி'யின் லாயக்கற்ற தன்மையை நினைத்து வருந்தி, என் இரண்டு கைகளையும்... வெட்க மாக இருக்கிறது... ஒரு பெண் எதிரில் ஒரு ஆண் இப்படியா நடுங்க வேண்டும்!

'கணேஷா! வஸந்தா!' என்று கூவினேன்.

‘எனக்கு அப்போதே சந்தேகமாக இருந்தது. நீ திருதிருவென்று விழிக்கிறதைப் பார்த்தேன். ஏண்டா ராஸ்கல்! அராத்து! என்ன தைரியண்டா? எங்கள் வீட்டில் நுழைந்து என் தம்பி பொண் டாட்டியைக் கடத்திக்கொண்டு போகப் பார்க்கிறாயா? முழங் கால் சில்லைப் பேர்க்கட்டுமா? சப்பையைக் கழற்றட்டுமா... ஒதுங்கு அப்படி! (ஒதுங்கினேன்) மூலைக்குப் போ!’ (போனேன்) காயத்ரியைப் பார்த்தாள்.

‘ஏண்டி ஓடுகாலி! உனக்கு பாலீஷ் போட்டு வேளாவேளைக்குச் சோறு போட்டு சொகுசாக வைத்துக்கொண்டால், இப்படிக் கண்ட ஆண்பிள்ளைகளுக்கு கடுதாசி எழுதி வரவழைத்து என் தம்பிக்கு மோசம் செய்கிறாயா?’

‘தம்பியாம் தம்பி! மடியில் படுக்க வைத்துப் பால் கொடு. சரஸூ! உன் குட்டெல்லாம் அம்பலம் ஆகிற தேதி வந்துவிட்டது. அவர்கள் எல்லாம் ஊர்ப் பெரிய மனுஷாள். அவர்களுக்கு இந்த வீட்டில் நடக்கிறது எல்லாம் தெரியும்.’

‘பெரிய மனுஷன் நிற்கிறான் பார். இடுப்பாண்டை பிடித்துக் கொண்டு மூலையில்... இவன்தான் உன்னைக் காப்பாற்றப் போகிறானோ?’

‘என்னம்மா சேதி?’ என்று அய்யர் வந்தார்.

‘வா அய்யர், இந்த ஆசாமியைக் கவனி, காயத்ரியைக் கூட்டிப் போகப் போகிறார்களாம். இந்த அம்மா லெட்டர் போட்டு வரவழைத்திருக்கிறாள். மூன்று பேரும் திருடர்கள்! எங்கே மற்ற இரண்டு பேர்?’

‘படம் பார்த்துக் கொண்டிருக்கிறார்கள்.’ அய்யர் என்னைக் கடு கடு என்று பார்த்தார்.

‘அவர்கள் படம் பார்க்க வரவில்லை.’ காயத்ரியைக் கடத்திக் கொண்டு போக வந்திருக்கிறார்கள்.’

‘நான் அப்பவே நினைச்சேன், சரஸ்வதி அம்மா!’

‘நினைச்சே, உன் மூஞ்சி! தரித்திரமே! ஏதாவது செய். அந்தப் பெண்ணைக் கட்டி ரூமுக்குள் தள்ளு.’

‘செஞ்சால் போச்சு.’

‘கிட்டே வராதே. கிழித்துவிடுவேன் கிழித்து.’ என்றாள் காயத்ரி.

‘நீ கிழித்தால் நான் தாங்கிக்கொள்கிறேன். காயத்ரி என் செல்லம்! என் கண்ணு! உன்னை அங்கம் அங்கமாகப் போட்டோ பிடித் திருக்கிறேனே! தெரியாதா உனக்கு! உன்னை எத்தனை நாளாக இப்படிக் கட்டிப் போடக் காத்துக்கொண்டிருக்கிறேன் தெரி யுமா? இதோ பார்! இது என்ன? பேனாக் கத்தி, நேத்திக்குத்தான் சாணை பிடித்துக்கொண்டு வந்திருக்கிறேன். டிர்ர்ர்ர்ர்ர் டிர்ர்ர்ர்ர் பொறிபறக்க! இதைவைத்து உன் கழுத்தை கேக் வெட்டற மாதிரி வெட்டலாம். என்னடா சொல்றே சோம்பேறி?’

‘அவளை விடு. பாப்பாரப் பயலே அவளை விடு’ என்றேன்.

அய்யர் திசை மாறி நோக்கி, ‘சரஸ்வதி அம்மை! கீறிப் பார்க்க லாமா கீரணிப்பழம் மாதிரி!’ என்றார். அய்யர் செய்வார் போலிருந்தது. கரி முனி மாதிரி இருந்தார்.

‘நீ இவனை விடு, அவளைக் கவனி. கழிசடையை உள்ளே தள்ளு.’ அய்யர் மிக்க சந்தோஷத்துடன் காயத்ரியை நெருங்கி, அவள் புஜங்களைப் பிடித்துத் திருப்ப, அவள் அவரைக் கன்னத்தில் அடிக்க, அவர் மதிக்காமல் வெற்றிச் சிரிப்பு சிரித்துச் சரக்கென்று அவள் ரவிக்கையைக் கிழிக்க,அவள் போர்த்திக் கொள்ள, நான் சரஸ்வதியின் துப்பாக்கியை ஒரு க்ஷணம் மறந்து அவனை நோக்கி ஓடினேன்.

டுமீல்!

நிஜமாகவே வெடித்தது. ஒரு க்ஷணம் என்மேல் பட்டுவிட்டதோ என்று பயந்து வெலவெலத்து உறைந்து நின்று உடம்பெல்லாம் பார்த்துக் கொண்டேன்.

சரஸ்வதி, ‘அடுத்த தோட்டா மேலே படும். குறி தவறாது. இந்த இடத்தை விட்டு நகராதே. ஏய் போடீ உள்ளே, போ உள்ளே!’ என்றாள்.

காயத்ரி அறை வாசலில் அடம் பிடித்து நின்றுகொண்டிருக்க, அய்யர் அப்படியே சாஷ்டாங்கமாக அவளைத் தூக்காத குறை யாக உள்ளே தள்ள, அந்தப் பெண் அவரைக் கண்ட இடத்தில் நகத்தால் கீற... தடதடவென்று மாடிப்படியில் ஜனங்கள் ஏறிவரும் சப்தம் கேட்டது.

ரத்னா நுழைந்து, 'என்ன சரஸு இது? என்ன வெடிச்சத்தம்?' என்றான். அவனுக்கு இரைந்தது. கூடவே கணேஷும் வந்தான். அவன் பின்னால் கூர்க்காவும் கையில் தடியுடன் ஓடிவந்தான். நான் 'கணேஷ் ஜாக்கிரதை' என்றேன். சில செகண்டுகளில் கணேஷ் நிலைமையை உணர்ந்துகொண்டான். அறைக்குள்ளிருந்து காயத்ரியின் அலறல் கேட்டது. கீச்சுக் குரலில் சரஸு துப்பாக்கியை கணேஷின்பால் காட்டி, 'அங்கேயே நில்' என்றாள். அவன் சிரித்து, 'தோட்டா இருக்கிறதா?' என்றான். அவள் 'காது செவிடா? மறுபடி சுட்டுக் காட்டவா!' என்றாள். 'தேவையில்லை' என்றான்.

'என்ன சரஸு? என்ன இதெல்லாம்? இவர்கள் எல்லாரும் நம் விருந்தாளிகள்.'

'விருந்தாளி! ரத்னா உன்னைப் போல் ஏமாளியை நான் பார்த்ததில்லை. மூன்று பேரும் காயத்ரிக்காக வந்திருக்கிறார்கள். அந்தப் பெண் விச்சுளி மாதிரி இருந்துகொண்டு அவர்களுக்குத் தகவல் அனுப்பி வைத்து, அவளைச் சப்தம் போடாமல் கொண்டுபோக வந்திருக்கிறார்கள். நீ இவர்களுக்கு காபி கொடுத்து படம் போட்டுக் காட்டுகிறாய். இந்திரா டான்ஸ் வேறு காட்டினாயா? முட்டாள்! பிலிம் வாங்குகிறார்களாம் பிலிம்! எல்லாம் ஏமாற்று வேலை. எங்கே இன்னொருத்தன்?'

'அவன் வாசலில் நிற்கிறான்' என்றான் கணேஷ்.

ரத்னா கணேஷை முறைத்து, 'ஏண்டா ஈஸ்ட் ஆப்பிரிக்காவா? எக்ஸ்போர்ட்டா! ஒரு நிமிஷம் இரு. உன்னை பார்ஸல் பண்ணி அனுப்புகிறேன்...' நேராக வந்து புறங்கையால் கணேஷை அடிக்க, அவன் தடுத்து நிறுத்தி 'கைகலப்பு வேண்டாம். அப்புறம் துன்புறுவீர்கள்' என்றான்.

ரத்னா கையை உதறிக்கொண்டான். அய்யர் காயத்ரியின் அறையிலிருந்து ஓடிவந்து அவசரமாக மூடி வெளியே தாளிட்டார். உள்ளே அவள் கதவிடிக்கும் சப்தம் கேட்டது. அதற்கேற்ப கதவு நடுங்கியது. அய்யருக்கு உடம்பு பூரா வியர்த்தது. சில இடங்களில் ரத்தக் கீறல்கள் தெரிந்தன. 'காட்டுப் பூனைமாதிரி பிராண்டறா!' என்றார்.

'என்ன செய்யலாம் இவர்களை?' என்றான் ரத்னா.

'ஏன்! போலீசுக்குப் போன் பண்ணுங்களேன்' என்றான் கணேஷ்.

அய்யர், 'அவுட்ஹவுஸில் தள்ளிக் கதவைச் சாத்திவைக்கலாம்' என்றார்.

'உத்தமமான காரியம்' என்றான் கணேஷ்.

'வாயை மூடு. வாய்யா அய்யர். நீ இந்த கணேஷைக் கவனித்துக் கொள். பகதூர்! நீயும் பார்த்துக்கொண்டு இரு... சரஸ்வதி துப்பாக்கியை விட்டுவிடாதே... நான் இந்த ஒல்லி ஆசாமியைக் கவனித்துக்கொள்கிறேன். ஏய், நட இரண்டு பேரும்.'

கதவு தடதடவென்று தட்டும் சத்தம் கொஞ்சம் கொஞ்சமாகக் குறைந்துகொண்டிருந்தது. காயத்ரி களைப்படைகிறாள்.

என்னையும் கணேஷையும் ஒட்டவைத்து மூன்று பேரும் மரப் படியில் இறக்கினார்கள். துப்பாக்கி என் முதுகில் பதிந்திருக்க கீழே இருந்து அந்த இந்திரா பயம் நிறைந்த கண்களுடன் தெரிந்தாள்.

'என்னம்மா தக்கத்தை!' என்றான் கணேஷ், படிகளில் இறங்கும் போது. 'நீங்கள் செய்வது ரொம்ப முட்டாள்தனமான காரியம். நான் ஒரு வக்கீல், இந்த வீட்டுக்குக் கிளம்புவதற்கு முன் என் நண்பர் போலீஸ் அதிகாரியிடம் சொல்லிவிட்டுத்தான் வந்திருக் கிறேன். நான் இன்னம் அரைமணியில் வீடு திரும்பவில்லை என்றால் தேடிக்கொண்டு வந்துவிடுவார். விலாசம் சொல்லி யிருக்கிறேன். இந்தா பார் பெண்ணே! ராத்திரிக்கு ஜெயிலுக்கு வேண்டிய சாமான்களையெல்லாம் எடுத்துக்கொண்டு வந்து விடு.'

'நடடா! சும்மா பேசிக் கொண்டிருக்காதே!'

'முட்டாள்தனமாக மாட்டிக்கொள்ளப் போகிறார்கள்!'

'உங்களை யார் ஒரு இடத்திலேயே அடைத்து வைக்கப் போகி றார்கள்? எங்களைப் பற்றி உனக்குத் தெரியாது... என்ன அய்யர்?'

'காலிப்பசங்களுடன் என்ன பேச்சு? நாளைக்கே குழி தோண்டிப் புதைத்துவிடலாம்.'

'என்னது?' என்றேன்.

'இந்த வீட்டை விட்டு உயிரோடு திரும்பிப் போவதாகக் கனவு கண்டுகொண்டிருக்கிறாயா?'

அப்போது கணேஷ் வினோதமாக ஒரு காரியம் செய்தான். மாடிப்படியின் கடைசிப் படியில் அப்படியே உட்கார்ந்து விட்டான். 'ஏய் எழுந்திரு! மாரில் உதை வேண்டுமா?'

'உதை பார்க்கலாம்.' என்றான்.

உதைத்த ரத்னாவின் காலைக் கவ்விக் பிடித்துக்கொண்டு வாரிக் கவிழ்த்தான். திடீரென்று எழுந்து வாயிற்பக்கம் ஓட, கூர்க்கா அவனைத் துரத்த, அவன் ஹாலைச் சுற்றிவர, அய்யர், எழுந்த ரத்னா, கூர்க்கா எல்லோரும் அவனைத் துரத்தி ஓட... நானும் சரஸுவும் மாடியருகில் நிற்க, 'இவனைச் சுடப்போகிறேன் இவனைச் சுடப்போகிறேன்' என்று ஆவேசம் வந்தவள் போல் உரக்கக் கத்தினாள். எனக்கு வெலவெலத்தது. ஏற்பட்ட அசட்டுத் தைரியத்தில் துப்பாக்கியை ஒரு தட்டுத் தட்டிவிட்டேன். அது அப்பால் விழுந்தது. அதை அவசரமாகப் பொறுக்கிக் கொள்ளச் சென்ற சரஸ்வதி, அய்யரின் பேரில் மடேர் என்று சத்தமாக மோதி அப்படியே கீழே விழுந்து தற்காலத்துக்கு மௌனமானாள். கணேஷ் பிடிக்கு அடங்காமல் சுற்றிச் சுற்றி ஓட அவனை அவர்கள் மூவரும் துரத்த American Football மாதிரி இருந்தது. கணேஷ் அய்யரைத் தாவாங்கட்டையில் பலமாகக் குத்த அவருக்கு இரண்டு பல்லாவது வெடித்திருக்க வேண்டும். கணேஷ் சண்டை செய்யும் விதத்தில் அனுபவமும் பயிற்சியும் தெரிந்தது. சந்தர்ப்பம் வரும்வரை பாவ்லா காட்டி ஓடி, கிடைத்தபோது செம்மையாகக் கொடுத்தான். அந்தக் கூர்க்காவை மிக அழுத்தமாக வயிற்றில் உதைத்து அவன் அப்படியே சப்பளமிட்டு உட்கார்ந்துகொள்ள, 'ரைட்டர் ஸார்! ஓடுங்கள்! வாசலில் கார்! ஓடுங்கள், ஓடுங்கள்' என்றான். ரத்னாவின் கழுத்தில் மாலைபோல் கையை சுற்றிப் பின்பக்கம் அவன் கையை மடக்கி ஒரு சுழற்றுச் சுழற்றி ரத்னாவைப் பொட்டலமாக மடித்துவிட்டான். அவன் குடிகாரன் போல் சாய்ந்தான். அடிபட்டவர்கள் எழுந்து துரத்துவதற்குள் நாங்கள் ஓடி வாசலை அடைய, வஸந்த் காரைக் கிளப்பிக் காத்திருக்க, நாங்கள் காரில் பாய்ந்துவிட, கார்க்கதவை மூடுவதற்குள் சர்ர்ர் என்று வளைந்து ஏழெட்டு பூந்தொட்டிகளை உருட்டித் தூள் பறந்து தெருவுக்கு வந்துவிட்டோம்.

'Made it' என்றான் வாயால் மூச்சுவிட்டுக் கொண்டு. 'சரியான கும்பல்!'

வஸந்த், 'எப்படி இருக்கிறது பாஸ்! ரொம்ப ஓடிப்பிடித்து விளை யாடினீர்கள் போலிருக்கிறதே?'

'வெறுப்பேற்றாதே வஸந்த்!' என்று இரைந்தான்.

'பாவம் காயத்ரி!' என்றேன்.

'பாவம் கணேஷ்!... இந்த ஓட்டம் எனக்கு இனித் தாங்காது ரைட்டர் சார்! இந்த மாதிரி ஒரு வீட்டுக்குள் நுழைந்து கண்ட பெண்களைக் காப்பாற்றுகிற பிஸினஸ் இனிமேல் வேண்டாம்!'

'நாம் தப்பித்துக் கொண்டுவிட்டோம்! இனி அவள்?' என்றேன்.

வஸந்த், 'பாஸ்! என்ன வினோதமான ஜாயிண்ட் பார்த்தீர்களா? நான் சொன்ன மாதிரியே இருந்தது பார்த்தீர்களா?' என்றான்.

'என்ன சொன்னாய்?' என்றேன்.

'காயத்ரியின் புஸ்தகத்தைப் படித்ததும் சில பாயிண்ட்ஸ் மட்டும் எனக்குத் தனிப்பட்டுத் தெரிந்தது. பாத்ரூம் கதவின் துவாரம், காயத்ரியின் அடிக்கடி சந்தேகம்... 'யாரோ என்னைப் பார்க் கிறார்கள்!' அய்யர் மறுபடி எடுக்க வேண்டுமா என்று அலுத்துக் கொண்டது... எல்லாவற்றையும் ஒரு சேரப் பார்த்தால் அவர்கள் ப்ளூ ஃபிலிம் எடுத்துக் கொண்டிருப்பது சுலபமாகத் தெரிந்து விட்டது. காயத்ரிக்குத் தெரியாமல்... அய்யரின் கேமரா உருண்டிருக்கிறது...'

'புரிகிறது' என்றேன்.

காயத்ரி! காயத்ரியைக் காப்பாற்ற முடியவில்லை... காயத்ரி... ஒரு வினோத வீட்டில் வாழ்க்கைப்பட்டு... சரஸு! ரத்னா! அய்யர்! இந்திரா... ஒழுக்கமற்று, செக்ஸ் செக்ஸ் என்று இனக் கவர்ச்சியின் வேட்கையில் இருப்பவர்களுக்காக, அவர்கள் கோரமான, இயற்கைக்கு மாறான வேட்கைகளைத் தணிப்ப தற்குப் படம் பிடித்துக் காசு பண்ணும் கூட்டத்தில் வந்து மாட்டிக் கொண்டு அங்கு நடப்பது என்ன என்றே இனம் புரியாமல் நோட்டுப் புத்தகத்தில் எழுதிவைத்து, அதை அனுப்பி எங்களை வரவழைத்து... சே! காப்பாற்ற முடியவில்லையே! என்ன செய்வோம்!

எனக்கு திடீரென்று வயிற்றில் சங்கடம் செய்தது. 'கணேஷ்!' என்று அவன் கையைப் பிடித்தேன்.

‘என்ன சார்?’

‘அந்த நிர்மலா! ராஜரத்தினத்தின் முதல் மனைவி!’

‘ஆம். நிர்மலா!’

‘அவள் கதி காயத்ரிக்கு நேர்ந்துவிட்டால்? அந்த நிர்மலாவையும் இந்தமாதிரிப் படம் பிடிக்கக் கொடுமைப்படுத்தியிருக்க வேண்டும். அதனால்தான் அவள் சித்தம் கலங்கியிருக்கிறாள்! அவளை அவுட்ஹவுஸில் அடைத்துவிட்டு மற்றொரு கல் யாணம் பண்ணிக்கொண்டு அவளை வைத்து என்ன மோசமான படங்கள்! கணேஷ் நாம் போய் விமோசனமில்லாமல் போய் விட்டது பார்த்தாயா!’

‘என்ன சார் சொல்கிறீர்கள்? தலை தப்பியது தம்பிரான் புண்ணியம் என்று உயிரோடு வந்திருக்கிறோம்...’

‘காயத்ரியை எப்படியாவது காப்பாற்றியிருக்க வேண்டும். சே! நான்தான் முட்டாள்தனமாக, கவனக்குறைவாக காரியத்தையே கெடுத்துவிட்டேன்...’ என்றேன்.

‘இப்போது மறுபடி போய் அவளை விடுவிக்கவேண்டும் என்கிறீர்களா?’ என்றான் கணேஷ்.

‘எப்படியாவது, எப்படியாவது!’ என்றேன்.

‘எப்படி? சொல்லுங்கள்!’

‘பாவம் அந்தப் பெண்.’

‘வஸந்த், நான் சொன்னபடி செய்தாயா?’ என்றான் கணேஷ்.

‘ஒன்றுவிடாமல்.’

‘அப்படி என்றால் பொருள் இருக்கிறதா?’

‘ஆம் டிக்கியில்.’

‘நிறுத்தலாம் என்று நினைக்கிறேன்.’

கார் நின்றது.

கணேஷ் இறங்கி, ‘சார், நீங்களும் இறங்குங்கள்’ என்றான்.

'ரைட்டர் சார்! காயத்ரியைக் காப்பாற்றவேண்டும் என்கிறீர்கள் அல்லவா? காப்பாற்றலாம். என்னுடன் வாருங்கள்' என்றான்.

கணேஷ் பின்புறம் சென்று டிக்கியைத் திறந்து, 'மெல்ல மெல்ல' என்றான்.

டிக்கியின் உள்ளே சுருட்டிக்கொண்டிருந்த ஜீவன் சுதாரித்துக் கொண்டு எழுந்து வெளிப்பட... தெரு விளக்கின் வெளிச்சம் பட...

'காயத்ரி!' என்றேன்.

'தாங்க்ஸ் சார், தாங்க்ஸ் சார்!' அழுக்காக வெளிப்பட்டாள்.

'காயத்ரி நீ எப்படி? எப்படி? கணேஷ்! என்ன இது ஜீனி வேலை!'

'எல்லாம் வஸந்த் வேலை! நீங்கள் முன்னால் சென்றுவிட, நாங்கள் பிக்சர் முடிந்து திரும்பிக்கொண்டிருக்க, மாடியில் தோட்டா சப்தம் கேட்டது. தப்பாக ஏதோ நிகழ்ந்துவிட்டது என்று தெரிந்துவிட்டது. ரத்னா முதலில் ஓட, நான் வஸந்திடம் பின்பக்கம் இருக்கும் படி வழியாக ஏறிச் செல்லச் சொன்னேன். காயத்ரி தனியாக அகப்பட்டால்...'

வஸந்த், 'அங்கே மாடியில் நடந்தது அத்தனையும் நான் பார்த்தேன்... சார் மார்புக்கு நேரே துப்பாக்கி பிடிக்கிறாள் அந்த அம்மாள். அந்த அய்யர் காயத்ரியைப் பலாத்காரமாக ரூமுக்குள் அடைக்கின்றார். எல்லாவற்றையும் பார்த்தேன்.' என்றான்.

'நீ பார்த்திருப்பாய் என்பது எனக்குத் தெரியும்' என்றான் கணேஷ். 'அவளைத் தப்ப வைக்க உனக்குக் கொஞ்சம் அவகாசம் கொடுப்பதற்குத்தான் கீழே கொஞ்சம் (பாவலாக்) பாயலாக் காட்டி ஓடிப்பிடித்து விளையாடினேன். அதற்குள்...'

'அதற்குள் நான் மாடி வழியாக வந்து அந்த அறைக் கதவைத் திறந்து காயத்ரியைப் பின்பக்கத்துப் படிகள் வழியாக அழைத்துச் சென்று டிக்கியில் பார்சல் பண்ணிவிட்டேன். ஸாரி காயத்ரி! மூஞ்சியெல்லாம் க்ரீஸ் ஒட்டிக்கொண்டுவிட்டது.'

'உங்கள் மூன்று அண்ணன்மார்களுக்கும் என்ன கைம்மாறு செய்யப் போகிறேன்?'

‘ஒரே ஒரு கைம்மாறு. இந்த ‘அண்ணன்’ பிஸினஸ் வேண்டாம். கால் மி வஸந்த்.’

கார் மறுபடி புறப்பட, காயத்ரி எனக்கருகில் உட்கார்ந்திருக்க... மிகவும் படபடப்புடன், ‘மிஸ்டர் வஸந்த்! வஸந்த்!’ என்று உணர்ச்சிவசப்பட்டாள்.

‘எல்லாம் என் எஜமானரும் மதிப்புக்குரியவருமான கணேஷின் மூளை! அவர்தான் எல்லாம் நடத்திவைப்பவர்! பிக் பிரதர்!’

கணேஷ், ‘ஷட் அப் வஸந்த்... காயத்ரி! உன்னை அவர்கள் எப்படி உபயோகப்படுத்திக்கொண்டிருந்தார்கள் தெரியுமா?’ என்று கேட்டான்.

‘எப்படி?’

‘சொன்னால் அதிர்ச்சியைத் தாங்கிக்கொள்வாயா?’

‘என் கணவர் என்னை ஏமாற்றிய அதிர்ச்சியையே சமாளித்து விட்டேன்!’

‘திரைப்படம் எடுத்துக்கொண்டிருந்தார்கள்! உன் சந்தேகங்கள் எல்லாம் சரியே! நீயும் ரத்னாவும் தனியாகப் படுக்கையில் இருந்த போது ரத்னா விளக்கை அணைக்க மறுத்ததை ஒரு தடவை குறிப்பிட்டிருக்கிறாய். என்ன நடந்தது தெரியுமா? திரைக்குப் பின்னால் இருந்து ஒரு சினி கேமரா சுழன்றிருக்கிறது. பாத்ரூமிலும் அதே கதை... அப்புறம் அந்தப் பெண்ணுடன்... அப்புறம்...’

‘மை காட்!’ அவள் மௌனம், மனத்தில் அந்தக் காட்சிகளை நினைத்து எவ்வளவு கூச்சப்படுகிறாள் என்பதைக் காட்டியது... விசித்து விசித்து அழுதாள்.

‘காயத்ரி! நான் ஒரு லாயர்... உன் எதிர்காலத்தைப் பற்றிக் கவலைப்படாதே. அவர்கள்மேல் எந்தவிதத்தில் கேஸ் போடு வது என்பதைப் பற்றி எல்லாம் நாளைக்குப் பேசிக் கொள்ள லாம்... நான் சொல்லும் இடத்தில் கையெழுத்துப் போட்டால் போதும். உன் கடந்த காலம் புகைபோல் மாயமாய் மறைந்து விடும்... அழாதே. வஸந்த்! காயத்ரி தங்குவதற்கு ஏதாவது ஒரு நல்ல ஹோட்டலாக முதலில் பார்...’

'இல்லை, நான் உங்களில் யாராவது ஒருத்தருடன் தங்குகிறேன். உங்கள்மேல் எனக்கு நம்பிக்கை இருக்கிறது...' என்றாள்.

'உனக்கு எங்கள்மேல் நம்பிக்கை இருக்கலாம். எங்களுக்கு எங்கள்மேல் நம்பிக்கை இல்லை.'

'ஏன்?'

'காயத்ரி! நாங்கள் அந்தப் படங்களைப் பார்த்துவிட்டோம் அதனால்!' என்றான் கணேஷ்.

'அவற்றில் நீ அழகாக இருக்கிறாய்.' என்றான் வஸந்த்.

கார் ஒரு ஐந்து நட்சத்திர ஹோட்டலை நெருங்கியது.
